गार्डन ऑफ ईडन उर्फ साई सोसायटी

मकरंद साठे यांचे इतर प्रकाशित साहित्य

कादंबरी

अच्युत आठवले आणि आठवण (२००३)
ऑपरेशन यमू (२००४)
काळे रहस्य (२०१५)
मेलेल्या लेखकांच्या चौकशीचे प्रकरण एक फिक्शन (२०२१)

नाटक

घर / वाढदिवस (१९८७)
चारशे कोटी विसरभोळे (१९८७)
ठोंब्या (१९९७)
सापत्नेकराचं मूल (१९९७)
सूर्य पाहिलेला माणूस (१९९९)
चौक (२००५)
गोळायुग (२००७)
ते पुढे गेले (२००७)
आषाढबार (२०१७)
रोमन साम्राज्याची पडझड (२०१८)
ऐसपैस सोईने बैस (२०१८)
प्रस्थान ऊर्फ एक्झिट (२०२३)

ललितेतर

जागतिकीकरण आणि सांस्कृतिक अस्मिता (२००३) मराठी रंगभूमीच्या तीस रात्री : खंड १ ते ३ (२०११) मकरंद साठे : निवडक निबंध-१ (२०१८)
मकरंद साठे : निवडक निबंध-२ (२०१८)

गार्डन ऑफ ईडन ऊर्फ साई सोसायटी

मकरंद साठे

पॉप्युलर प्रकाशन, मुंबई

गार्डन ऑफ ईडन ऊर्फ साई सोसायटी
(म–१३०७)
पॉप्युलर प्रकाशन
ISBN 978-81-7991-964-4

GARDEN OF EDAN URF
SAI SOCIETY
(Marathi : Novel)
Makarand Sathe

पहिली आवृत्ती : २०१९/१९४०
दुसरे पुनर्मुद्रण : २०२१/१९४३
तिसरे पुनर्मुद्रण : २०२४/१९४६

मुखपृष्ठ व मांडणी : संदीप देशपांडे

प्रकाशक
अस्मिता मोहिते
पॉप्युलर प्रकाशन प्रा. लि.
३०१, महालक्ष्मी चेंबर्स
२२, भुलाभाई देसाई रोड
मुंबई ४०० ०२६

अक्षरजुळणी
ऑलरिच एन्टरप्रायझेस
माहीम, मुंबई ४०० ०१६

मुद्रक
ट्रिनिटी अकॅडमी फॉर कॉर्पोरेट ट्रेनिंग लि.
पुणे

आधुनिकतेला समर्पित

प्रवेशिका

२०१८ सालातल्या, मे महिन्यातील सतरा तारखेला भयाण रणरणत्या उन्हात, ते दोघे शहराबाहेरच्या रेल्वे रुळांच्या बाजूला योगायोगाने एकत्र पोचले, तेव्हा दुपारचे तीन वाजत आले होते. ज्या ठिकाणी ते तसे पोचले तो भाग पुणे या महानगराच्या सीमारेषेच्याही थोडा पलीकडे होता. निर्मनुष्य होता. त्या दोघांना जे कृत्य करण्याची अतीव ओढ लागली होती त्यासाठी आवश्यक अशी प्रायव्हसी तेथे होती. आजकाल भारतात एका महानगराची सीमारेषा खरोखर कोठे संपते आणि दुसऱ्याची कोठे सुरू होते हे सांगणे अवघड झाले आहे, इतक्या त्या एकमेकींत मिसळलेल्या असतात. इमारती, कारखाने, दुकाने आणि हॉटेल्स यांपैकी काहीच आजूबाजूस नाही अशी जागा मिळणेच दुरापास्त! पण अपवादाने का होईना अशाही काही जागा आणखी आहेतच. भवभूती नावाचा संस्कृत नाटककार म्हणाला होता, माझी नाटके आवडतील असा, माझ्या जीवनदृष्टीशी ज्याची जोडी जमू शकेल असा, एखादा तरी वाचक वा प्रेक्षक मला कधी ना कधी तरी नक्कीच मिळेल कारण हा काळ अनंत आहे आणि पृथ्वीचा विस्तार मोठा आहे - 'विपुलाच पृथ्वी!' त्याच्या वचनाला अनुसरून, वेगळ्याच अर्थाने का होईना, त्या दोघांना सतरा मे या दिवशी योगायोगाने आत्महत्या करण्यासाठी पुरेशी प्रायव्हसी मिळेल अशी जागा मिळाली, पण दुर्दैवाने ती जवळजवळ एकाच वेळी मिळाली. त्या दोघांची त्या क्षणीची अवस्था आणि तीव्र मानसिक ओढ एकाच दिशेने जाणारी होती हे त्यामागील एक कारण असू शकेल. दुसरे असे की, मी आधी म्हटल्याप्रमाणे निवांतपणे आत्महत्या करावी अशा जागा इतक्या कमी झाल्या आहेत की, दोघांना एकाच वेळी ती करावीशी वाटल्यास ते एकत्र येण्याची शक्यता दाट व्हावी. कसे का असेना तसे ते एकत्र आले हे मात्र खरे. आणि आधुनिकतेतून निर्माण होणारे अनेक गुंतागुंतीचे प्रश्नच जणू या निमित्ताने एकत्र आले.

असा योगायोग कादंबरीतच असू शकतो असे कोणाचे म्हणणे असल्यास मला ते अंशतः मान्य आहे. असे वास्तवात झालेले असेना वा नसेना, आधुनिकता आज ज्या टप्प्यावर उभी आहे त्या टप्प्यावर असे होऊ शकते हे मात्र सर्वमान्य व्हावे. एक आत्ताच सांगू इच्छितो – ही कादंबरीच अशा योगायोगांनी भरलेली आहे असे आपणास आढळेल. असे वास्तवात नसते असे वाटेल. अशा वास्तववादी चौकटीतून पाहिल्यास ते मलाही मान्य आहे. पण मी वेगळ्या चौकटीतून लिहितो आहे. त्यातून मला दिसते ते वास्तव मांडण्याचा प्रयत्न करतो आहे. आणि त्यासाठी अशा योगायोगांच्या मांडणीची उपयुक्तता आहे! असे योगायोग हे नियतीचा खेळ वगैरे म्हणून मी मांडत नाही तर वास्तवाचा अधिक खोलातला अर्थ लावण्याचे साधन म्हणून रचत आहे. आजच्या वास्तवातील ठळक घटना इतक्या योगायोगांनी भरलेल्या नसतीलही, पण त्या वास्तवाचे अंतस्थ स्वरूप आणि त्याचा मला लागलेला अर्थ अशा मांडणीतून अधिक सहजपणे स्पष्ट होतो, एवढेच.

या मुद्यावर आलोच आहोत तर आजच्या काळाविषयी एक विशिष्ट मुद्दा येथेच मांडणे योग्य होईल. आजच्या काळाला आधुनिक असे संबोधले जाते, मॉडर्निटी– आधुनिकता – म्हणजे समकालीन, आजचे, नवे असे नव्हे तर, ती एका विशिष्ट जीवनप्रणाली आणि विचारव्यूह आहे, हे उघड आहे. त्याविषयी येथे फार खोलात जाऊन तात्त्विक अंगाने मांडणी करण्याचे कारण नाही. पण क्षणासाठी समजा, एखाद्या व्यक्तीचे जगणे हे एक गणित मानले तर त्याचे उत्तर आत्महत्या असे येण्याची शक्यता मानवी इतिहासात आधुनिक काळातच पहिल्यांदा निर्माण झाली आहे. म्हणजे निदान असे होण्याची शक्यता प्रचंड प्रमाणात या कालखंडात वाढली आहे असे तरी निश्चित म्हणता येईल. दुसऱ्या टोकाचे, म्हणजे मानवाच्या आदिम अवस्थेचे उदाहरण पाहा. आदिम अवस्थेत कोणी व्यक्ती आत्महत्या करण्याचा प्रयत्न करत असेल असे मला तरी वाटत नाही. निदान तशी योजनाबद्ध प्रक्रिया, निरनिराळ्या प्रकारे ती कशी होऊ शकते व त्यातील आपल्याला सोसणारी वा सर्वात सुगम असणारी शक्यता कोणती याबाबतचा विचार आणि प्लॅनिंग, हे तर आदिम अवस्थेत कुठल्याही व्यक्तीने करणे अशक्यच, हे कोणासही मान्य व्हावे. किंबहुना मानवाची 'व्यक्ती' झाली, त्याला स्वतःला काही स्वातंत्र्य हवेसे वाटू लागले आणि 'आत्महत्या' हा प्रकार उद्भवला, निदान ती करावी असे वाटणाऱ्यांच्या संख्येत मोठीच वाढ झाली, असेही म्हणता येईल.

मी इथे मांडू इच्छितो तो एक वेगळाच तिढा. आणि तोही आधुनिकतेतूनच उद्भवतो. आणि तो त्यावेळी त्या दोघांबाबत उद्भवला,

म्हणून मुळात हा प्रश्न. झाले असे की, योगायोगाने ते दोघे साल २०१८ मधील १७ मे रोजी, धडाडत येणाऱ्या रेल्वेखाली आत्महत्या करण्यासाठी एकाच वेळी त्याठिकाणी पोचले. आधुनिक काळात तारीख, वार महत्त्वाचे असतात म्हणून त्याचा उल्लेख वारंवार करत आहे. उदाहरणार्थ अगदी साध्या पातळीवर पाहायचे तर सतरा तारीख म्हणजे गाड्या आणि दुचाकी वाहने आधुनिक भारतात रस्त्याच्या एका विशिष्ट बाजूलाच पार्क करता येतात. आपण पाहातो आहोत त्या प्रसंगी हे महत्त्वाचे नसेल पण काही वेळा ते महत्त्वाचे असू शकते. अधिक खोलवरच्या पातळीवर पाहायचे तर त्या दोन व्यक्तीतली एक व्यक्ती, २००२ साली, मार्च महिन्यातील १२ तारखेला, नेसत्या कपड्यांनिशी गुजरातमधून त्याच ठिकाणच्या रुळांवरून जाणाऱ्या रेल्वेनेच पुण्यात आली होती, हे वास्तव लक्षात घेतले तर या विधानातील काळाचे उल्लेख किती महत्त्वाची माहिती देऊन जातात, त्यामुळे काळाचा उल्लेख किती महत्त्वाचा झाला आहे ते लक्षात येते. आदिम काळात असा उल्लेख केल्याने काहीच फरक पडत नसे. इतिहासाची अशी जाण हाही आधुनिकतेचाच परिणाम. आजच्या पिढीच्या तीन पिढ्याआधीपर्यंतच्या किती व्यक्तींना स्वतःचा जन्मदिवस ठाऊक होता? शिवाजीमहाराजांचा जन्मदिवस नक्की कोणता याविषयीच्या हाणामाऱ्या आपल्याला ठाऊक आहेत. त्यांच्या काळी तो त्यांच्या जवळच्या नातेवाईकांनाही कदाचित ठाऊक नसेल; तरीही त्या काळी अशा हाणामाऱ्या झाल्याचा उल्लेख इतिहासात नाही. त्यानंतरही साधारण दोन शतके महाराजांचा जन्मदिवस नक्की माहीत नव्हता, पण हाणामाऱ्या नव्हत्या. त्या होतात आता, म्हणजे भारतात पाश्चात्त्य आधुनिकतेचा प्रसार झाल्यानंतर. पण ते क्षणासाठी बाजूला ठेवू. झाले ते असे की, त्या दोघांनाही आत्महत्या करण्याची अपार इच्छा त्या मे महिन्यातल्या दुपारी झाली आणि ते त्या विशिष्ट ठिकाणी एकाच वेळी दाखल झाले. आणि आत्महत्या करण्याची इच्छाच नव्हे तर त्यातून उद्भवलेली गोची यांचा आधुनिकतेशी थेट संबंध आहे असे, आणि तो काय आहे हे मी अगदी सुरुवातीलाच मांडू इच्छित आहे.

खरे तर एकदा मृत्यू हा विषय आला की, सगळे विचार संपायला हवेत, आणि मानवी आयुष्यातील अगाध असंगततेपलीकडे, मौनापलीकडे काहीच उरो नये. पण तसे होत नाही, कारण सर्व जण बुद्ध होऊ शकत नाहीत, आणि मरणाचे प्रकारही किती अपरंपार! माणसाने त्या प्रोसेसमध्ये निर्माण केलेली गुंतागुंतही किती विलक्षण!

आपण पाहतो आहोत त्या प्रसंगातूनच हे सहज सिद्ध व्हावे. झाले असे की, त्यांना एकमेकांच्या उपस्थितीमुळे आत्महत्या करता येईना. आत्महत्या करण्यासाठी माणसांना साधारणपणे काही किमान प्रायव्हसी लागते. म्हणून तर ते दोघे त्या विशिष्ट ठिकाणी आले होते. आत्महत्या हा जसा आधुनिकतेचा एक उद्‌भव आहे त्याप्रमाणेच प्रायव्हसीची आवश्यकता वाटणे, प्रायव्हसीचे महत्त्व अपरंपार वाढणे हेही आधुनिकतेचेच व्यवच्छेदक लक्षण आहे. आदिम अवस्थेत मानवाला कोठे होती प्रायव्हसीची ओढ? अगदी मध्ययुगातले जग पाहिले तरी व्यक्तिगत गोष्टीही समाजात उघडपणे होत असत. मुलीला पाळी आल्याचा समारंभ मराठी संस्कृतीत होत असे तर, दुसऱ्या कुठल्या संस्कृतीत, लग्नानंतरच्या पहिल्या रात्रीची यशस्विता नंतरच्या सकाळी रक्ताने माखलेले कपडे खिडकीत टांगून जाहीर केली जात असे. आजही प्रायव्हसी गरीब व्यक्तीला परवडतच नाही आणि आधुनिकतेला त्याचे काहीही पडलेले नाही हा भाग वेगळा. आधुनिकतेच्या डोळ्यांवर भांडवलशाहीची झापडे लागली असण्याचा तो परिणाम आहे, तेव्हा ते क्षणासाठी बाजूला ठेवू. पण मुळात, प्रायव्हसीची ही ओढ आधुनिक समाजात इतकी वाढण्याचे एक कारण म्हणजे सामाजिक रिवाज मानवाला इतके 'घडवू' लागले, त्याचे व्यक्तिमत्त्व त्यातूनच इतके रचले जाऊ लागले की, विपरीतलक्षणाने, इंग्रजीत ज्याला आयरॉनिकली म्हणतात त्याप्रमाणे त्याच्या स्वातंत्र्यावर पडलेल्या मर्यादा त्याला असह्य झाल्या. म्हणून सार्त्र सारखी विचारवंत मंडळी म्हणू लागली, 'हेल ईज अदर्स'. पण ते सोडा कारण तो फार गहन विषय. अगदी साधी गोष्ट पाहू. या आधुनिकतेचा उगम युरोपातला. त्यामुळे त्यांच्या भाषेवर त्याचा रंग अधिक गडदपणे चढला आहे. मराठी भाषेत प्रायव्हसीला चपखल पर्यायच नाही. (म्हणूनच मी इंग्रजी शब्दाचा वापर करत आहे हे आपल्या लक्षात येईलच.) शब्दकोशात 'प्रायव्हसीला' प्रतिशब्द आहे 'एकांत'. पण तो उघडपणे योग्य नव्हे. एकांत ही शिक्षा तरी असते वा तप वगैरे करण्याचा मार्ग तरी. एकांताचा अभाव हा काही सार्त्र प्रभृतींना वाटतो तसा नरक होऊ शकत नाही. प्रायव्हसीचा संबंध उलट व्यक्तिगत स्वातंत्र्याशी आहे, शिक्षेशी नव्हे. दुसरा मराठी प्रतिशब्द डोक्यात येतो, तो म्हणजे 'खाजगी'. पण खाजगी म्हणजे प्रायव्हेट. त्याला एक 'भौतिक मालकी'संबंधांचा वास आहे; जसे की, 'ही जागा खाजगी आहे, कोणी त्यावर त्यावर अतिक्रमण केल्यास...' इ. प्रायव्हसीवरच्या अतिक्रमणाची जातकुळीच वेगळी. तेव्हा खाजगी

म्हणजे प्रायव्हेट, प्रायव्हसी नव्हे. आणि काळाच्या ओघात, प्रायव्हसी आणि प्रायव्हेट या एकाच मुळापासून तयार झालेल्या दोन इंग्रजी शब्दांच्या पोतांमध्येच मुळात फार फरक पडला आहे आणि आधुनिकतेचे तत्त्वज्ञान हे त्यामागचे कारण आहे. पण समजा हे माझे म्हणणे कोणाला सार्थ वाटत नसेल तर, कृपया हे लक्षात घ्या की, प्रायव्हसी हा शब्द मला, याप्रसंगी, इतर कोणत्याही मराठी शब्दापेक्षा अधिक चपखलपणे बसणारा वाटतो, म्हणून तो मी वापरत आहे. आणि त्यामागे मला आधुनिकतेविषयी काही सांगायचे आहे हे कारण आहे. असो.

तर प्रायव्हसी ही जणू नैसर्गिक, उत्स्फूर्त प्रेरणा आहे असा आपला समज व्हावा इतकी ती आपल्यात भिनली आहे. नागवेपणामुळे वाटणारी लाज नाही का अशीच भिनली, तसेच. आणि झाले असे की, त्या दोघांनाही आत्महत्या करावी असे तर तीव्रपणे वाटत होते. त्या दिवशी काही घटनाच अशा झाल्या होत्या की, ज्यांच्याबाबत त्या घडल्या त्या कोणालाही तसे वाटावे आणि तशा घटना आज कोणाहीबाबत घडू शकतात, आणि या सगळ्यालाच सांप्रतकाळी आधुनिकतेला जगभरातच जे वळण लागले आहे, त्यातून जे तिढे उद्भवू लागले आहेत त्याची पार्श्वभूमी आहे. कोपऱ्याकोपऱ्यावर सिक्युरिटी कॅमेरे, पावलोपावली आधार क्रमांक देण्याची सक्ती, पोलिसी चौकशा आणि बॉडी फ्रिस्किंग अशा गोष्टींची आवश्यकता आजकाल पडू लागली आहे, आणि त्याच काळी या गोष्टींनी आपल्या प्रायव्हसीचा अपलाप होऊ लागल्याने आपण चिंतितही आहोत, हा असाच आणखी एक एक तिढा. तर ते दोघे अशाप्रकारे एकत्र येऊन तिढा उद्भवला, त्या दिवसाची ही कथा आहे, आणि ती सांगण्याचे मी योजले आहे. कोणत्याही विशिष्ट घटनेचा काही किमान अर्थ लागायचा असेल तर जेवढा इतिहास माहिती असावा लागतो तेवढा सांगण्याचा प्रयत्न मी अवश्य करेन. पण त्या पलीकडे मी जाणार नाही. माझे उद्देश माझ्या मनात स्पष्ट आहेत. मला जे मांडायचे आहे त्याचा अर्थ मला स्पष्टपणे लागला आहे असा गैरसमज मात्र नसावा.

आता थेट मुद्याकडे येऊ.

त्या दोघांना २०१८ मधील मे महिन्यातील, १७ तारखेच्या दुपारी आत्महत्या करायची अनिवार इच्छा झाली होती. पण एकमेकांच्या उपस्थितीमुळे त्यांना ती करता येईना. ती जागा तशी प्रायव्हसी देणारी, म्हणजे आजूबाजूला वस्ती, दुकाने, होटेले, कारखाने इ. नसलेली अशी होती, तो रेल्वे ट्रॅकही भरपूर वाहतुकीचा होता. ते तिथे उभे होते त्या

तासाभरात पाच आगगाड्या त्यावरून धडाडत गेल्या, तेव्हा आत्महत्या करण्याच्या भरपूर संधी त्यांना उपलब्ध झाल्या होत्या. पण एकमेकांच्या उपस्थितीमुळे त्या दोघांच्या मनात असलेले कृत्य त्यांना करवेना. त्या दोघांच्या असंख्य ओळखींपैकी, आयडेंटिटीज पैकी – जसे की वय, व्यवसाय, जेवणाची आवड, जात, धर्म, राहण्याचे ठिकाण, आर्थिक वर्ग, कुठल्या विचारसरणीशी त्यांची बांधिलकी वा त्याविषयी काहीच मत नसणे वा विचारसरणींचे प्रामाण्यच आता संपले अशी धारणा असणे इ. – इतर कुठलीच ओळख आता महत्त्वाची उरली नव्हती. आता ओळख उरली होती ती एकच – आत्महत्या करण्याची तीव्र इच्छा असणे. आणि ही ओळख दोघांत समान असूनही प्रायव्हसी आड येत होती. कशी करावी दुसऱ्याच्या उपस्थितीत आत्महत्या?

तर अनेक आगगाड्या त्या दोघांमधून धडाडत गेल्या. सूर्य इतका तापला की, आधी दोघांचे डोके भेंगाळू लागले, पायातली ताकद जाऊ लागली, डोळे तळावले. आणि मग ढग भरून आले, ओथंबून खाली लवले. जणू या भयाण उन्हातही त्यांच्यात आत्महत्या करण्यासाठीही जी एनर्जी लागते ती टिकावी वा परत यावी म्हणूनच आगगाडीसारखाच पाऊसही धडाडत आला. दोघे चिंब भिजले. गार पाण्याच्या स्पर्शाने शहारले. मातीच्या वासाने त्याही अवस्थेत काहीसे मोहरले. अचानक झालेल्या थंड हवामानामुळे दोघांनाही घाईची लघवी लागली आणि ती त्यांनी आपापल्या सवयीने, जवळजवळ न कळत अशा अवस्थेत आपापल्या जागेवरच करून टाकली. या अवस्थेमुळे एकमेकांच्या आणखी एका विशिष्ट ओळखीची त्याही अवस्थेत त्यांना जाणीव झाली. ती म्हणजे त्यांच्यातील लिंगामधील फरकाची. त्यांच्यातील एक पुरुष होता आणि एक स्त्री. ही आदिम ओळख आधुनिकतेतही कायम असलेली. कुठल्याही अवस्थेत कायम असलेली. मात्र मानवी इतिहासात त्यावर लिंगभावाची गडद आणि गुंतागुंतीची पुटे चढलेली. त्यामुळे त्यातली स्त्री भिजल्यावर एका क्षणासाठी का होईना काहीशी आक्रसली. तिचा इतिहासही त्याला कारणीभूत होताच. पण आत्महत्येची ओढ इतकी तीव्र की, ती स्त्री तिच्या शहारण्यातून, तिच्या भयानक इतिहासातून उद्‌भवणाऱ्या भीतीतूनही बाहेर आली आणि पुरुष त्याच्या नैसर्गिक वासनेवर मात करून निव्वळ आत्महत्येचाच विचार करत जागीच स्तब्ध असा उरला. अडचण आणि गोची होती ती एकमेकांच्या अस्तित्वाची, प्रायव्हसीची. काय करावे ते न कळून दोघे तसेच उभे राहिले, थिजलेले, जणू अनंत काळ.

***

| सत्यकाम – १

६ डिसेंबर १९९२ला, म्हणजे बाबरी मशीद ज्या दिवशी उद्ध्वस्त झाली त्याच दिवशी आणि भारतात आर्थिक उदारीकरण फोफावले त्यानंतर एका वर्षाने पुण्यातील दाणेआळी या भागात अनसूयाला मुलगा झाला. दाणेआळी ही पुण्यातील परंपरागत वेश्यावस्ती. तसे पाहता दाणेआळीला या दोन्ही घटनांनी – म्हणजे बाबरी मशीद उद्ध्वस्त होणे आणि उदारीकरण– फारसा थेट फरक पडला नाही. मोमीनशेठचा दर बुधवारी आणि शनिवारी येण्याचा नेम चुकला नाही. त्याने हिंदू मुलींवर काही विशेष रागही काढला नाही. पण नाही म्हणायला सुभान्या या अक्काच्या खास आवडीतल्या आणि वेचून ताज्या, कोवळ्या आणि देखण्या मुली कुठूनकुठून मिळवून आणण्याची खास क्षमता असणाऱ्या युवकाने जाफर या चायबिस्कुट आणणाऱ्या मुलाची थोडी टिंगल केली. 'ए भाड्या... आता आम्ही सगळ्याच मशिदी पाडणार बघा तुमच्या. मग जा सौदीला लांड्या–' असे म्हटल्यावर जाफर त्याच्यावर चालून गेला होता. पण आवडाक्काच्या, 'हां...' अशा जरबेच्या भरदार आवाजाने आणि तिने जमिनीवर झोपल्याझोपल्याच जो पाय झाडला त्या पायाने ताडकन उडून बाजूच्या भिंतीवर आपटून फुटलेल्या आदल्या रात्रीच्या क्वार्टरच्या दोन बाटल्यांच्या आवाजाने दोघे गपगार झाले होते. आणि एवीतेवी त्या जगातल्या सर्वात जुन्या व्यवसायाच्या स्थळी अशा गोष्टींना फारसे स्थान नव्हतेच. काहीच मिनिटांत दोघेही एकमेकांशी काहीतरी कुजबुजत माडीवरून उतरून निघूनही गेले. तात्पर्य, दाणेआळीला अशा सामाजिक–राजकीय गोष्टींमुळे थेटपणे फारसा फरक पडत नाही.

नाही म्हणता पुढे २०१४ साली महाराष्ट्रात भाजपाचे सरकार आल्यावर त्यांनी गोवधबंदी आणल्याने, तोपर्यंत वय बरेच वाढलेल्या पण तरीही आणखीही त्या ठिकाणची सर्वेसर्वा असणाऱ्या आवडाक्काला बीफ मिळेनासे तरी झाले किंवा महाग तरी झाले, आणि ती चिडून मुलींना अधिकच

धारेवर धरू लागली, हा फरक पडला. पण त्यातूनही मार्ग निघालाच. तिथला बेडेकर नावाचा पोलीस इन्स्पेक्टर तिचा निहायत यार होता. त्याने तिला बीफ मिळेल अशी सोय केली. तेव्हा कुठल्याही छोट्या मोठ्या सामाजिक-राजकीय घटनेने दाणेआळीला तसा थेट फरक पडत नाही, हेच यातून सिद्ध होते. अर्थात अशा घटनांचा आडवळणानेही परिणाम होत नाही अशी जागाच आज जागतिकीकरणानंतर उरलेली नाही. अमेरिकेत बुश नामक व्यक्ती अध्यक्ष झाल्यावर त्यांनी इराकवर हल्ला केल्याने तेलाचे भाव वाढले त्याचा अप्रत्यक्ष का होईना पण मोठाच परिणाम भारतातील अंबानीसारख्या अति-श्रीमंतांपासून, उच्चवर्गापासून, शिक्षक वा छोट्या दुकानदारापासून ते कामगार, शेतकरी, शेतमजूरच कशाला पण आदिवासींपर्यंत सगळ्यांवर झाला. भारतातील उदारीकरण असो वा जगातील दहशतवाद, यांच्यापासून आज कोणीच वाचू शकत नाही. पण तरी दाणेआळीवर अशा गोष्टींचा थेट परिणाम सगळ्यात कमी होतो हेही खरेच.

त्यातून बाबरी मशीद पडल्याचे तीव्र प्रतिसाद भारतातील अनेक प्रांतात वा शहरात उमटले असले, अनेक ठिकाणी दंगे झाले असले तरी पुणे नामक महानगराला त्याने फारसा काही फरक पडला नाही. पुण्यात एकंदरीनेच 'लांड्यांना आपण त्यांची जागा कधीचीच दाखवून दिली आहे', असे इतरांचे मत होणे शक्य व्हावे इतकी मुसलमानांची संख्या कमी आहे. टिळकांपासूनचा दंग्यांचा तसा इतिहासही काही प्रमाणात आहे. आणि सर्वात महत्त्वाचे म्हणजे सामाजिक-राजकीय बाबीत एकेकाळी महात्मा फुल्यांपासून आणि टिळक-आगरकरांपासून आघाडीवर असलेल्या या शहराने स्वातंत्र्यानंतर इंजिनीअर, डॉक्टर आणि काही काळाने आय.टी. क्षेत्रातले व्यावसायिक बनवण्याचा कारखाना होण्याचे ठरवले का काय अशी शंका घ्यायला जागा आहे. त्यामुळे पुण्याने १९९१ सालचे उदारीकरणाचे धोरणही जोमाने स्वीकारले आणि पैसा हाच एक निकष लावून सर्वकाही जोखावे असे इथल्या बहुसंख्य लोकांचे मत झाले. म्हणजे असे माझे, जन्मापासून या शहरात असणाऱ्या एका नागरिकाचे मत झाले आहे. इतर मते असणारच हे उघड आहे. पण मतमतांतरे काहीही असोत, पुण्यात बाबरी मशिदीच्या उद्ध्वस्त होण्यानंतर दखल घ्यावी अशी प्रतिक्रिया उमटली नाही हे वास्तव आहे. अख्ख्या पुण्याची ही स्थिती तर, दाणेआळीत काहीच फरक पडला नसणार हे उघड आहे.

पण या घटनेने भारतात एकंदरीने फरक पडलाच. वातावरणच बदलून गेले. समाजात धार्मिक आणि जातीय दुफळ्या वाढल्या, हिंसा वाढली.

त्याची उदारीकरणानंतर आलेल्या जागतिकीकरणाशी आणि उत्तर भांडवलशाहीशी गाठ पडली. ती इतकी की २०१४ साली भाजपाचे एकछत्री, स्वतःच्या बळावर बहुमत असलेले आणि मोदी नामक एका व्यक्तीला केंद्रस्थानी ठेवणारे सरकार आले. आणि त्याचा पुरेपूर परिणाम, मग तो आडवळणाने का असेना, भारतातील सर्वच नागरिकांप्रमाणे, त्या दिवशी अनसूया नामक वेश्येच्या पोटी जन्मलेल्या मुलाच्या जीवनावर नंतर होणार होता. पण त्या नंतरच्या गोष्टी.

त्या दिवशी दाणेआळीत बाबरी मशीद पडल्याने फारसा फरक पडला नसला तरी अनसूया बाळंत झाल्याने मोठाच फरक पडला. बाळंतपण घरीच – म्हणजे त्याला घर म्हणायचे असले तर – केल्याने त्या दिवशी तरी सगळाच धंदा बंद पडला. यल्लव्वा, सुंद्री, सोना, चंपा, कोणीच त्या मनःस्थितीत नव्हत्या. सगळ्याच बाळंतिणीभोवताली घोटाळत होत्या. संध्याकाळच्या आसपास आवडाक्काने प्रचंड शिवीगाळ करत, त्यांचे जेवण रोखण्याची आणि विशिष्ट ठिकाणी मिरचीचा ठेचा ठोसण्याची धमकी दिल्यावर त्या नाइलाजाने नटल्या आणि खिडकीत उभ्याही राहिल्या, पण ते तेवढेच. अनसूया ही तर आवडाक्काची सोन्याची अंडी देणारी कोंबडी. तीच नाही ती अंडी देऊ लागल्यामुळे गेले काही महिने आवडाक्काचा तोल आधीच ढळला होता. एका अर्थी आता अनसूया बाळंतपणातून उठून काहीच दिवसांत परत कामाला लागू शकेल या आशेने तिला जरी दिलासा मिळाला असला तरी गेल्या काही दिवसांतील राग आणि नव्या जिवाला प्रत्यक्ष पाहिल्यावर, 'त्यावर नवा खर्च होणार', ही थेटपणे बोचलेली बाब, याने तिचा भडका उडाला होता. अनसूयेचे कार्टे मेलेले अवस्थेत जन्मू शकते ही आशाही संपली होती. पण अनसूयाही अतिशय भडक माथ्याची होती. 'अरे'ला 'कारे'च नव्हे तर हातापायीही करण्याची तयारी असलेली होती. काहीशी विक्षिप्तच होती. पण देखणी होती आणि कोणा बरोबरही थंडपणे व्यवहार करण्याची तिची सुरुवातीपासूनच जणू तयारी होती. विलक्षण मनस्वी होती, कुठल्या क्षणी काय करेल त्याची खात्री देता येत नसली, मधेच चारचार दिवस कितीही मारहाण करा, धंद्याला उभे राहायचेच नाकारत असली तरी, आवडाक्काचे जवळजवळ अर्धे उत्पन्न ती एकटी खेचत होती. आणखी तरुणही होती. त्यामुळे आवडाक्काने अनसूयावरचा राग इतरांवरच अधिक काढला. आणि किती झाले तरी नवा जीव काही भावना जागृत करतोच. त्याचा विलक्षण आणि अनुपम मुलायम स्पर्श, ज्या ठिकाणी स्पर्शाचेच पैसे मोजले जातात त्या ठिकाणीही काही

वेगळ्याच जाणिवा तयार करतो. या सगळ्या भावनांच्या मिश्रणाचे वातावरण त्या दिवशी दाणेआळीतल्या त्या विशिष्ट खोल्यांत तयार झाले.

अनसूयाच्या थानातून लगोलग भरपूर दूधाचा झरा लागला आणि सुइणीने नवजात अर्भकाचे ओठ त्याला लावल्यावर तिच्या मनात काही क्षण एक वेगळा थरार निर्माण झाला खरा; पण दुसऱ्याच क्षणी तिचा चेहरा लाल होऊन ती संतापाने थरथरू लागली. आता तिला नेहमीप्रमाणे फिट येते काय अशी भीती, आवडाक्काने नाराजीने का होईना पण तिच्या शेजारी तिच्या मदतीसाठी थांबू दिलेल्या, यल्लव्वाला वाटली. तिने कांदा आणण्यासाठी धावही घेतली. पण त्या दिवशी अनसूयाने स्वतःवर लवकर काबू मिळवला आणि इतर सर्वांना त्या खोपटसदृश खोलीच्या बाहेर काढून ती एकटीच बाळासोबत आडवी झाली. सगळे बाहेर गेल्यावर तिने आजूबाजूला पाहिले. काल संध्याकाळीच पहिली कळ आल्याआल्याच, आता बाळंत होण्याचा दिवस आला, असे तिच्या ध्यानात आले होते. फळकुटे, कार्डबोर्ड आणि पुठ्यांच्या तकलादू जोडणीतून साकारलेल्या अनेक खोपटांपैकी एका खोपटाची साफसफाई करण्याचे आश्वासन तिने दोन क्वार्टरचे आमिष दाखवून सुंद्रीकडून आधीच घेतले होते. सुंद्रीनेही ते पाळले. पण कितीही साफसफाई केली तरी अनेकांच्या दीर्घ काळ पडत राहिलेल्या वीर्य, घाम यांचा आणि तंबाखू आणि देशी दारूचा वास पूर्णपणे जाणे शक्य नव्हते. त्यात आवडाक्काने नेहमीप्रमाणे सकाळी सकाळी मशेरी जाळण्याचे व्रत चालूच ठेवल्याने त्याचा ऊग्र गंध मिसळला जात होता. अनसूयाला स्वतःच्या साणगावच्या खोपटाची आठवण झाली. ते खोपट यापेक्षा थोडेसेच मोठे होते. तेथेही अनेक वास भरलेले असत. पण ते वेगळे होते. अनसूयाला कितीतरी वर्षे आधीच मेलेल्या आणि गेली बरीच वर्षे विस्मृतीतच गेलेल्या तिच्या आईची आठवण झाली. किती तरी काळाने आईचा चेहरा तिला स्पष्टपणे आठवला. पण अनसूयाचे डोळे मात्र कोरडेच राहिले. ते पाण्याने भरून येणे कधीचेच थांबले होते. ते गेली चार वर्षे फक्त बापावरच्या रागाने आणि विखाराने भरून येत. एक दिवस असा येईल की, मी परत जाऊन म्हाताऱ्याचं लिंग कापून आणीन तर मी नावाची अनसूया, हा तिच्या मनातला भाव तिच्या डोळ्यातून ओसंडू लागे. त्याही दिवशी तिच्या मनात तोच भाव दाटून आला खरा, पण शेजारी झोपलेल्या इवल्याशा जिवाचा अतिनाजूक स्पर्श तिच्या डोळ्यातून अनेक वर्षांनी अचानक दोन थेंब का होईना पण पाणी आणून गेला. प्रसववेदनांनीही तिच्या डोळ्यांत

पाण्याचे टिपूससुद्धा आले नव्हते. डोळ्यात पाणी आल्यावर बाहेरून येणारे नेहमीचे आवाज. नेहमीचे वास, खोलीच्या बरोबर समोर रस्त्यावर कायमच फडफडणाऱ्या ट्यूबलाइटचा तडफडणारा प्रकाश, सतत गळणाऱ्या नळाची टपटप, या सर्वांची जणू तिला पहिल्यांदाच जागेपणी जाणीव झाली. आणि आता इथून सुटका नाही. बापावरचा सूड हे एक दिवास्वप्नच, हे त्रिकालाबाधित सत्य तिला स्पर्शून गेले. तिने तिच्या मुलाच्या इवल्याशा शरीराला कवटाळले. इतके जोरात की, ते अर्भकही खोल निद्रेतून जागे होऊन रडू लागले. यल्लव्वा धावत आत आली. तिने बाळाला उचलले आणि अनसूयेच्या दिशेने काही रागाचे शब्द फेकून ती त्याला घेऊन बाहेर गेली. अनसूयेला ते ऐकूही आले नाहीत. तिच्या डोळ्यांसमोर परत तिच्या बापाचा कळकट, दाढी वाढलेला, मधले दोन दात पडलेला चेहरा, आणि 'त्या' रात्री नको इतका जवळ आलेला चेहरा आठवला. तिने मुद्दाम तो आठवण्याचा, बाहेरच्या जगातला तो शेवटचा दिवस आठवण्याचा, प्रयत्न चालवला. आपण असे केले तर आपला राग, आपला जणू जीवच परत आपल्यात येईल अशा आशेने तिने त्या दिवसाशी संबंधित सर्वकाही आठवण्याचा तीव्र प्रयत्न चालवला.

जवळजवळ रोज ज्याचे दर्शन होत असे त्या सुभान्याचा चेहराही तिच्या समोर नीट स्पष्टपणे येईना. त्याने काय केले, मग तिच्या वडलांनी काय केले ते तिला सुटे सुटे करता येईना. एकच तीव्र कळकट, कुजकट वेदना तिच्या शरीरभर जणू भरून राहिली. त्या दोन आठवड्यांचा काळ तिच्या डोळ्यांसमोर एक एकसंध गोळा असावा त्याप्रमाणे उभा राहिला. ती गोंधळात पडली. शेवटी, बऱ्याच वेळाच्या तीव्र प्रयत्नांनंतर ती त्या घटना मोठ्या प्रयत्नाने काही प्रमाणात तरी सुट्या करून आठवू शकली. तिला आठवले, चार वर्षांपूर्वी, ती सोळा-सतरा वर्षांची असताना, तिच्या वडलांच्या वाट्याला आलेल्या दीड एकराचा शेतजमिनीचा तुकडा सततच्या दुष्काळापायी आणि वडलांच्या अनेक नादांपायी सावकाराच्या घशात गेला होता. रोजगार मिळवण्याच्या नावाखाली तिच्या वडलांनी आणि त्यांच्या एका मित्राने तिला साणगावहून आंबाजोगाई मार्गे पुण्याला आणले होते. ती वडलांच्या मित्राच्या सासरी राहत असता वडलांच्या मित्राने तिची सुभान्याशी ओळख करून दिली होती. सुभान्या होता सुरेख. अनिल कपूरसारखा दिसायचा आणि बोलायचा पण तसेच. त्याने तिला फिरवायला सुरुवात केली. अनसूया हरखून गेली. त्याने तिला अनेक हिंदी सिनेमे दाखवले,

'संसार', 'वतनके रखवाले', 'औलाद'. आणि या सिनेमांच्या वेळी तो तिच्या छाती आणि मांड्यांशी खेळत असे. त्या स्पर्शांनी डोक्यात जाणारी शिरशिरी, घरी सोडायच्या आधी मिठी मारताना ओटीपोटाला जाणवणारा त्याचा ताठरपणा, तिला आणखी याद होता. मग एकदोनदा लॉजवर त्याच्याबरोबरचा शरीरविलास तर अवर्णनीय. त्याच्याबरोबर पाहिलेल्या सिनेमातला एक होता 'मिस्टर इंडिया'. तो सिनेमा बघून सुभान्या म्हणाला होता, 'तू श्रीदेवीसारखी दिसतेस अनू... हे सगळं वाया जातंय तुझं सामान गं. काही तरी कामाला यायला पाहिजे.' त्या दिवशी तो तिला 'बहिणीला भेटायला' म्हणून आवडाक्काला भेटायला घेऊन गेला होता आणि अनसूया हादरून गेली होती. घरी आल्यावर तिने वडलांना हा प्रकार सांगितला तर त्यांनी तिला सर्वांसमोर पट्ट्याने फोडून काढून एका खोलीत कोंबले होते. मग ते रात्री खोलीत आले आणि दाराची कडी लावून म्हणाले, ''उद्या तुला अशा ठिकाणी जायचंय की, त्यामुळे आपल्या सगळ्या अडचणी दूर होतील... आणि तुझी आई शिंची गेल्याला झाली धा वर्सं... त्या छोट्या गावात कोण मिळणार मला? आं? पुरुषाच्या शरीराची भूक नको भागायला? आं? शिकवणी घेतू तुझी.. उद्यापासून काय करायचं त्याची... ये.. साली आईच्या मुळावर आलेली... वेसवा'' आणि त्यांनी तिचा यथेच्छ उपभोग घेतला होता. ती बेंबीच्या देठापासून ओरडत होती, ''नको वो बापू...'' खूप ओरडली होती. त्या घरातील लोक दुसऱ्या खोल्यांत शांतपणे वावरत होते. त्यांना या प्रकाराची उघडपणे सवय होती.

दुसऱ्या दिवशी ती आवडाक्काकडे दाखल झाली ती कोरड्या डोळ्यांनी. त्या डोळ्यांना त्यानंतर कधी पाझर फुटलाच नाही. ती पहिल्या दिवसापासून थंडपणे धंद्याला बसली. चार महिन्यांनंतर ठरल्याप्रमाणे तिचा बाप आवडाक्काकडून पैशांचा शेवटचा हप्ता घ्यायला आला. 'अनसूयाला भेटायचंय् असे त्याने म्हटल्यावरून तिला बोलावण्यात आले. तेव्हा ती त्याच्यावर सुरी घेऊन धावून गेली. 'तुझा लवडा नाही कापला तर आईचं नाव नाही लावणार,' असं ओरडत तिने त्याचे धोतर फेडले. तिला तिघा-चौघांनी कसेबसे धरले आणि म्हाताऱ्याला वाचवले. आधीच मरतुकडा असलेला म्हातारा पार हेलपांडून गेला. अनसूयाला वाटले, 'त्याच रात्री हे केले असते तर? म्हाताऱ्याच्या सडलेल्या शरीरात मुलीला झवायचं सोडता ताकद कुठाय? त्याच दिवशी घर सोडून पळून गेले असते तर?' पण नंतर तिच्या लक्षात आले की, आपल्यासारखीने घर सोडून या महानगरात एवीतेवी काय केले असते? न शिकलेल्या एकट्या मुलीचे या समाजात

दुसरे काय होणार? इतर मुली सांगतात त्यावरून, आवडाक्का कितीही ओरडत असो, इतर मावश्यांपेक्षा बरीच होती.

बाप भेटायला आला त्या रात्री तिला पहिल्यांदा फिट आली. त्यानंतर तिला अधून मधून फिट्स येऊ लागल्या. फिट आल्यानंतर ती तीनचार दिवस कोणाचेही ऐकायची नाही. कितीही मारा, झोडा. एरवीही तिला एखादा पुरुष आवडला नाही – आणि असा एखादा पुरुष न आवडण्यासाठी तिला काही विशिष्ट कारण लागत नसे– की ही त्याच्याबरोबर जायची नाही. दुसऱ्या कोणाहीकडून आवडाक्काने असले वागणे सहन केले नसते. पुरुष म्हणजे पुरुष, बास, हाच तिथला पहिला नियम होता. गिऱ्हाइकांबरोबर व्यवहार करताना अनसूया अनेकदा अगदी मूलभूत म्हणावी अशी काळजीही घेत नसे. म्हणजे कंडोम वापरणे वगैरे. हे बाळंतपण हा त्याचाच परिणाम होता. ती काही वेळा असे चमत्कारिक का वागत असे याचा आवडाक्काला कधीच थांग लागला नव्हता. असे क्वचित व्हायचे आणि अनसूया तोपर्यंत तरी सोन्याचं अंड देणारी कोंबडी होती; लाखात एक देखणी होती. तिच्यामुळे आवडाक्काच्या गिऱ्हाइकांचा क्लासच बदलला होता. गिऱ्हाइकाने दिलेले पैसेही अनसूया इमानाने आणून देई. तिला जणू कशाचे काही पडलेच नव्हते. कशाचा सोसच उरला नव्हता. मनात एकच हेतू उरला होता आणि त्याचा त्रास झालाच तर तिच्या बापाला होणार होता. त्यामुळे बहुतेक वेळा तिचे असे वागणे खपून जायचे.

हे सगळे मुद्दाम आठवूनही, अगदी सुटे सुटे करून मनातल्या मनात घोळवूनही आज अनसूयेच्या मनात सूडाची धग निर्माण होईना. बाळाच्या जन्माने आपले असे झाले का काय? हे लक्षात आल्यावर ती कोसळली. काही वेळाने कोणी तरी तिला तिचे रडणारे बाळ आणून दिले. तिने त्याला छातीशी लावले खरे पण त्या दिवसापासून अनसूया बदलली. तिने ते बाळ आपले असल्याचेच जणू नाकारले. बाळासंबंधातली केवळ किमान कर्तव्ये ती करत राहिली. बाळाला त्याच्या मावश्यांनीच वाढवले. काही दिवसांनी त्याचे नाव काय ठेवायचे असा प्रश्न निघाला असता तिने कुठलाच पुढाकार घ्यायला नकार दिला. त्यावर सुंद्रीने नाव सुचवले 'आकाश'. तिने नुकताच तिच्या लाडक्या सलमान खानचा 'साजन' नावाचा सिनेमा पाहिला होता आणि त्यात त्याचे नाव होते 'आकाश'.

आकाशने पुढे सोळा वर्षांनंतर स्वतःचे नाव बदलून केले 'सत्यकाम'. पण त्याकडे आपण नंतर येऊ.

***

। विभाकर – १

साल १९९३ मध्ये म्हणजे सत्यकामचा जन्म झाला त्याच्या एक वर्ष नंतर, जेव्हा बाबरी मशीद पडल्याच्या निदर्शनांना उत्तर म्हणून झालेल्या दंग्यांना प्रत्युत्तर म्हणून आणि त्यात मारल्या गेलेल्या नउएकशे माणसांच्या मृत्यूचा सूड म्हणून मुंबईत बॉंबस्फोट घडवून आणले गेले त्यावर्षी आणि नेमक्या त्याच दिवशी – मुंबईतील एका अनाथाश्रमात विभाकरचे लग्न, अशा ठिकाणी होऊ शकते तितक्या, थाटात साजरे झाले. वय होऊ लागले की, कुठल्या घटना कुठल्या वर्षी झाल्या ते लक्षात राहत नाही. भारतात एक सोय बरी आहे. ती विशिष्ट घटना कुठल्या दंग्याच्या जवळपास झाली ते लक्षात ठेवले की, नंतर गुगल करून त्या दंग्याची नक्की तारीख वगैरे सहज शोधता येते. २०१४ सालच्या भाजपाच्या विजयानंतर दंगे आणि त्यांना खतपाणी घालणारी नेत्यांची प्रक्षोभक भाषणे आणि धोरणे यात इतकी वाढ झाली की, ही तारीख लक्षात ठेवण्याची भारतीय सोय नजीकच्या भविष्यात कमी होईल किंवा काय अशी भीती नष्ट झाली. विकसित असलेल्या आणि विविधता नसलेल्या देशांत ही सोय नाही. शिवाय त्यामुळे ज्या घटनेविषयी आपण बोलत आहोत त्या वेळचे सामाजिक-राजकीय वातावरण इत्यादी समजण्यासही मदत होते. आपले तात्त्विक, बौद्धिक उन्नयन होते, आपली त्या घटनेविषयीची जाणीव सखोल होते, निदान तसे झाल्याचे दाखवून मिरवता येते. पण विभाकरबाबत लग्नाचा उल्लेख करताना दंग्यांचे वर्ष देण्याची ही केवळ दोनच कारणे नाहीत. त्यामागे अणखी एक कारण आहे. पराकोटीचा शांत आणि समाधानी असलेला असा हा माणूस. असा दुसरा मिळणे विरळा. पण त्याच्या आयुष्यातल्या सर्व महत्त्वाच्या घटना – जन्मापासून मृत्यूपर्यंत – दंग्याच्या आसपास घडल्या. त्याचीच तर ही कहाणी आहे. उदाहरणार्थ, त्याचा जन्म २५ जानेवारी १९४८ सालचा. महात्मा गांधींची हत्या झाली त्याआधी पाच दिवस, आणि तोही

कोल्हापुरात आणि ब्राह्मण कुटुंबात झाला. त्यामुळे जाळपोळीला बाळ विभाकर, त्याचे नावही ठेवण्याआधी सामोरा गेला. त्याचे आजोळचे घर जाळले गेले. मंडळी नेसत्या वस्त्रानिशी घराबाहेर पडली. बाळ बरोबर होते पण पाळणा जाळला गेला. एका अर्थी अशी हिंसा सहन करण्याचे बाळकडूच त्याला मिळाले.

त्यावेळी त्याचे वडील आता ज्या प्रदेशाला मध्यप्रदेश म्हणतात त्या प्रदेशात, आत्ताच्या राजस्थानच्या सीमारेषेवर, सीतामाऊ नावाच्या छोट्याशा संस्थानाच्या राजाचे मुख्य कारभारी होते. त्याकाळच्या मानाने ते खूपच म्हणजे एम.ए. पर्यंत शिकलेले होते. देश स्वतंत्र होण्याआधी त्यांना राजकोषातून रुपये शंभर आणि राजाच्या व्यक्तिगत खात्यातून रुपये शंभर असा एकंदरीने दोनशे, म्हणजे त्यावेळच्या दृष्टीने पाहता बऱ्यापैकी पगार होता. भारत स्वतंत्र झाल्यावर दोनएक वर्षात, म्हणजे १९४९ साली, संस्थाने खालसा झाली आणि संस्थानांचा राजकोष नावाचा प्रकार संपला. संस्थानिकांच्या मुलखातला सगळा सारा, कर भारत सरकारला मिळू लागला आणि त्या बदल्यात संस्थानिकांना आधीच्याच चैनीत राहता यावे म्हणून तनखा. भारत सरकारने संस्थानिकाच्या सरकारी सेवेत असणाऱ्या कर्मचाऱ्यांना पेन्शनीत काढले आणि त्यांना पगाराच्या निम्मी रक्कम पेन्शन म्हणून देऊ केली. विभाकरच्या वडलांना रुपये पन्नासचे पेन्शन मिळू लागले. खरे तर झाले असे की, बाकीच्या कर्मचाऱ्यांचा सरकारी पगार पेन्शनीत रूपांतरित होऊन अर्धा झाला पण नोकरशाहीतील कुठल्यातरी पातळीवरच्या गलथानपणामुळे यांचा पगार तसाच, म्हणजे रुपये शंभर असा चालू राहिला! तर भाऊसाहेबांनी, म्हणजे विभाकरच्या वडिलांनी, स्वतःहून जाऊन तो पन्नास करून घेतला! हा काही प्रमाणात काळाचा महिमा, पण बऱ्याच अधिक प्रमाणात त्या विशिष्ट माणसाच्या सचोटीचा. ते पाहून राजेसाहेबांनी त्यांच्या व्यक्तिगत खात्यातून त्यांना शंभरऐवजी दीडशे रुपये देण्यास सुरुवात केली आणि त्यांची महिन्याची आमदनी दोनशे रुपये अशी कायम राहिली. पण सीतामाऊ संस्थान ते केवढेसे. त्यामुळे ही आमदनी ते मरेपर्यंत आणि इंदिरा गांधी यांनी संस्थानिकांचे तनखे बंद करेपर्यंत – या दोन्ही गोष्टी एकाच वर्षी झाल्या – म्हणजे १९७१ पर्यंत, तसेच राहिले, आणि अर्थातच तोपर्यंत रुपयाची किंमत खूपच कमी झाली होती. त्यामुळे त्यांच्या अखेरच्या काळात त्यांच्या कुटुंबाला काही प्रमाणात आर्थिक हालाखीतून जावे लागले.

त्यांना एकंदरीने आठ मुले झाली, पण त्यांपैकी चारच जगली. असे होण्यामागे काही प्रमाणात त्या काळातील आणि त्या मागास प्रांतातील वैद्यकीय सोयींच्या मागासलेपणाचा हात होता तर काही प्रमाणात त्यांची पत्नी सत्यभामाबाईंच्या तोळामासा प्रकृतीचा हात होता. अशा प्रकृतीची बाई आठ बाळंतपणांतून जिवंत राहिली, अगदी भाऊसाहेबांच्या मागे पार १९८४ पर्यंत, म्हणजे शिखांच्या हत्याकांडापर्यंत! या चार मुलांतील एक मुलगी होती तर तीन मुले. या तीन मुलांतील मोठे दोघे मूकबधिर होते आणि ते असे असण्यामागेही सत्यभामाबाईंची नरम प्रकृती हे एक कारण असावे असा संशय घ्यायला जागा आहे. कारण दोन्ही कुटुंबात असे काही वारशाने आलेले दिसत नाही. आपल्यासाठी महत्त्वाचे असे की, विभाकर हा आपला एक नायक या मूकबधिर भावांपैकी धाकटा. सर्वात धाकटा प्रभाकर. त्याला अशी काही, आजच्या भाषेत सांगायचे तर 'स्पेशल ॲबिलिटी' नव्हती, म्हणजे त्याला नीट ऐकू-बियकू यायचे. विभाकरचा मोठा भाऊ कमलाकर त्याच्यापेक्षा आठ वर्षांनी मोठा होता आणि तोही मूकबधिर होता. या आठ वर्षांदरम्यान झालेली तीन भावंडे जगली नाहीत; त्यांच्यापैकी एक मुलगी वयाने थोडी मोठी होऊन वारली. त्यामुळे तीही मूकबधिर होती हे कळले होते. पण ते असो.

सीतामाऊची शाळा लहान. कॉलेज तर नाहीच. त्यामुळे मोठा भाऊ कमलाकर याला तो लहान असतानाच तर, मोठी बहीण कमल हिला कॉलेजच्या शिक्षणासाठी सत्यभामाबाईंच्या बहिणीकडे पुण्याला ठेवण्यात आले. तिथे कमलाकर खूप काही शिकला. म्हणजे शाळा फारशी शिकला नाही, पण ज्यावर जगता येईल असे शिवणकाम, हिशेब ठेवणे, बँकेचे व्यवहार, थोडक्यात एकंदरीने स्वावलंबी होण्यास आधुनिक काळात ज्या किमान गोष्टी लागतात त्या शिकला. मूकबधिरांसाठीच्या खास शाळेत जाऊन लिप रीडींग, हातांच्या चिन्हांची भाषा आणि थोडेसे बोलणेही शिकला. त्या पलीकडे जाऊन, पुण्यातील त्याच्या मावशीचे कुटुंब त्याच्याशी विशेष आत्मीयतेने वागणारे असल्यामुळे, उच्चशिक्षित असल्यामुळे आणि मुख्य म्हणजे सामाजिक-राजकीयदृष्ट्या सजग असल्यामुळे, कमलाकर वर्तमानपत्रांपासून ते विविध विषयांवरच्या पुस्तकांपर्यंत वाचू लागला आणि त्याची जीवनदृष्टी अंमळ व्यापक झाली.

पुण्यातील आपल्या बहिणीवर किती बोजा टाकायचा या संकोचापायी, आणि हळूहळू ढासळणाऱ्या आर्थिक परिस्थितीच्या कारणाने विभाकरला

मात्र पुण्याला पाठवले गेले नाही. तो सीतामाऊला जी काही शाळा होती, त्यातच काही काळ गेला. पण तिथे कुठल्याच विशेष सोयी नसल्याने तो अधिकतर घरीच असे. थोडीफार अक्षर ओळख, आकडेमोड बास. मित्रही नव्हतेच. विभाकर घरी बसून कंटाळे, म्हणून त्याची आई त्याला घरकामाला लावत असे आणि त्याचा त्याला मनस्वी राग होता. दररोज सकाळी एक बस सीतामाऊच्या स्टँडवरून मंदसोर या जवळच्याच पण काहीशा अधिक मोठ्या अशा गावाला जायला निघत असे. ती बस निघण्याच्या आधी, अंघोळ वगैरे उरकून, कपडे वगैरे करून, बसस्टँडवर जाणे आणि गर्दी निरखत बसणे हा त्याचा एकमेव विरंगुळा होता. काही कारणाने एखाददिवस हा नेम हुकला तर विभाकर दिवसभर हिरमुसला होऊन जात असे. फारतर दुपारी गॅलरीतून खाली रस्त्यावर खेळणाऱ्या मुलांचा खेळ पाहणे हा आणखी एक नाद. थोडक्यात, जंगलात लांडग्याने वा अस्वलाने मानवी मूल वाढवल्याच्या काल्पनिक आणि सुरस कहाण्या आपण वाचतो तसे त्याचे लहानपण होते. म्हणजे आधुनिक मानवी व्यवहाराशी, चांगले कपडेलत्ते करणे सोडता, त्याचा फारसा संबंध नव्हता.

कमलाकर पुण्याहून परत आला आणि विभाकरच्या या स्थितीत अगदी मूलभूत आणि धक्कादायक फरक पडला. त्यावेळी कमलाकर वीस वर्षांचा होता आणि विभाकर बारा. तोपर्यंत विभाकरला आपल्याला एक मोठा भाऊ आहे आणि तोही मूकबधिर आहे याचा पत्ताच नव्हता. त्याला कळू लागल्यानंतर कमलाकर कधी सीतामाऊला आलाच नव्हता आणि त्याच्या अनुपस्थितीत ही बाब भाषेतून एका मूकबधिर मुलाला सांगायची कशी, असे काहीसे झाले असावे. कदाचित आईवडलांनी ते सांगण्याचा फारसा प्रयत्नही केला नसावा. कुठल्याही कारणाने का असेना पण विभाकरला हा धक्काच होता. मग कमलाकरने त्याला आपल्या हाताखालीच घेतले. पुण्याला तो जे जे शिकला होता ते ते त्याने विभाकरला देण्याचा जिवापाड प्रयत्न केला. त्याला शिवणकाम शिकवले. लिप रीडींग आणि कामापुरते बोलायला शिकवले. वर्तमानपत्र वाचण्याची गोडी लावली. पण पुण्याच्या वातावरणात, ज्यांची जीवनदृष्टी व्यापक आहे आणि ज्यांना मूकबधिरत्वाचा अडथळा नाही अशा अनेक लोकांच्या सहवासात शिकणे आणि छोट्या गावात, स्वतःच मूकबधिर असलेल्या भावाकडून शिकणे यात मोठाच फरक राहणार होता. तसा तो राहिला. त्यामुळे दोन भावांच्या जाणिवांमध्ये, विचारधनामध्ये, जीवनदृष्टीच्या व्यापकतेमध्ये कायमच फरक राहिला.

कमलाकर विज्ञानापासून मार्क्सवादापर्यंतच्या विचारांना - निदान प्राथमिक पातळीवर का होईना - पण भिडलेला होता. विभाकरचा संपर्क सीतामाऊला दुसऱ्या दिवशी येणाऱ्या स्थानिक वृत्तपत्रापलीकडे आणि कमलाकर जे काही सांगेल त्यापलीकडे जाऊ शकत नव्हता. त्यामुळे अगदी सहज जाणवे ती त्यांच्या विनोदबुद्धीच्या प्रगल्भतेतली तफावत. दोघेही विनोदाचे आस्वादक होते पण लहानपणी टिनाच्या खोक्यात पाहिलेल्या चॅप्लिनच्या लघुपटांतील स्लॅपस्टिक विनोदांच्या आठवणी काढणे, सांगणे आणि वरवरच्या विरोधाभासांना खळखळून हसणे या पलीकडे विभाकरची विनोदबुद्धी कधीच गेली नाही. या उलट कमलाकरच्या विनोदांना एका प्रकारची बौद्धिक धार असे, सामाजिक विसंगती आणि जीवनातली असंगती टिपण्याचे कौशल्य असे, शाब्दिक खेळ असत. शेवटी कुठल्याही पद्धतीचा विनोद जाणवणे ही एक निखालस बौद्धिक प्रक्रिया आहे! आणि ज्याला भाषेचीच अडचण आहे त्याच्यावर मर्यादा पडणार हे उघड आहे.

पण दुसऱ्या बाजूला पाहता, या मोठ्या जगाला सामोरे न गेल्यामुळेच विभाकर मूलतः समाधानी होता. इतरांच्या तुलनेत आपण काय गमावले याची त्याला जाणीवच नव्हती. या उलट कमलाकरला ती जाणीव तीव्र होती. या दोन भावंडांनी मग मिळून सीतामाऊत शिंपीकामाचे दुकान टाकले आणि ते त्या चौकटीत उत्तम चालू लागले. पुण्यातील नव्या फॅशनकडे लोक आकृष्ट होऊन यांच्याकडे येऊ लागले. यात विभाकरला पूर्ण समाधान होते, पण कमलाकरला नव्हते. आपले आयुष्य या छोट्या गावात असेच जाणार - त्याच्या पुण्यातील मावसभावांपैकी एक भाऊ कॅनडात शास्त्रज्ञ झाला होता तर दुसरा एअरफोर्समधे वैमानिक- आपणही बुद्धिमान असताना असेच शिंपीकाम करत सडणार, या विचारांनी तो प्रचंड नैराश्यग्रस्त होत असे. इतका की, त्याने दोन वेळा आत्महत्या करण्याचा अयशस्वी प्रयत्नही केला होता. या उलट विभाकर समाधानी होता. त्याला एकच हौस होती. ती म्हणजे त्यातल्या त्यात उत्तम जगण्याची. नीट स्वच्छ दाढी करून निरनिराळ्या पोशाखात फोटो काढून घेण्याची. थोडे पैसे जमले की, तो कापड विकत घेई, स्वतःच स्वतःसाठी नवे कपडे शिवी आणि सीतामाऊतल्या एकमेव फोटोच्या दुकानात जाऊन दिमाखदार फोटो काढून घेई. मध्ये मध्ये दाढी वाढवणे, ती कोरून तिला निरनिराळे आकार देणे, म्हणजे कधी बुल्गॅनिन तर कधी ऋषीमुनींसारखी भरघोस तर कधी मुसलमानांसारखी टोकदार, असेही तो करत असे आणि त्यात त्याला मजा

येई. याच त्याच्या सोसापायी नंतर तो भयानक अडचणीत कसा आला, कदाचित यामुळेच त्याला ... पण ते आपण योग्य वेळी पाहूच.

कमलाकर आणि विभाकरच्या शारीरिक बांध्यांमधेही साम्य असले तरी बरेच फरकही होते. दोघेही मध्यम उंचीचे असले तरी, कदाचित त्याच्या मानसिक त्रासांमुळे असेल, पण कमलाकर बारीक आणि ज्याचे खांदे पडलेले असत असा माणूस होता. तर विभाकर सहज लक्ष जावे इतका ताठ कण्याचा होता. बसणे, उभे राहणे, चालणे, सर्वच क्रिया करताना त्याचा हा ताठपणा उठून दिसे. कमलाकरचे कपडेही असे असत – चुरगळलेला पायजमा आणि तसाच शर्ट – की, त्याचे हे बिचारेपण अधिक उठून दिसे. विभाकर या उलट कधीच बिचारा दिसला नाही, अगदी घरच्या पायजमा, बनियनमध्येही नाही. अर्थात कमलाकरच्या डोळ्यांत एक विलक्षण बुद्धिमत्तेची झळाळी होती, जी विभाकरच्या डोळ्यांत नव्हती. विभाकरचे डोळे नुसतेच शांत, हरलेपणाचे भाव असलेले, नीट पाहिले तर कधीकधी तर इंग्रजीत ज्याला 'डल' म्हटले जाईल असे होते– म्हणजे विशेषतः तो कोणाकडे बघत नसेल तेव्हा. आणि असा 'हरवलेपणाचा' काळ बराच असे कारण त्याच्या बालपणातील एकटेपणामुळे त्याला नुसतेच अनंतात बघत बसण्याची सवयच होती. कमलाकरची शारीरिक विकलांगता त्याच्या डोळ्यांतून कळत नसे, पण विभाकरच्या डोळ्यांत – निदान अशा वेळी – त्याचे स्पष्ट प्रतिबिंब बहुतेक वेळा पडलेले असे. अपवाद म्हणजे तो जेव्हा खळाळून हसत असे तेव्हा, वा तो कोणाकडे प्रेमाने बघत असे तेव्हा. तेव्हा त्याचे डोळे लहान मुलाच्या डोळ्यांसारखे निरागस, ऊर्जेने भरलेले आणि लाघवी होत. आणि बहुतेक व्यक्तींकडे तो असेच बघत असे. कमलाकरच्या डोळ्यांत बहुतेकदा एक कायमची प्रौढ सहानुभूती असली तरी कायमच तत्त्वज्ञानाच्या अभ्यासाने यावा तसा 'अलूफनेस' असे. त्यामुळे अनोळखी माणूस सहजच कमलाकरपेक्षा विभाकरच्या जवळ अधिक पटकन जाई. रस्त्यात, दुकानात, बसमध्ये त्याचा शेजारच्याशी संपर्क अगदी सहज चालू होई; त्याच्या मूकबधिरतेचाही तिथे अडथळा होत नसे. या त्याच्या गुणामुळे कादंबरीतील 'त्या' महत्त्वाच्या दिवशी त्याचा बसमध्ये शेजारी बसलेल्या व्यक्तीशी संपर्क आला, बोलणे चालू झाले, दोघांत काही आत्मीयता निर्माण झाली आणि अरिष्ट ओढवले.

त्या दोघांमधला अजून एक महत्त्वाचा फरक सांगायचा तर कमलाकर अनेकदा कंटाळत असे तर विभाकर जवळजवळ कधीच कंटाळत नसे.

कदाचित असे म्हणता येईल की, कमलाकर आधुनिक होण्याच्या अधिक जवळ आला होता. पण तेही सर्वार्थाने खरे नव्हे.

विभाकरच्या इतिहासाकडे परत येऊ. तर, यथावकाश कमलाकरचे एका अत्यंत गरीब घरातल्या मुलीशी लग्न झाले. तिनेही गरिबीमुळे मूकबधिर मुलाचा नवरा म्हणून स्वीकार केला, आणि न कुरकुरता संसार केला. कमलाकर किडनीच्या विकाराने वयाच्या पन्नाशीतच वारला. कितीही प्रबुद्ध झाला तरी त्याच्याही समजुतीत कशा फटी राहिल्या होत्या हे त्या वेळच्या त्याने केलेल्या एका पृच्छेतून उघड झाले आणि मूकबधिरांचे जीवन, अंध व्यक्तींच्या जगण्यापेक्षाही किती दुस्तर असते हे उघड झाले. मरण जवळ आले हे जाणवल्यानंतर त्याने आपल्या सर्वात धाकट्या भावाला, प्रभाकरला – जो खूपच हुशार निघाल्याने, तोपर्यंत आय. आय. टी. तून शिक्षण घेऊन एका प्रायव्हेट कंपनीत मोठ्या हुद्यावर लागला होता – विचारले, 'मी मेल्यावर मला जाळतील तेव्हा मला किती भाजेल, मला किती त्रास होईल!' भाषेचा अभाव वा भाषा जाणण्यात कमकुवतता असणे ही आधुनिक मानवी जीवनातली सर्वात अधिक त्रासदायक बाब कशी आहे हे यामुळे उघड व्हावे. बाकी फार मोठ्या अडचणी अंधांना असल्या तरी, आधुनिक काळात, अंध व्यक्ती शिक्षणापासून ते इतर अनेक बाबीत मूकबधिरांच्या पुढे मजल मारताना दिसतात ते त्यामुळेच. पण ते असो.

कमलाकरच्या मृत्युनंतर त्याचे कुटुंब – बायको व तीन मुले – इंदोर या मोठ्या शहरात स्थायिक झाले. त्याच्या मुलांची बरीच सारी जबाबदारी प्रभाकरने उचलली असली तरी कमलाकरच्या बायकोने जेवणाचे डबे तयार करून देणे इत्यादी आधुनिक मोठ्या शहरात शक्य असलेले व्यवसाय करून हातभार लावला. विभाकर मात्र हट्टाने सीतामाऊलाच मागे राहिला. दरम्यान विभाकरचे लग्न करण्यात अडचणी आल्या. लहान गावात मुलगी मिळेना. फारच उशीर होऊ लागला तसे १९९३ साली मुंबईच्या अनाथ महिलाश्रमात वाढलेल्या एका मुलीशी त्याचे लग्न लावून देण्यात आले हे आपण सुरुवातीला पाहिलेच. विभाकरने मग त्याच लहान गावात अतीव समाधानात संसार केला. त्याला एक मुलगी झाली. त्याचा ज्यावर संपूर्ण विश्वास होता त्या गावाच्या देवीच्या कृपेने आणि काही प्रमाणात प्रभाकरच्या मदतीने ती शिकली, स्वयंपूर्ण झाली. तसे होण्याआधीच २००२ साली, गुजरातेत मोठा दंगा झाला आणि मुसलमानांची कत्तल झाली त्यावर्षी, शेवटी प्रभाकरच्या आग्रहाला मान देऊन विभाकर इंदोरात स्थायिक झाला. तोपर्यंत प्रभाकरलाही किडनीचा त्रास होऊ लागल्याने तो मुदतीआधीची रिटायरमेंट घेऊन इंदोरात

आला होता. प्रभाकर स्पष्टपणे हिंदुत्वतवादी होता, सावरकरांचा भक्त होता. सगळे कुटुंबच तसे होते. पण त्याला गुजरातचा प्रकार काही आवडला नाही. सामान्य माणूस चिथावला गेल्याशिवाय इतका हिंसक होतच नसतो हे त्यामागील कारण असावे. या निमित्ताने गुजरातेतील दंग्याविषयी, त्याच्या जन्माच्या वेळी गांधीहत्येनंतर झालेल्या दंग्याविषयी काही मौलिक आणि व्यावहारिक माहिती विभाकरला देण्याचा प्रयत्न प्रभाकरने केला. पण आधुनिक भारतापासून तसे तुटून असलेल्या एका छोट्या गावात आयुष्य गेलेल्या विभाकरला त्याचा फारसा उलगडा झाला नाही. त्याच्या गावात तर सगळेच मिळून मिसळून राहत होते. दंगे या घटकाच्याबद्दल या त्याच्या अनभिज्ञतेचा मोठाच घातक परिणाम पुढे होणार होता.

मला सांगायचे आहे ते २०१८ साली झालेल्या दोन घटनांबद्दल. पण त्या घटनांचे अर्थ लागण्यासाठी त्यात भागीदार असलेल्या पात्रांचा इतिहास माहीत असणे आवश्यक आहे. अशा प्रकारे उडता इतिहास सांगण्यातून बरेच काही राहून जाते हे मला ठाऊक आहे. पात्रांचे चित्रीकरण पुरेसे झाले नाही असेही वाटू शकते. पण तो धोका मला पत्करायला हवा कारण मी ते करत बसलो तर मला जे सांगायचे आहे तेच बाजूला पडण्याचा, त्याची तीव्रताच कमी होण्याचा धोका उद्‌भवतो. विभाकरसारख्याचा इतिहास वाटतोही रंजक, इंटरेस्टिंग. पण तो तसा आहे म्हणून त्या इतिहासाच्या बारकाव्यांत जात राहणे आपल्या विषयाच्या दृष्टीने विपरीत होईल. तो मोह टाळायला हवा. तरीही तो माणूस म्हणून किती शांत आणि समाधानी होता, त्याचे आधुनिकतेशी आणि समकालीन सामाजिक-राजकीय वास्तवाशी नक्की नाते काय होते हे कळण्यासाठी त्याचा आणखी थोडा इतिहास सांगायला हवा. पण मला ज्या विषयी सांगायची इच्छा आहे 'त्या' घटनांशी निगडित अनेक महत्त्वाच्या पात्रांबद्दल आणखी मी काहीच सांगितलेले नाही. असे करण्याने कलाकृतीचा तोलही ढळतो. आशयाबरोबरच सौंदर्यशास्त्रीय प्रश्नही विनाकारण उद्भवतात. योगायोग मान्य करण्याची विनंती मी आपल्याला केली. पण कादंबरीचा एक कलाकृती म्हणून तोल तरीही हे ढळता कामा नये बघणे माझे काम आहेच. या सगळ्या कारणांन्वये इतर पात्रांबद्दल काही सांगण्याचा रेटा आता मला अस्वस्थ करत आहे. तेव्हा टप्प्याटप्प्याने जात पुढच्या एका प्रकरणात विभाकरचा उरलेला इतिहास सांगण्याचे आश्वासन मी देतो आणि पुढे जातो.

***

। सत्यकाम आणि अगस्ती - १

प्रवेशिकेमधे दोन व्यक्ती आत्महत्येचा प्रयत्न करताना आपण पाहिल्या त्या घटनेच्या साधारण तीन महिने आधी, म्हणजे २०१८च्या मार्च महिन्यात आकाश ऊर्फ सत्यकाम याची गाठ अगस्ती नावाच्या माणसाशी पहिल्यांदा पडली. सत्यकाम हा अनसूया नामक वेश्येचा वा अधिक आजच्या भाषेत सांगायचे तर 'सेक्स वर्कर'चा मुलगा तोपर्यंत पंचवीस वर्षांचा झाला होता आणि उच्चविद्याविभूषित होऊनही एका सोसायटीत वॉचमन म्हणून काम करू लागला होता. असे कसे झाले ते आपण नंतर बघूच. सध्या मी सांगत आहे ते त्याची अगस्तीशी भेट झाली त्याविषयी.

सत्यकाम आणि अगस्ती यांची व्यक्तिमत्त्वे पूर्णपणे विरोधी होती. सत्यकाम तरुण, उंच आणि बारीक अंगकाठीचा होता तर अगस्ती वयस्कर, मध्यम उंचीचा, अंमळ जाड आणि पोट सुटलेला होता. सत्यकामाचे शरीर शिडशिडीत असले तरी त्यात एक लोच होता, त्याचा त्यावर काबू होता. अगस्तीचे शरीर त्याच्या आटोक्यातलेच वाटत नव्हते आणि त्याच्या हालचाली विसकळीत होत्या. सत्यकामचे केस काळेभोर, दाट आणि लांब वाढलेले होते. त्याने त्याची मागे पोनीटेल बांधली होती. त्याची दाढी घनदाट होती आणि डोळ्यांवर चष्मा होता. त्याचे कपडे चुरगळलेले असले तरी त्यांच्यात एक 'इंटलेक्चुअल'पणा होता. थोडक्यात दिल्लीच्या जवाहरलाल नेहरू विद्यापिठाचा त्या दशकातला विद्यार्थी म्हणून तो सहज खपून गेला असता. या उलट अगस्तीचे केस विरळ आणि पांढरे झालेले तर होतेच पण त्याने ते बरेच बारीक कापलेले होते. त्याची दाढी खुरटलेली होती. कपडे सत्यकामच्या कपड्यांसारखेच चुरगळलेले असले आणि त्यामागे बेफिकिरी दिसत असली तरी ते 'इंटलेक्चुअल' नव्हते. त्यांची रंगसंगती विचित्र होती, त्याच्या वयाला शोभणारीही नव्हती. पण तरी ते उघडपणे उंची ब्रँडचे होते, सत्यकामच्या कपड्यांप्रमाणे गरीब विद्यार्थ्याचे

नव्हते. सत्यकाम अगस्तीला भेटला आणि त्यांच्यात काही बोलाचाली झाली तेव्हा बाहेरून पाहणाऱ्याला अजून काही गोष्टी स्पष्टपणे जाणवल्या असत्या. त्या अशा की, सत्यकाम स्थिरचित्त तर होताच पण त्याचे शरीरही स्थिर होते. अगस्तीचे अनेक अवयव सतत आणि उगाचच हलत होते. तो जणू त्याच्या वयाला आणि शरीराला न शोभणाऱ्या नर्व्हस एनर्जीने भरलेला होता, एका जागी स्थिर राहू शकत नव्हता. त्याचे डोळे आणि मान, इंग्रजीत ज्याला 'ट्विच' होणे म्हणतात तशी होत होती.

सत्यकाम कशालाही कंटाळलेला नव्हता तर अगस्ती बहुतेक गोष्टींना कंटाळलेला वाटत होता. आणि या दोघांमधला हा फरक उघडपणे निव्वळ वयामुळे पडलेला नव्हता. तो त्यांच्या स्वभावाचा भाग होता. सत्यकाम स्थिरपणे अगस्तीच्या डोळ्यांत पाहून बोलत होता, तर अगस्ती सत्यकामची नजर चुकवत होता. पण असे असले तरी त्या नजर चुकवण्यात कुठलाही अपराधी भाव तर नव्हताच, उलट एक ठाम उद्धटपणा आणि दुसऱ्याचे काहीही ऐकून न घेता स्वतःचे लावून धरण्याचा हेका होता.

सत्यकामचा चेहरा शांत असला तरी इंपॅसिव म्हणजे काहीसा भावनारहित होता तर, अगस्तीच्या चेहऱ्यावरील स्नायूंची ठेवणच अशी वैशिष्ट्यपूर्ण होती की, तो कायम मंद स्मित करत आहे असे वाटत असे. पण ते हसू स्थिर नसे तर ते शहाणपण आणि वेडेपण यांच्याशी सतत लपंडाव खेळत आहे असे वाटत असे. सत्यकामचे डोळे एकमेकांपासून काहीशा अंतरावर होते तर अगस्तीचे डोळे एकमेकांच्या जरा जास्तच जवळ होते. ते अस्थिर असले तरी त्या अस्थिरतेतही ते अवकाशातल्या कुठल्यातरी एका बदलत्या बिंदूवर सतत फोकस्ड असल्यासारखे वाटत आणि त्यामुळे समोरचा माणूस गोंधळात पडत असे.

त्यादिवशी त्या दोघांची गाठ पडायला कारण असे झाले की, सत्यकाम ज्या सोसायटीचा वॉचमन म्हणून काम करत असे त्या सोसायटीच्या त्या विशिष्ट गेटच्या बाहेर आपली आलिशान होंडा गाडी लावून अगस्ती सोसायटीत आला आणि सोसायटीच्या इमारतींभोवती एकमेकांना काटकोनात असलेल्या रस्त्यांच्या कडेने पावसाळा सुरू होण्याआधी, म्हणजे सहा-आठ महिन्यांपूर्वी एका सरळ रेषेत लावलेली झाडांची रोपे उपटून आजूबाजूच्या मोकळ्या आवारात वेड्यावाकड्या ठिकाणी लावू लागला. म्हणजे असे की, तो त्या जागा मुद्दाम वेड्यावाकड्या, म्हणजे एका सरळ रेषेत नसतील अशा, निवडत होता ज्यामुळे झाडे वाढल्यावर ती

नैसर्गिकरीत्या जंगलात वाढली आहेत असे वाटले असते. काही वेळ सत्यकाम विचारात पडून बघत राहिला. हे कृत्य करणारा माणूस वयस्कर होता, उंची गाडीतून आलेला होता. त्यामुळे त्याला लगेच हटकणे, जगाचा पुरेपूर अनुभव असणाऱ्या सत्यकामला प्रशस्त वाटले नाही. न जाणो कोणी मोठा माणूस निघायचा की, ज्याने त्या नव्या सोसायटीमधली, ज्या इमारतीशेजारची झाडे अगस्ती उपटून परत लावत होता ती पूर्ण इमारतच, विकत घेतलेली असू शकत होती. असे काही असते तर त्याला हटकण्याने सत्यकामच्या नोकरीवरच गदा येण्याची शक्यता होती.

पण दहा–बारा रोपे उपटून झाल्यावर सत्यकामला राहवेना. त्याने पुढे होऊन अगस्तीला अडवले. सत्यकाम म्हणाला, ''आजोबा, हे काय चाललं आहे... आं?''

अगस्ती हडबडल्यासारखा वाटला. म्हणजे त्याचे शरीर तसे हलले. त्याच्या चेहऱ्यावरचा भाव घाबरल्याचा तर नव्हताच तर उलट त्यात एक ठामपणा, आपण करतो आहोत त्यावर पूर्ण विश्वास असावा असा होता. तो ताठ होत, हातातले खुरपे जवळजवळ उगारत म्हणाला, ''काय करतोय म्हणजे?.. दिसत नाही?''

त्याचा उगारलेला हात स्वतःच्या हाताने हळुवारपणे खाली करत सत्यकाम त्याला समजावण्याच्या स्वरात म्हणाला, ''तुम्ही झाडं... म्हणजे रोपं काढून परत दुसऱ्या जागी लावताय, ते मला दिसतंय, आजोबा. पण तुम्ही कोण? आणि हे का करताय? मुख्य म्हणजे तुम्हांला सोसायटीनं किंवा बिल्डरनं असं करायची परवानगी दिली आहे का?''

यावर अगस्तीची उजवी भुवई उडू लागली. मानेला झटका देत आणि सत्यकामच्या नजरेला नजर न भिडवत तो म्हणाला, ''बिल्डर? त्याची परवानगी कशाला? मला हवं ते मी करीन–''

म्हातारा डोक्याने सटकला असावा असा संशय सत्यकामला आला. तरी तो आवाज काबूत ठेवत म्हणाला, ''अहो दादा, तुम्ही काय बोलताय ते कळतंय् का तुम्हांला? ही जागा खाजगी आहे. इथे इतर कोणाला प्रवेशही करण्याची परवानगी नाही... म्हणजे ज्यांनी इथे फ्लॅट घेतलेला आहे ते वगळता. ते एकतर फारसे नाहीतच. आणि त्या सगळ्यांना मी ओळखतो. तुम्ही झाडं उपटणं तर जाऊच द्या, इथे आत येणंसुद्धा बेकायदेशीर आहे हो... काही कळतंय् का? आं? चला ... दुसरीकडे जाऊन करा काय ते... काय?''

त्यावर त्वेषाने अगस्ती म्हणाला, ''कायदा? कायदा वगैरे काही मानत नाही मी... कायदा नाहीच... छे, छे, नकोच कायदा... नाही नाही... कायदा नकोच... निसर्गाचा कायद्याशी काय संबंध? सगळी आधुनिकतेतून निर्माण झालेली खुळं आहेत ही... आधुनिकतेतून झालंय् सगळं वाटोळं. सगळं वाटोळं... नाही नाही.. तसं नकोच मला... मला नकोच आहे तसं-'' आता त्याची भुवई आणि मान अधिकच उडू लागली होती. मग एक क्षण त्याने घुमल्यासारखा आवाज केला आणि तो पुढे म्हणाला, ''पण तुम्हांला कळणार नाही... तुम्हांला नाही कळणार आधुनिकतेने माणसाला काय केलं आहे ते... अशी लायनीत झाडं असतात का कधी निसर्गात? असतात निसर्गात? तशी नकोत ती मला. नकोत लायनीत... मी नाही असू देणार ती लायनीत... सगळं यंत्रवत् झालं आहे तुमचं-''

यावर सत्यकाम चाट झाला. त्याचे बोटच जवळ जवळ स्वतःच्या तोंडात गेले. काही क्षणाचा विराम झाला. तेवढ्या अवधीत अगस्तीने आणखी एक रोप उपटले होते. सत्यकाम भानावर आला. तो अगस्तीला म्हणाला, ''आजोबा, या इकडे या. ...या झाडाखाली या... ऊन किती झालंय्-'' मग त्याला तिकडे नेल्यावर तो म्हणाला, ''तुमचा विश्वास नाही बसणार, पण तुम्ही म्हणताय ते मला कळतंय्. मी तत्त्वज्ञानाचा विद्यार्थी आहे... विश्वास ठेवा. पण आधुनिकतेचा अर्थ तुम्ही म्हणता तसा नाही हो... म्हणजे तुम्ही म्हणता त्यात तथ्य आहे पण तरी तुम्ही अतिरेक करताय असं नाही वाटत तुम्हांला?''

त्यावर अगस्ती म्हणाला, ''अतिरेक आम्ही नाही करत. अतिरेक करतात टेक्नॉलॉजीवाले. आणि देवधर्मवालेसुद्धा... देवपण नाही पाहिजे... नाही नाही... नकोच असलं काही. निसर्ग हाच देव असतो आणि असलाच पाहिजे. तसंच असलं पाहिजे नाहीतर मग गडबड गडबड... नकोच ते-''

मग त्या दोघांमध्ये आधुनिकता या विषयावर पाच मिनिटे काही संवाद वा वाद झाला. त्यावरून सत्यकामच्या ध्यानात आले की, म्हाताऱ्याचे डोके रूढार्थाने फिरले म्हणावे, तर तसे नाही. पण त्याच्या व्यक्तिमत्त्वात काहीतरी चमत्कारिक आहे खास आणि त्यात भर म्हणून त्याच्या आयुष्यातही काहीतरी त्रासदायक घटना झाली असावी की, ज्यामुळे म्हाताऱ्याने कुठून तरी अर्धवट माहिती गोळा करून काहीतरी खूळ डोक्यात घेतले आहे. (असे खरेच झाले होते किंवा कसे, अगस्ती नामक व्यक्ती हे नक्की काय रसायन होते हे आपण नंतर पाहणारच आहोत, एवढे नमूद

करून पुढे जाऊ.) आधुनिकता या प्रकाराबद्दलची म्हाताऱ्याची अगदीच जुजबी माहितीवर काही ठोस कल्पना झाली होती; त्यातून तो स्वतःला आपण इतर कोठले तरी तत्त्वज्ञान मानतो आणि मेलो तरी आपण त्याच प्रकारे वागणार, अशी मांडणी करू पाहत होता. काही वेळातच त्यांचा वाद ज्या प्रकारे होऊ लागला ते पाहता सत्यकामला डोस्टोव्हस्की नामक प्रसिद्ध रशियन लेखकाच्या 'इडियट' नामक कादंबरीची आठवण झाली. त्यातले एक पात्र, प्रिन्स मिश्किन, आस्तिक माणूस आणि नास्तिक माणूस यांच्यात देवाच्या अस्तित्वाबद्दल होणाऱ्या वादाबद्दल म्हणतो, 'अशी दोन माणसे एकाच विषयाच्या दोन बाजू मांडत आहेत असे वरवर पाहता वाटते, पण खरंतर ते दोन वेगळ्याच गोष्टींबद्दल बोलत असतात.' सत्यकामलाही वाटू लागले की, आपण दोघे एकाच गोष्टीबद्दल बोलतच नाही आहोत. त्यामुळे त्याचाही थोडा गोंधळ उडाला.

पण त्या गोंधळलेल्या अवस्थेत तो काय म्हणाला ते सांगण्याआधी हे दोघे कुठे भेटले त्या स्थळाबद्दल, त्या सोसायटीबद्दल काही माहिती देणे महत्त्वाचे आहे. कारण मी आधी उल्लेख केला 'त्या', साधारण तीन महिन्यांनंतरच्या 'त्या' दिवशीच्या काही घटना या जागीच घडल्या. आपल्या गोष्टीच्याच नव्हे तर, आशयाच्या अनुषंगानेही त्या जागेचे स्वरूप काय होते, अशा जागा आज मानवी व्यवहारात आणि सामाजिक मानसिकतेत काय भूमिका निभावत आहेत हे समजून घेण्यासाठी त्या जागेविषयी काही माहिती इथेच देणे योग्य होईल असे मला वाटते.

झाले ते असे. साधारण वीसेक वर्षांपूर्वी म्हणजे १९९९ साली, पुण्याचे विमानतळ भविष्यात अपुरे पडणार आणि या कारणास्तव तातडीने नवे आणि तेही मोठे, आधुनिक, आणि आंतरराष्ट्रीय विमानतळ तयार करायला हवे, असे महाराष्ट्राच्या मुख्यमंत्र्यांना जाणवले. म्हणजे जाणवले आधीच होते, त्यांनी त्यावर त्यावेळी कारवाई चालू केली. त्यांनी पुणे शहराच्या पश्चिमेस हे नवे प्रस्तावित विमानतळ होईल, ते तिथे असण्याची कारणे अमुकतमुक, वगैरे जाहीर केले. स्वाभाविकच पुण्याच्या पश्चिमेला असणाऱ्या जागांचे भाव एका रात्रीत अनेक पटींनी वाढले. कर्मधर्मसंयोगाने नेमक्या तिथेच मुख्यमंत्र्यांच्या नातेवाइकांच्या आणि विरोधी पक्ष प्रमुखांच्या मुलाच्या काही एकर जागा होत्या. पण हा निव्वळ योगायोग. महाराष्ट्रात सर्व राजकीय पक्षांनी अशा बाबतीत एकामेकांना सांभाळून घेण्याची पद्धत आहे. त्यामुळे आधीच सर्व पक्षांनी एकत्र मीटिंग वगैरे घेऊनच सर्वसंमतीने

हे केल्याने, खडूस पत्रकार सोडता फारसा विरोधी आवाज उमटला नाही. मी आधीच म्हटल्याप्रमाणे पुणे हे व्यावसायिकांचे आणि आयटीवाल्यांचे शहर असल्याने येथील नागरिकांना तर मुख्यत्वे करून डेव्हलपमेंटमध्येच प्रचंड रस आहे. बाकी सर्व बाबी त्यांच्यासाठी दुय्यम महत्त्वाच्या असतात. त्यामुळे सगळेच खूष झाले. पत्रकारांबरोबर काही शेतकऱ्यांनीही आवाज उठवला, नाही असे नाही; पण अशा आवाजाचे काय होते हे आपणास ठाऊकच आहे. आणि बऱ्याच शेतकऱ्यांनी तर जमिनी चढ्या भावात आनंदाने विकून टाकल्या कारण कायम तोट्यात जाणारी शेती करायची होती कोणाला? पुढच्या दहा वर्षांत, त्यांना आधी प्रचंड वाटलेली ही रक्कम कशी उडून गेली ते फक्त आधुनिक भांडवलशाहीतल्या चंगळवादालाच ठाऊक. शेतकऱ्यांना बिचाऱ्यांना काय झाले हे कळण्याच्या आधीच ते परत कफल्लक झाले, आणि तोपर्यंत जागेचे भाव त्यांना मिळालेल्या रकमेच्याही दहापट झाले होते. पण तो आपला विषय नाही, तेव्हा आपण पुढे जाऊ.

पश्चिम दिशेचे असे भले झाल्याने पूर्व दिशेने बरेच आवाज उठले. मुख्यमंत्र्यांनी मग पूर्व दिशेस एक मोठा आय टी पार्क करण्याचे जाहीर केले आणि सरकारने जमीनही अधिग्रहित केली; सहज समजावे अशा भाषेत सांगायचे तर अक्वायर केली. पण विमानतळ पश्चिम दिशेस आणि आय टी पार्क पूर्व दिशेस, त्यात चाळीसएक किलोमीटरचे अंतर, त्यामुळे आयटीवाले कोणी तिथे येईचनात. जागा पडून राहिली. आधीच्या निर्णयाला जोडूनच या निर्णयावरही प्रसार माध्यमांमधून टीका झाली, नाही असे नाही. पण काही दिवसांनी एक दंगा झाला, दोन बलात्कार झाले आणि ही बाब मागे पडली. दरम्यान पश्चिमेची जागा विमानतळाला योग्य नाही कारण तिथली भूमी फार उंचसखल आहे असे विमानतळ प्राधिकरणाच्या लक्षात आले. तेव्हा मूळ निर्णयानंतर दहा वर्षांनी त्यावेळच्या मुख्यमंत्र्यांनी विमानतळ – आधीच्या मुख्यमंत्र्यांना अर्थात विचारूनच – उत्तर दिशेला हलवला. त्यात त्या दोघांच्याही कुटुंबांच्या जमिनीचे कसे नुकसान झाले अशाही बातम्या आल्या आणि काही इतर नेत्यांची तुंबडी भरली. पण महाराष्ट्राच्या प्रथेप्रमाणे सगळ्यांनी एकमेकांना सावरून घेतले. त्याच वेळी पूर्वेस असणाऱ्या पण उठाव नसणाऱ्या आय टी पार्कला गती येण्यासाठी त्या बाजूला मेट्रो करण्यात यावी अशी मागणी आधीच्या मुख्यमंत्र्यांनी केली. फक्त मागणीच नव्हे तर, समाजाच्या वरच्या स्तरातून मोठाच आवाज उठवला गेला. थोडक्यात सांगायचे तर, मेट्रोचे काम पुढील चार वर्षांत

वेगाने चालूही झाले आणि आपण इन्फ्रास्ट्रक्चर उभारण्यात किती वेगाने प्रगतिशील आहोत याचे क्रेडिट दोन्ही प्रमुख पाटर्यांनी घेतले.

परंतु त्याच वेळी दुसरीकडे आय टी पार्कमध्ये कोणाला रसच नाही, ती जमीन नुसतीच पडून आहे, तेव्हा ती तशी राहण्यापेक्षा त्यापैकी थोडी तरी कोणाला तरी गृहसंकुल बांधण्यासाठी विकण्यात यावी, सरकारचे पैसे तरी मोकळे होतील, शिवाय जेव्हा केव्हा आयटी पार्क होईल तेव्हा तेथल्या कर्मचाऱ्यांना राहण्याची जागा लागणारच, त्याचीही सोय आधीपासूनच होईल, असा निर्णयही घेण्यात आला. त्यावेळी आधीच्या मुख्यमंत्र्यांचा पुतण्या उपमुख्यमंत्री आणि संसाधनमंत्री झालेला होता. या निर्णयाबरहुकूम आधी आयटी पार्कसाठी अधिग्रहित केलेल्या जमिनीतली पन्नास एकर सर्वोत्तम जमीन एका बिल्डरला विकण्यात आली. त्यावेळी तरी आजूबाजूला कुठलीच इंडस्ट्री नसलेल्या जागेला भाव तरी किती येणार? खरे तर त्या बिल्डरने, तो केवळ आधीच्या मुख्यमंत्र्यांचा मित्र म्हणून, त्यांच्या आधीच्या निर्णयावर फार टीका होऊ नये म्हणून उपकारार्थच विकत घेतली! त्यामुळे ती अगदी कवडीमोलाने त्याला दिली गेली. अर्थात सगळी जागा गेली नाहीच, काहीवर आणखीही आय टी पार्क करण्याचे घाटत होतेच. एकंदरीने पन्नास एकरांच्या या जागेतल्या पंचवीस एकरांवर त्याने 'गार्डन ऑफ ईडन' (ख्रिश्चन पुराणामधली स्वर्गातली बाग) नावाने एक मोठे आलिशान गृहसंकुल त्यापुढील पाच वर्षांत बांधूनही टाकले. असे नाव परदेशात राहून आलेल्या आयटीवाल्यांना आवडेल असा त्याचा आडाखा असावा. बिल्डर साईबाबांचा परम भक्त होता. त्यामुळे त्याने आतमध्ये एका कोपऱ्यात त्यांचे एक मंदिर बांधले आणि कंपाउंड वॉलवर अनेक कोनाडे करून त्यात त्यांच्या मूर्ती ठेवण्याची नवी क्लृप्तीही लढविली. असे करण्यानेही अर्थातच परदेशात राहून आलेले नव्या पिढीतले आयटीवाले आकृष्ट होतील असा आडाखाही होताच. सांप्रतकाळी श्रद्धा आणि व्यावहारिक फायदा हातात हात घालून जातात ते असे. झाले असे की, आजूबाजूचे लोक त्याला 'गार्डन ऑफ ईडन'ऐवजी 'साई सोसायटी' असे म्हणू लागले, त्या देवळात येऊ लागले.

या जागेत कोणी फ्लॅट्स घेतले हे एक मोठे कोडेच होते. बहुतेक फ्लॅट्स आधीच्या मुख्यमंत्र्यांनी कोणाकोणाच्या नावे स्वतःच, म्हणजे बेनामी, घेतल्याची वदंता होती. उरलेले काही म्हणे 'खास' मंडळींनी इन्व्हेस्टमेंट म्हणून घेतलेले होते. एकही फ्लॅट शिल्लक नव्हता, पण फारसे कोणी त्यात राहतच नसे. सगळे फ्लॅट्स रिकामेच असत. त्यामुळे विशेषतः

रात्री तेथे स्मशानशांतता असे. सोसायटीच्या एका बाजूने जवळून एक्सप्रेस वे जात असे, त्यावरून जाणारे येणारे या वैराणभूमीतल्या, आत वॉचमन सोडता कुत्रंही नसलेल्या, सोसायटीकडे अचंब्याने पाहत. दुसऱ्या बाजूस मेट्रोचे कामही पूर्ण झालेले होते. दुर्दैवाने मेट्रो दर दहा मिनिटांनी रिकाम्याच धावत असत कारण त्या सध्या तरी ज्या ठिकाणाहून ज्या ठिकाणी जात त्या वाटेवर जाण्यात कोणाला रसच नव्हता. या सगळ्यालाच सुजाण नागरिक हसत, सरकारच्या वेडगळपणावर विनोद करत. पण खरे सुजाण कोण होते ते त्यांना नंतर कळणार होते. त्या सोसायटीत सहा अजस्र इमारती होत्या. त्यांची नावे होती – ममताळू, कनवाळू, वेल्हाळू, मायाळू, दयाळू आणि सुकाळू. या सर्व इमारतींचे काम युरोपातील वातावरणात योग्य होईल असे होते. उरलेल्या जागेत ऑफिसेसचे दोन अजस्र टॉवर्स उभारण्याचे काम चालू होते. त्यांची नावे होती, 'मातृकृपा' आणि 'पितृकृपा'. त्यांच्या समोरच्या हिरवळीवर मधोमध देशाचा झेंडा २०१४ पासून, म्हणजे मोदींचे सरकार आले त्या वर्षापासूनच दिमाखात फडकू लागला. त्यातीलही सर्व ऑफिसच्या जागा बांधकाम चालू असतानाच भाड्याने गेलेल्या होत्या. पण त्या २०१८ सालापर्यंत तरी कधीच वापरात आलेल्या नव्हत्या कारण ते टॉवर्स बरेचसे पूर्णत्वाला आले की, काहीसे पाडून परत बांधले जात, कारण त्या जागा ज्या कंपन्यांनी भाड्याने घेतल्या होत्या त्या कंपन्याच विकल्या तरी जात किंवा त्यांच्या गरजा तरी बदलत. गंमत म्हणजे असे केल्याने कोणालाच तोटा होत नव्हता. त्या सर्व कंपन्या, बिल्डर, सगळेच फायद्यात होते.

दरम्यान सेंटरला नवे सरकार आल्यावर महाराष्ट्राचे पूर्वीचे 'ते' मुख्यमंत्री संरक्षणमंत्री झाले. त्यानंतर तीनेक वर्षांनी म्हणजे, आपण याच प्रकरणात सत्यकाम आणि अगस्तीची झालेली भेट पाहतो आहोत त्याच्या दोनच महिने आधी असे जाहीर करण्यात आले की, विमानतळाची लोकेशन पश्चिमेहून हलवून उत्तरेकडे नेण्यात आली खरी, पण त्या जागी विमानतळ असण्याला एअरफोर्सचा विरोध आहे. एअरफोर्सच्या मते त्याने त्यांची सुरक्षितताच धोक्यात येते. असे कळल्यावर चर्चेला वावच नव्हता. मग विमानतळ पूर्वेकडे, 'गार्डन ऑफ ईडन' ऊर्फ 'साई' सोसायटीच्या मागेच हलवण्यात आले. एवीतेवी तिथे आय टी पार्कही होते, एक्सप्रेस वेही होता, मेट्रोही अनायासे आली होती. कोणाला टीका करायला जागाच नव्हती. आणि पुण्यातले व्यावसायिक तोपर्यंत ''काहीही करा पण विमानतळ करा

बाबा यासे'', अशा घायकुतीला आले होते. पश्चिम ते उत्तर ते पूर्व या बदलातून प्रत्येक टप्प्यावर काहींचा कसा फायदा झाला, हा सगळाच मुळापासून कसा बनाव होता, या विरुद्ध जो काही क्षीण आवाज उठला, तो ज्या चॅनलवरून आणि वर्तमानपत्रातून उठला ती मुळातच भ्रष्ट असल्याने त्यांच्यावर सी.बी.आय. आणि इ.डी. ची कारवाई चालूही झाली आणि तो आवाज लुप्त झाला. हे तंत्र आतापर्यंत त्यावेळच्या सरकारने कसे उच्च दर्जाला नेले होते ते आपण सर्व जाणतोच. डेव्हलपमेंट हवी, बास. विमानतळासाठी आता ठरली होती त्यापेक्षा अधिक योग्य जागा ती कुठली असणार? तेव्हा दोन वर्षांत तिथे विमानतळाचे काम चालू झाले.

या सोसायटीच्या मागे एक छोटी टेकडी होती आणि पावसाळ्यात त्यावरून अनेक झरे वाहत. बिल्डरला विकलेल्या जागेतल्या उरलेल्या पंचवीस एकर जागेपैकी काही भाग या टेकडीला लागूनच्या सपाटीचा तर काही टेकडीवर असा होता. त्या पंचवीस एकर जागेभोवती एक उंच संरक्षक भिंत सुरुवातीसच बांधली गेली होती, त्यासाठी वेगळे शस्त्रधारी सुरक्षारक्षक होते आणि आत एक अतिविशाल फार्म हाऊस बांधले गेल्याची वदंता होती. त्यात 'काय काय' आहे याच्या सुरस कहाण्याही सांगितल्या जात पण त्यात आपल्याला रस असण्याचे कारण नाही. या टेकडीच्या बरोब्बर पलीकडे अगदी पायथ्याशी रेल्वे ट्रॅक होता. त्यावरून मोठ्या प्रमाणात रेल्वे वाहतूक होत असे. टेकडीवर जाण्यासाठी सोसायटीतूनच एक वाट होती. त्यामुळे बाहेरचे कोणी वर जाऊ शकत नसे. ती टेकडी जणू त्या सोसायटीची आणि फार्महाऊसची खाजगी जमीनच झाली होती. टेकडीवर गेल्यास त्यावरील झरे, एका बाजूस ही युरोपीय विशिष्ट आर्किटेक्चरवाली सोसायटी, दुसऱ्या बाजूस एक्सप्रेस वे आणि त्याचे ओव्हर ब्रीजेस्, क्लोव्हर लीफ जंक्शन्स, त्याच्या पलीकडे असणारे अत्याधुनिक क्रिकेट स्टेडियम, तिसऱ्या बाजूस असणारी मेट्रो, पलीकडे रेल्वे ट्रॅक आणि या सगळ्यात अत्यंत कमी माणसांचा वावर, असे जणू आधुनिक युरोपातील पोस्टकार्ड दृश्य दिसत असे. हवा साफ असली तर काही अंतरावरील विमानतळाचे चालू असलेले कामही दृष्टिपथात येत असे. डोक्यावरच्या सततच्या हवाई वाहतुकीचीच काय ती कमी होती, ती थोड्याच दिवसात भरून येणार होती आणि अनेक भारतीयांची अनेक स्वप्ने साकार होणार होती.

सोसायटीला पुढच्या बाजूस सहा शानदार फाटके होती, त्यांच्याभोवती कमानी होत्या आणि प्रत्येक फाटकाला तीन शिफ्टमध्ये रखवालदार होते.

मागच्या बाजूला एक छोटेसे फाटक होते. ते का होते याचा अंदाज लावणे कठीण होते. ते इतके एकांत स्थळी होते की पटकन दिसतही नसे. त्या फाटकावर चोवीस तासाचा एकच वॉचमन हवा होता. ती जागा इतकी एकांडी होती की, तिथे राहून काम करण्यास कोणी तयार होत नव्हते. शेवटी एकजण तयार झाला. त्याचे नाव होते सत्यकाम. नेमणूक करतानाच त्याला सांगण्यात आले होते की, त्या फाटकातून येणाऱ्या जाणाऱ्यांची यादी त्याला देण्यात येईल. त्यांची आयडेंटिटी व्हेरिफिकेशन करून तेवढ्यांनाच आत सोडायचे. दुसरी अट अशी की, कान आणि मुख्य म्हणजे तोंड बंद ठेवायचे. त्याने ती नोकरी पत्करली कारण त्याच्या आयुष्यातला तो कालखंडच असा होता. तो कसा ते आपण यथावकाश पाहूच.

आणि पुण्याच्या पूर्वेस अफलातून लोकेशनला असणाऱ्या अशा या सोसायटीत अगस्ती मागच्या दारातून कसा घुसला आणि त्याची सत्यकामशी भेट कशी झाली ते आपण पाहिलेच. तर अशी ही जागा होती. आणि त्यात अगस्ती आणि सत्यकाममध्ये पहिल्याच भेटीत असा वाद झाला ज्याने सत्यकाम चाट झाला. त्याला वादाची खुमखुमी नव्हती असे नाही. त्याबाबतीतही तो अगदी जवाहरलाल नेहरू विद्यापीठाच्या विद्यार्थ्यांसारखाच होता. पण त्याला नक्की उलगडा होत नव्हता. वादात घ्यायची पक्की वाट नक्कीच मिळत नव्हती. एवढेच नव्हे तर, सामान्यपणे फारशा कशाची भीती न वाटणारा सत्यकाम अगस्तीमुळे काहीसा घाबरूनच गेला होता इतके अगस्तीचे बोलणे विवेकाला, तर्काला, रीझनला सोडून होते! तो केवळ आधुनिकतेच्याच नव्हे तर, आधुनिकतेची सर्व मांडणी ज्या सायंटिफिक रीझनच्या पायावर उभी आहे त्याच्याच विरोधात होता. हेही ठीक, पण वाद घालताना तरी काही किमान तर्क नको? जसे की, अगदी जीवन ॲबसर्ड आहे असे एखाद्याला वाटले तरी ते दुसऱ्याला सांगावेसे वाटते आणि ते सांगायचे झाल्यास काही किमान तर्काला धरूनच ते सिद्ध करावे लागते. हा आधुनिकतेतला एक पॅरॅडॉक्स असला तरी तो मान्य करावा लागतो. एकीकडे सत्यकाम काहीसा घाबरून गेला तर, दुसरीकडे त्याला हा वाद पुढे चालू ठेवून काय होते ते पाहण्याची अतितीव्र उत्सुकता लागून राहिली. एवढेच नव्हे तर, परत त्या म्हाताऱ्याला भेटण्याची इच्छा व्हावी, त्याला जाणून घेण्याची इच्छा व्हावी असे काही गूढपण त्याच्यात होते. सत्यकामला त्याच्या या भावनेचा पूर्ण अर्थ लागेना. मग त्याच्या असे लक्षात आले की, हा केवळ अगस्तीला जाणून घेण्याचाही प्रश्न नव्हता तर,

त्याला जाणून घेण्यातून समकालीन वास्तवाबद्दलची आपली मूलभूत जाणच वाढेल असे काहीसे त्याला वाटत होते. अगस्ती काही फार गंभीरतेने घ्यावा असा रिबेल, म्हणजे बंडखोर वगैरेही नक्कीच नव्हता. पण त्याच्या मॅडनेसमध्ये असे काहीतरी खास होते की, त्याला भेटावे, त्यातून वास्तवाविषयीची आपली जाण वाढेल असे कोणास वाटावे. पण असे काहीही व्हायचे तर त्याला भिडण्यासाठी काही दिशा आधी मिळायला हवी, मगच चर्चा व्हावी असेही सत्यकामला त्या वेळी वाटू लागले. त्याच्या भाग्याने एवढे होईपर्यंत जोराचा पाऊस चालू झाला. मार्च महिना होता. तेव्हा पाऊस तसा अपेक्षित नव्हता. पण मार्चमध्येही एखादा वळवाचा पाऊस होतो आणि त्याने आंब्याच्या पिकाचे नुकसान वगैरे होते. तसा तो त्यावर्षी झाला. (त्यामुळे त्यावर्षी आंबे कमी आले हे सगळ्यांना आठवत असेलच.) सत्यकाम अगस्तीचा हात धरून त्याला सोससायटीच्या त्या विशिष्ट गेटच्या दिशेने हलकेच ओढत म्हणाला, ''आजोबा, पाऊस आला. जोरात... जा लवकर आता. परत या–... मग बोलू... काय?''

अगस्ती अर्थातच एवढ्यावर ऐकायला तयार नव्हता. तो आपला हात सोडवून घेत म्हणाला, ''छे छे, रोज दहा झाडे लावलीच पाहिजेत. नेम म्हणजे नेम. दहा झाडे लावलीच पाहिजेत... छे–''

अगस्ती तेच तेच वाक्य अनेकदा बोलतो हे आत्तापर्यंत सत्यकामच्या ध्यानात आले होते. त्यामुळे काहीशा अधीरपणे त्याला थांबवत सत्यकाम पुढे म्हणाला, ''काळजी करू नका, आठ झाली ना लावून तुमची? उरलेली दोन झाडे मी लावतो. आणि प्रॉमिस देतो की, पुढच्या वेळी मी तुम्हाला अडवणार नाही... अहो, पावसात भिजून आजारी पडलात तर मग किती दिवस हे करता येणार नाही? आं? काही विचार करा–''

हे अगस्तीला पटलेले दिसले. तो क्षणभर स्वस्थ झाला. मग मानेला जास्तच जोरात हिसडा देत आणि सत्यकामची नजर चुकवत तो म्हणाला, ''च्... कंटाळा आला... कंटाळा. मला कंटाळा आला... च्–'' आता डोळ्याबरोबर त्याचा उजवा हातही एकदा ट्विच झाला. त्यामुळे उजव्या हातातली कुदळ त्याने डाव्या हातात घेतली. पाऊस चांगलाच वाढला होता. मग बरोबर आणलेले खुरपे, कात्री, कुदळ इत्यादी हत्यारे घेऊन अगस्ती गेटमधून बाहेर पडला आणि गाडीत बसून निघून गेला.

***

। अगस्ती – १

असा हा अगस्ती. त्याचा जन्म झाला होता, मूकबधिर विभाकरचा जन्म झाला त्याच्या दोन वर्षांनंतर, म्हणजे १९५० साली. त्या वर्षी भारतात विशेष उल्लेख करावे असे दंगे झाले नाहीत. पण त्यावर्षी भारत देशाची राज्यघटना अंमलात येऊन देश प्रजासत्ताक लोकशाही मानणारा देश झाला. आणि फाळणीत झालेली लाखो लोकांची हिंसा आणि प्रचंड प्रमाणावरचे स्थलांतर यांची भयानक हिंस्र किनार या घटनेला होती. महाराष्ट्र प्रांतावर याचा थेट परिणाम – काही सिंधी आणि पंजाबी निर्वासित आले, हे सोडता – झाला नाही. पण त्या वर्षीच्या आसपास अगस्तीच्या वडलांना कलकत्त्यात नोकरी होती आणि तेथे याचे मोठेच पडसाद उमटत होते हेही महत्त्वाचे आहे. अगस्तीचे वडील आधीच हिंदू महासभेचे समर्थक होते. त्यात या घटना म्हणजे आगीत तेल. तर अशा या वर्षी आणि अशा या प्रांती अगस्ती नावाच्या कुठलेही शारीरिक व्यंग नसलेल्या बाळाचा जन्म झाला.

बाळाचा जन्म झाल्यावर कोकणातून आजीने – आईच्या आईने – गुरुजींना बोलावून त्याची पत्रिका मांडली. त्यावरून त्यांनी बाळाचे नाव 'अ' या अद्याक्षरापासून ठेवावे असे सुचवले. त्या वेळी मिलिटंट हिंदुत्वाने विशेषकरून भारलेल्या वडलांनी त्याचे नाव फारसा पुढचा मागचा विचार न करता थेटपणे एका महत्त्वाच्या आणि देवांना असुरांच्या – म्हणजे सांप्रत काळच्या मुसलमानांच्या – विरोधात लढण्यासाठी उपयोगी पडलेल्या ऋषीच्या नावावरून ठेवले. त्यावरून अगस्तीची शाळेत टिंगल होत असे, पण तो कमी महत्त्वाचा मुद्दा. अगस्तीच्या आयुष्याला पुढे जी विशिष्ट दिशा मिळाली ती मिळण्यात हे नाव काही भूमिका निभावणार होते आणि असे होणार हे वडलांच्या आधीच ध्यानात आले असते तर त्यांनी हे नाव ठेवताना अधिक विचार केला असता. किंबहुना हा इतिहास माहीत असता तर 'नावात

काय ठेवले आहे, गुलाब हा कुठल्याही नावाने ओळखला गेला तरी तो तेवढाच सुगंधी उरतो' असे जगप्रसिद्ध विधान करताना श्रेष्ठ इंग्रजी नाटककार शेक्सपीयर यानेही अधिक विचार केला असता. अगस्ती लहानपणापासून सामान्य माणसापेक्षा काहीसा वेगळा वागत असे. म्हणजे तो एककल्ली होता. एखादा आवाज अचानक झाला – जसे की, बाहेरून अचानक मोटरचा हॉर्न ऐकू आला – तर तो मोठ्याने रडायला लागे. सर्वप्रथम तो मानवी संपर्क करू लागला तो म्हणजे जोराने मान हलवून 'ना ना ना' असे म्हणत राहणे. काही महिन्यात या 'ना ना ना'चे 'नाही नाही नाही' असे झाले. त्याचा नकार अत्यंत तीव्र असे आणि कोणाला इतर काही मत असू शकते – उदाहरणार्थ त्या विशिष्ट वेळी भाताची पेज भरवावी की नाही याबाबत – हे त्याला काही केल्या मान्य होत नसे. तो थोडा मोठा झाल्यानंतरही त्याला सर्वसामान्यांना आवडणाऱ्या बऱ्याच गोष्टी आवडत नसत, जसे की आंबे किंवा बटाटा. आणि आवडत नसत म्हणजे आवडत नसत, त्याचा एक घासही तो खात नसे. आईसक्रीम खायचे झाले तरी ते त्याला एका विशिष्ट जांभळ्या रंगाचेच लागे. इतर रंग तर जाऊच द्या, जांभळ्याचीही थोडी वेगळी शेड त्याला चालत नसे. थोडक्यात; तो भयानक हट्टी आहे असे सर्वांचे मत झाले आणि त्याच्या वडिलांनी त्याचा हा हट्टीपणा उद्ध्वस्त करण्याचे जणू व्रतच स्वीकारले. ते आधीच अत्यंत रागीट होते. वडलांनी तसे असणे हा त्यावेळच्या पुरुषप्रधान समाजाच्या अभिनिवेशाचा, 'शोवनिजमचा' एक भागच होता. त्यात हिंदुत्वाचे मिश्रण झाल्यावर काय झाले असेल याची कल्पना करणेही आज अवघड व्हावे. अगस्तीच्या या वागणुकीमागे काही इतर कारणेही असू शकतील असे त्याच्या वडलांना कधीच मान्य झाले नाही. त्यांनी अगस्तीच्या बऱ्याच सवयी निव्वळ ताकदीच्या आणि अधिकाराच्या बळावर मोडून काढण्याचा प्रयत्न केला. त्या प्रयत्नाचा परिणाम म्हणून त्या सवयी काही प्रमाणात कमी जरूर झाल्या पण इतर काही सवयी त्याला लागल्या. जसे की, अगदी लहानपणापासूनच तो अनेकदा छताकडे बघत घुमल्यासारखे आवाज काढत बसे. आणि कधीच डोळ्याला डोळा भिडवून कोणाशी बोलत नसे. याचा अर्थ इतरांनी, 'वडिलांच्या दहशतीमुळे तो असे वागतो', असा काढला. कोणीही यामागे काही वेगळे कारण असू शकेल याची तपासणी केली नाही. काही प्रमाणात हा काळाचा दोष असेही म्हणता येईल. चाइल्ड सायकॉलॉजी हा त्या काळी स्तोम म्हणून तर जाऊच द्या; गंभीरपणे घ्यायचा विषय म्हणून सुद्धा मान्य नव्हता.

आणि त्याच्या असे होण्यात वडलांच्या वागण्याचा हात नव्हता असेही नाही. पुरुषप्रधान सांस्कृतिक अभिनिवेश हा एक भाग झाला. त्यांचा इतिहासही त्यांच्या स्वभावाला कारणीभूत होता. तसा तो असतोच. आधुनिक काळात, माणूस ही एक कन्सट्रक्टच झाली आहे. त्याची 'ओळख' त्याच्यावर झालेल्या सांस्कृतिक संस्कारातूनच तर बनत असते आणि म्हणून तर दुसऱ्या बाजूला व्यक्तिस्वातंत्र्याचे, अस्तित्वस्वातंत्र्याचे – 'हेल इज अदर्स' सारखे – उद्घोष करावे लागतात. पण ते असो. अगस्तीच्या वडलांचे नाव दामोदर असे छानसे ब्राह्मणी होते. त्यांचे वडील स्वातंत्र्यवीर सावरकरांचे जवळचे सहकारी. त्यामुळे सावरकर काळ्या पाण्याहून सुटल्यावर रत्नागिरीला नजरकैदेत असताना त्यांच्याजवळ राहण्यासाठी सर्व कामधाम सोडून ते काही काळ रत्नागिरीलाही जाऊन राहिले होते. दामोदरची आई त्याच्या लहानपणीच वारली होती. स्वाभाविकपणे कुटुंबाची हेळसांड, गरिबी इत्यादी सर्वकाही नेमाप्रमाणे घडलेले होते. दामोदर अगदी वार लावून नाही, पण सावरकरांच्या ओळखीने मुंबईतील एका बड्या माणसाकडे आश्रितासारखा राहून शिकला होता. आर्थिक परिस्थितीमुळे त्याला इच्छा असूनही डॉक्टरकीचे शिक्षण घेता आले नव्हते. जीवशास्त्रात एम.ए. करून त्याने कलकत्त्याच्या एका महाविद्यालयात नोकरी पत्करली होती. या सर्व कारणांनी दामोदरच्या आधीच तापट असणाऱ्या स्वभावाला एक तीक्ष्ण धारदारपणा आणि नैतिक अधिष्ठानच प्राप्त झाले होते. म्हणजे निदान त्याच्या मते, रागावणे हा त्याचा अधिकारच होता. त्याच्यावर झालेल्या अन्यायातून, आई मेल्याने त्याला पुरेसा कौटुंबिक आधार न मिळण्यातून, हा अधिकार त्याला प्राप्त झाला होता. दामोदरची बाहेरची प्रतिमा मात्र अगदी वेगळी होती. घराबाहेर तो अनेक सामाजिक कार्यात असे. अनेकांशी त्याचा संपर्क होता. विशेषतः निर्वासितांमध्ये काम करणाऱ्यांशी तर विशेषकरून होता. तो अंमळ 'सामाजिक बांधिलकी मानणारा' म्हणतात तसा होता. इतका की, तेव्हा त्यावेळच्या पूर्व पाकिस्तानातून आलेल्या बलात्कारित हिंदू स्त्रियांना आधार देण्यासाठी म्हणून भारतातील हिंदू पुरुषांनी पुढे होऊन त्यांच्याशी लग्न करावे – मग त्या पुरुषांचे आधी लग्न झालेले असो वा नसो – अशी एक चमत्कारिक भूमिका हिंदू महासभेने घेतल्यावर, याने आपले नाव स्वयंसेवक म्हणून नोंदवले होते. त्याच्या कुटुंबाच्या आणि कदाचित अशा कोणा स्त्रीच्याही – भाग्याने तशी वेळ आली नाही. बाहेर तो गोड बोलणारा वगैरे

असला तरी घरी तो जमदग्नीचा अवतार बनत असे आणि याचा त्याला अभिमानही होता. त्याची पत्नी कोकणातली साधी, बी.ए.च्या आधीच शिक्षण सोडलेली स्त्री. तिला बिचारीला या अधिकाराच्या विरुद्ध शब्दही काढायची ताकद नव्हती. तरी ती तिच्याच्याने होईल तेवढे करत असे.

म्हणजे असे की, दामोदर महाविद्यालयातून घरी येई तेव्हा त्याला घरात पसारा असलेला चालत नसे. घर लहान, घरात दोन लहान मुले, दामोदरची आई, दामोदरच्या सामाजिक संपर्कामुळे येणेजाणे; अशा परिस्थितीत घर कायम आवरलेले असणे शक्यच नव्हते. बऱ्याच वेळा दामोदरची चिडचिड आणि आदळआपट ऐकून घेतल्यावर एकदा अगस्तीची आई त्याच्यासमोर ठामपणे उभी राहिली आणि त्याला म्हणाली, ''हे बघा, मुलं असली की, पसारा होणारच. काहींना मुलं होत नाहीत. आणि मग त्यांच्या घरी पसारा नसतो म्हणून ते रडतात. तसं हवंय् का तुम्हांला?'' यावर दामोदर निरुत्तर झाला आणि नुसता गप्पच बसला असे नव्हे तर परत कधी त्यामुळे चिडलाही नाही. म्हणजे तसा तो वाईट गृहस्थ नव्हता. पण त्याच्या कुठल्याही भावनेचे रूपांतर रागातच होत असे, अगदी प्रेमातून वाटणाऱ्या काळजीचेही. अगस्तीला एक मोठा भाऊही होता. लहानपणी त्याला एकदा अचानक बराच ताप आला. तो ताप पुढे टायफॉइडचा निघाला. एकदम १०४° ताप आल्यामुळे दामोदर काळजीत पडला आणि त्याच्यावरच ओरडू लागला. संध्याकाळ होऊन गेली होती. बिचाऱ्या मुलाने यामुळे घाबरून जाऊन तापात असतानाही उठून घर आवरायला, हांथरुणे पसरायला सुरुवात केली. त्यावर तर दामोदरने त्याला मारायलाच सुरुवात केली. मग आई परत मध्ये पडली आणि प्रसंग निभावला. पुरुषाने असे असणे हा एक अभिमानाचाच विषय होता.

अगस्तीबाबत तर अनेकदा असे झाले कारण अगस्तीचा मोठा भाऊ निदान शिस्त पाळणे, बापाचे ऐकणे याबाबत पहिल्या नंबरने पास झाला असता. कोणाला वेगळे काही म्हणणे असू शकते हेच अगस्तीच्या लक्षात येत नसल्याने त्याचाच एक तार्किक परिणाम म्हणून तो बापाचे ऐकत नसे. फूटपट्टी ते कंबरेचा पट्टा अशी अनेक आयुधे दामोदर वापरत असे. फक्त मुलांचे पाय सोडता शरीरावर इतर कुठे मारायचे नाही हे त्याच्या शरीरशास्त्राच्या अभ्यासामुळे त्याच्या ध्यानात आले होते, त्यामुळे हा मार शारीरिकरीत्या धोकादायक होत नसे. दामोदरसाठी अजून एक चिंतेचा विषय होता. तो म्हणजे त्याचे डोळे. त्याला मोठ्या नंबरचा चष्मा होता

आणि रेटायनल डिजनरेशनचाही धोका आहे असे त्याला डॉक्टरांनी तरुण वयातच सांगितले होते. त्यामुळे तो डोळ्यांना फार जपत असे. आपण आंधळे होऊ आणि आपले कुटुंब वाऱ्यावर पडेल, आपल्या लहानपणासारखी गरिबी त्यांच्या नशिबी येईल याची त्याला सतत धास्ती असे. त्यातून त्याचा व्यवसाय असा की बरेच वाचन करण्याला, डोळ्यांवर भार टाकायला पर्याय नव्हता. एकदा अगस्तीने तीन-चार वर्षांचा असताना आईवडलांच्या मध्ये झोपण्याचा हट्ट धरला. कधी नव्हे तो दामोदरने तो ऐकला आणि रात्री झोपेत अगस्ती लोळत असता त्याचा हात दामोदरच्या डाव्या डोळ्याला लागला. त्यावरून लहानग्या अगस्तीने बराच मार खाल्ला होता ही आठवण २०१८ साली अगस्ती ६८ वर्षांचा झाल्यावरही त्याच्या डोक्यातून गेली नव्हती.

शाळेत अभ्यासात अगस्ती हुशार होता. विशेषच बुद्धिमत्ता असणारा असेही म्हणता येईल. पण त्याला विशिष्ट विषयच म्हणजे विज्ञान, त्यातही इंजिनीयरिंग आवडे; भौतिकशास्त्र, रसायनशास्त्र अशी पायाभूत विज्ञानेही त्याला तेवढी आवडत नसत. जीवशास्त्राची तर त्याला अजिबात गोडी नव्हती. भाषा इत्यादी विषयांची त्याला इतकी नावड होती की, तो त्यात जेमतेम काठावर पास होत असे. शाळेतसुद्धा त्याला फारसे मित्र नव्हते. आपण इतरांपासून काहीसे वेगळे वागतो हे अगस्तीच्या लवकरच लक्षात आले, नाही असे नाही. तो फारसे कोणाशी बोलतही नसे. पण मोठेपणी ते टाळणे शक्यच नव्हते. तो मोठा झाल्यावर त्याच्या एककल्ली वागण्याने दुसरे काहीसे बावचळून गेले किंवा चिडल्यासारखे झाले, तर तो सरळ, 'माझे हे असेच आहे. मला गोष्टी विशिष्ट प्रकारेच लागतात. विशिष्ट प्रकारेच... आय कान्ट हॅव देम एनी अदर वे... तशाच लागतात म्हणजे त्या मला... हं... हं... माझा काही उपायच नाही त्यावर. मला कळतं पण आय कान्ट हेल्प इट. नाही, नाही... त्या तशा पाहिजेतच अगदी...', असे म्हणून वेळ मारून नेत असे. तो असे म्हणे तेही त्याला स्वतःविषयी काही वेगळे उलगडे होईपर्यंत आणि त्याने स्वतःला वेगळ्या दिशेला वाहून घेईपर्यंत. त्यानंतर तो त्याहीविषयी बेफिकीर झाला. पण ते योग्य वेळेस सांगेनच.

लहानपणी त्याच्या नावाची काहीशी टिंगल झाल्यावर त्याने आईला विचारले होते, 'माझे नाव अगस्ती का ठेवले?' त्यावर त्याची आई त्याला म्हणाली होती, 'तुझी आजी म्हणाली म्हणून.' (आईलाही हे नाव नको

होते; आपल्याला या बाबतीत कोणी विचारलेच नाही याबद्दल तिचा काहीसा रागच होता हे वाचकांच्या ध्यानात येईलच.) हे अर्थातच लहान अगस्तीने त्याच्या स्वभावाप्रमाणे स्वतःच्या डोक्यात घट्ट धरून ठेवले आणि काही वर्षांनी आजी कोकणातून त्यांना भेटायला आल्यावर त्याने तिला हा प्रश्न विचारला. त्यावर आजीने त्याला अगस्ती हा फार मोठा ऋषी कसा होता, हिंदू पुराणात, महाभारत-रामायणात त्याला कसे पहिल्या आठ ऋषीत स्थान आहे इत्यादी सांगितले. आजी फारशी बोलघेवडी नव्हती. तिलाही मानवी संपर्क फारसा नकोच असे. त्यामुळे आजीने नातवाला गोष्ट रंगवून वगैरे सांगणे हे या जोडी बाबत दोन्ही बाजूंनी शक्य नव्हते. पण तरी नातू हट्टाला पेटल्यावर तिने त्याला थोडक्यात अगस्तीची गोष्ट सांगितली ती अशी- अगस्ती हा जंगलात एकांतात राहणारा फारच मोठा ऋषी होता. तो लोकांच्यात फारसा मिसळत नसे, आपल्याच विद्याभ्यासात दंग असे. तो अगदी निःसंग असा माणूस होता. त्याला इतर कसलाही लोभ नव्हता. कोणी म्हणतात त्याच्या नावाचा अर्थ अ+गस्ती, म्हणजे जो पापी नाही तो. दुसरे कोणी म्हणतात की अगस्ती म्हणजे जो पर्वतही हलवू शकतो तो. अगस्तीऋषी माणसांत न मिसळणारा, कुठल्याही मोहात न पडणारा – म्हणजे लहान बाल अगस्तीच्या वयाच्या दृष्टीने पाहता कपड्यात फारशी रुची नसणारा – लहान अगस्तीला तेव्हाही चुरगळलेले कपडेच आवडत, निदान त्याकडे तो फार लक्ष देत नसे एवढे तरी नक्कीच म्हणता येईल– आणि पापी नसलेला वा पर्वत हलवू शकणारा हे ऐकून अगस्तीला स्वतःत अधिकच विश्वास वाटून गेला. आपले नाव अगस्ती असणे योग्यच हेही त्याला पटले, कारण आपण नैतिक वागतो इत्यादीचा त्याला त्या वयातही विशेष अभिमान होता. त्याविषयी तो विशेष विचार करी आणि सर्वांनी नैतिक वागले पाहिजे अशी त्या वयातच त्याची ठाम धारणाही होती. अर्थात नैतिक म्हणजे कसे याबद्दल त्याची ठोस मते होती आणि त्याबाबत चर्चा संभवण्याचे कारण नव्हते. पण या स्थळी आपल्यासाठी महत्त्वाचे हे की, तो अगस्ती या ऋषीबरोबर स्वतःला आयडेंटीफाय करू लागला आणि त्याला आपले नाव अगस्ती आहे याची लाज नव्हे तर अभिमान वाटू लागला. त्याच्या आजीने मग त्याला अगस्तीच्या महात्म्याबद्दलची एक गोष्ट सांगितली, ती अशी – एकदा असे झाले की, इंद्र हा देवांचा राजा आणि वृत्र नावाचा राक्षस यांच्यात युद्ध चालू झाले. त्यावेळी सर्व राक्षस समुद्रात लपून बसले. त्यामुळे देवांना ते मिळेनात. त्यावर देव मदत

मागायला अगस्तीकडे गेले. अगस्तीने मग आपल्या योगसामर्थ्याने सगळ्या महासागरांचे पाणी पिऊन टाकले. त्यामुळे त्यात लपून राहिलेले राक्षस उघडे पडले, देवांना दिसून आले आणि देवांनी राक्षसांचा निःपात केला. मग, 'आता परत समुद्र पाण्याने भरून टाक', असे म्हटल्यावर अगस्तीने शू केली आणि समुद्र परत पाण्याने भरले. आणि म्हणूनच समुद्राचे पाणी खारे असते. यावर, 'आपली शू चवीला खारट असते का?' असा प्रश्न त्याने आजीला विचारला, त्यावर आजीने उत्तर द्यायचे टाळले. मग अगस्तीने खातरजमा करण्यासाठी शू ची चव घेण्याचा प्रयोगही केला आणि स्वतःचे पूर्ण समाधान करून घेतले. यावरून अगस्ती कशालाही पटकन बधत कसा नसे हे ध्यानात यावे.

पण समुद्र कसा असतो हे आपल्या अगस्तीने तोवर पाहिलेही नव्हते. तशी पृच्छा केल्यावर, समुद्र त्यांच्या शहरातल्या हुगळी नदीपेक्षाही, म्हणजे गंगेपेक्षाही प्रचंड म्हणजे प्रचंडच मोठा असतो आणि महासागर तर त्याहूनही मोठा असतो हे त्याच्या कोकणातल्या आजीने त्याला अभिमानाने सांगितले. हे कळल्यावर अगस्तीला समुद्राविषयी प्रचंड कुतूहल वाटू लागले आणि तो न पाहताही त्याविषयी प्रेमच नव्हे तर एका प्रकारचा मालकी हक्कच वाटू लागला. त्याच्या नेहमीच्या स्वभावाप्रमाणे ती भावनाही पराकोटीची होती. त्याने मग समुद्र पाहायचा इतका हट्ट धरला की, पुढच्या सुट्टीत त्याला कोकणात आजोळी पाठवण्यात आले. समुद्र प्रत्यक्ष पाहिल्यावर, त्यातील अगडबंब जहाजे पाहिल्यावर तर त्याची समुद्राविषयीची ही प्रेमाची आणि मालकीहक्काची भावना अधिकच वाढीला लागली आणि त्याने समुद्र हाच आपला मित्र, समुद्र हेच आपले भवताल असायला हवे असे मनात पक्के केले. यातूनच पुढच्या अनेक समस्या उद्‌भवल्या.

पहिले असे की, आपण जहाजावरच आयुष्य काढायचे असे त्याने ठरवून टाकले. त्याने जहाजांची मॉडेल्स बनवण्याचा एक क्लास जॉइन केला आणि त्यात तो तासन्‌तास रंगून जाऊ लागला. एस.एस.सी.ला येईपर्यंत त्याने मर्चंट नेव्हीत जाण्यासाठी काय करावे लागते याची इत्थंभूत माहिती काढली. ज्या काळात इंटरनेट नव्हते अशा काळात फारसा जनसंपर्क नसलेल्या अगस्तीसाठी ही गोष्ट सोपी नव्हती. पण त्याने ते नेटाने केले, रागीट वडलांच्या विरोधात जाऊन केले. थोडक्यात, त्याने स्वतःच्या भविष्याबद्दल एक स्वप्न रंगवण्याला सुरुवात केली. एक असे स्वप्न जे त्याच्या तोपर्यंतच्या आयुष्याशी संबंधित नव्हते. असे स्वप्न आधुनिकतापूर्व

काळात काही स्पेशल माणसांनाच असे. जसे की शिवाजी महाराज. आधुनिक काळात ते प्रत्येकालाच असते, निदान ते तसे असणे चांगले अशी एक सर्वमान्य धारणा आहे. पण त्याच्या वडलांचे आपल्या दोन्ही मुलांच्या भविष्याबाबत काही वेगळे स्वप्न होते आणि ते त्यांच्या स्वतःबद्दलच्या स्वप्नाची पूर्ती न होण्यातून उद्भवलेले होते. त्यांना आपल्या दोन्ही मुलांनी डॉक्टर व्हावे असे वाटत असे. आपल्याला जे जमले नाही ते आपल्या मुलांनी करावे असे त्यांचे मत होते. सर्व प्राण्यांत 'सेल्फिश जीन' असतो असे म्हणतात. त्या तत्त्वाप्रमाणे बघता, उत्क्रांतीच्या प्रोसेसमध्ये ज्यांचे वंशज अधिक चांगले निघतात या घटनेइतकेच, जे आपल्या वंशजाची विशेष काळजी घेतात, त्यांचा वंश चालू राहण्याची शक्यता वाढते. वंशसातत्याची ही एक शारीर अशी आदिम धारणा आहे. त्याचा मेळ आधुनिक स्वप्नांशी घातला गेला की, अशाप्रकारे स्वतःची स्वप्ने पुढच्या पिढीवर लादण्याचा प्रकार उद्भवतो. जोपर्यंत बाळ अगस्ती जहाजांची मॉडेल्स बनवत होता, मी समुद्रावर जाणार म्हणून नुसताच नाचत होता, तोपर्यंत त्याच्याकडे दुर्लक्ष करता येत होते. प्रत्यक्ष कॉलेजला जाण्याची वेळ आल्यावर, निवडलेल्या करियरच्या कोर्सला ॲडमिशन घेण्याची वेळ आल्यावर मात्र या दोन स्वप्नांत एक महायुद्धच चालू झाले. तोपर्यंत त्याचा मोठा भाऊ आधीच डॉक्टर बनण्याच्या प्रवासाला लागला होता, म्हणजे त्याला मेडिकलला ॲडमिशन मिळाली होती, ही त्यातल्या त्यात अगस्तीला फायदा होईल अशी बाब होती. तरीही त्यांनी अगस्तीला कॉलेजाच्या पहिल्या वर्षाला जीवशास्त्र हा विषय घ्यायला भाग पाडले. त्यामुळे अगस्तीचा एकलकोंडेपणा आणि चमत्कारिक वागणे यात अधिकच भर पडली.

त्याच्या भावाबरोबर एका खोलीत राहणेही आता त्याने दुस्तर करून टाकले. त्यांच्या लहानशा खोलीची मांडणी आणि व्यवस्था विशिष्ट प्रकारेच असावी असा हट्ट धरणे, उठल्याउठल्या पांघरुणांच्या घड्या विशिष्ट पद्धतीनेच केलेल्या लागणे अशा अनेक नव्या मुद्द्यांवरून भांडणे होऊ लागली. अगस्तीला पहिल्याच वर्षी जीवशास्त्रात काठावर पास होण्याइतके मार्क मिळाल्यावर मात्र वडलांनी आशा सोडली. मग त्यांनी त्याला जणू माणसातून बादच केले. आपला एक मुलगा निर्बुद्ध जन्मला, कर्तृत्वहीन जन्मला असे त्यांनी स्वतःला आणि संधी मिळेल तेव्हा आजूबाजूच्यांना सांगण्यास सुरुवात केली. आधीच माणसांमध्ये वावरण्याला ज्याला त्रास

होत होता असा अगस्ती अजूनच एकलकोंडा झाला. बापावरचा राग त्याला अर्थातच असह्य झाला पण कुठलीच भावना अभिव्यक्त करण्यात ज्याला अडचण येते त्याला ही भावनाही निव्वळ दडपून ठेवण्यापलीकडे उपाय नव्हता. या काळापासून एक डोळा आणि मान यांचे ट्विचिंग करण्याची सवय त्याला लागली आणि आयुष्यभर ती कायम राहिली.

पण अगस्ती विशेष हुशार होताच. त्याला मर्चंट नेव्हीच्या कोर्सला मेरिटमध्ये येऊन ॲडमिशन मिळाली. कॉलेज मुंबईला होते. त्यामुळे तो होस्टेलला राहायला गेला आणि त्याचे वडलांबरोबरचे सततचे युद्ध काहीसे कमी झाले. मर्चंट नेव्हीत काम करणाऱ्यांना प्रचंड पैसे मिळतात हे वडिलांना तोपर्यंत ध्यानात आले होते, त्यामुळे या युद्धाची धार आणखी कमी झाली. अगस्ती कॉलेजच्या दुसऱ्या वर्षाला गेल्यानंतर त्याच्या वडलांचे हार्ट ॲटॅकने अचानक निधन झाले. अगस्ती त्याच्या आईला म्हणाला, ''मरतोच ना माणूस आजूबाजूला डॉक्टर असूनही. मरतोच माणूस.... नाही नाही.. काहींना वाटते खूप डॉक्टर झाले की मरण टळेल. असं होत नाही. होतच नाही. मरण येतंच.'' त्याच्या बोलण्यातला तर्काचा अभाव वा निराळ्याच पद्धतीचा तर्क आणि नवऱ्याच्या मृत्यूचा धक्का या दोन्हीमुळे आई निरुत्तर झाली. दोन दिवसांसाठी कलकत्त्याला येऊन अगस्ती परत कॉलेजात परतला.

अगस्तीचे शिक्षण नेमाप्रमाणे संपले. इंटर्नशिप इत्यादी सोपस्कारही संपवून १९७३ साली अगस्ती एका ग्रीक जहाजावर दुय्यम इंजिनीअर म्हणून रुजू झाला. मर्चंट नेव्हीतल्या अत्यंत खडतर आणि एकाकी जीवनात अगस्ती इतरांपेक्षा खूपच लवकर आणि प्रचंड समाधानाने रुळला. बरेच सारे आयुष्य जमिनीवर लोकांच्या दरम्यान काढण्याऐवजी महासागराच्या मध्यात, पाण्याच्या सान्निध्यात जहाजावर काढू लागला. विशेष म्हणजे माणसांपेक्षा यंत्रांच्या सहवासामध्ये जगणे आपल्याला जास्त सोपे जाते असे त्याच्या लक्षात आले. यंत्रच जणू त्याचे सखेसोबती झाले. पण ते तसे झाले की काही अडचणीही उद्‌भवतात, त्या त्याच्याहीबाबत अनेक वर्षांनी उद्‌भवल्या, आणि त्याची त्यानंतरची वाटचाल त्याच्या स्वभावाप्रमाणे तोंड फिरवून अगदी उलट्या दिशेकडे वळली. अर्थात तेव्हाही त्याचा माणूसद्वेष्टेपणा संपला गेला नाही, पण त्याविषयी योग्य वेळी बोलूच. थोडक्यात तो जहाजावरच्या एकटेपणात सहज रुळला. हा नेम चालला तो पार २००२ सालापर्यंत म्हणजे गुजरातेतले गाजलेले दंगे झाले आणि आपण

पुढे पाहणार आहोत त्याप्रमाणे त्यात होरपळलेली निदान एक स्त्री पुण्यात दाखल झाली तोपर्यंत. आजकाल मर्चंट नेव्हीतली माणसे साधारणपणे सलग ४-६ महिन्यांपेक्षा जास्त काळ जहाजावर राहत नाहीत. १९७०च्या दशकात ती बराच जास्त काळ म्हणजे ८-९ महिन्यापर्यंत राहत. अगस्ती मात्र थेट वर्ष-दीड वर्ष जमिनीवर परत येतच नसे. 'तू इतका काळ बोटीवरच असतोस', असे तक्रारीच्या सुरात आईने म्हटल्यावर, 'करायचंय काय जमिनीवर येऊन', असे प्रश्नवाचक उत्तर देऊन त्याने तिला निरुत्तर केले होते! त्याला जमिनीवरच्या आयुष्यात जे जे त्रास होते -जसे की माणसांच्या संपर्कात येणे - त्यांपैकी अनेक बोटीवरच्या त्या आयुष्यात नव्हते. शिवाय त्याला अनेक विशेषत्वाने भावणाऱ्या गोष्टी तेथे होत्या, जसे की, सततचा इंजिनाचा लयबद्ध आवाज. असे लयबद्ध आवाज त्याला आधीच भयंकर आवडत. आता तर त्याला त्याची इतकी गोडी लागली की, तो जो काही काळ जमिनीवर काढत असे त्या काळात त्या आवाजाशिवाय त्याला झोप येईनाशी झाली. मग तो जमिनीवर असताना, थंडीतही ए.सी. चालू ठेवणे असे सतत काही लयबद्ध आवाज करणारे उपाय शोधू लागला. त्याचा आपल्या कुटुंबाशी - आजी, आई, भाऊ, भावाचे कुटुंब - असणारा संबंध आणखीच कमी झाला. त्याच्या आईने, त्याच्या वडलांच्या रागीट स्वभावामुळे बहुतेक गोष्टींबद्दल विशिष्ट अपेक्षा ठेवणे हे स्वतःचे लग्न झाल्यापासूनच सोडून दिले होते. पण त्या काळच्या भारतातल्या प्रथेला अनुसरून आयुष्यात बऱ्याचशा अपेक्षांना मूठमाती दिलेल्या इतर कुठल्याही गृहिणीप्रमाणे आपल्या मुलाचे, म्हणजे अगस्तीचे लग्न व्हावे, ही इच्छा मात्र त्याच्या आईला होती. त्या काळी जहाजावरून जमिनीवरच्या कोणाशी संपर्क करणे अगदी अपवादात्मक परिस्थिती सोडता अशक्य व्हावे इतके अवघड आणि महाग होते. जहाज एखाद्या बंदरात लागले आणि त्याही वेळी अगस्तीच्या मनाला आले तरच तो घरी संपर्क साधे. मग अशा संपर्काचा सर्व वेळ अगस्तीची आई केवळ त्याच्या लग्नाविषयी बोले. त्या धास्तीने अगस्तीने हा संपर्कही आणखीच कमी केला होता. पण त्यालाही काही शारीरिक ओढी होत्याच. नुसत्या होत्याच नव्हे तर त्या त्याच्या इतर भावनांप्रमाणे तीव्रही होत्या. काही वर्षांतच आपण फार अधिक प्रमाणात हस्तमैथुन करतो, त्यातून काही धोका संभवेल अशी त्याला प्रचंड धास्ती वाटू लागली. एका प्रकारची नैतिक बोचही तयार झाली. कोणा वैद्यकीय जाणकाराशी तो बोलला

असता ती दूरही झाली असती. पण कोणाशी बोलणे, त्यातून वैद्यकीय जाणकाराशी, हे त्याच्या बाबत शक्यच नव्हते. याचा परिणाम असा झाला की, उशिरा का होईना, पण अगस्ती लग्नाला तयार झाला. १९८२ साली येमेन या देशाच्या किनाऱ्यावर असताना अपराधाने भरलेल्या आवाजात आणि नेहमीपेक्षाही अधिक अडखळत्या पद्धतीने अधिकच पुनरुक्ती करत आपण लग्नाला तयार असल्याचे त्याने आईला सांगितले. मग तो जहाजावरून जमिनीवरही नेहमीपेक्षा लवकर आला आणि तोपर्यंत त्याच्या आईने बरीच स्थळे पाहून ठेवली होती. पण अगस्तीला कुठलेच स्थळ मान्य होईना. असे का व्हावे याबाबत अगस्तीबद्दल एवढे जाणून घेतलेल्या कोणासही सहजच कळेल, तेव्हा मी त्यावर अधिक वेळ घालवत नाही. दोन वर्षे निघून गेली. अगस्तीच्या आईने शेवटी कंटाळून एका मुलीबाबत अगस्तीला अल्टिमेटम दिला, 'ही मुलगी उत्तम आहे. आता तुझे वयही चौतीसचे झाले आहे. मी थकले, मुलगी सुंदर आहे. चांगल्या घरातली आहे. ही पसंत नसली तर मग तुझे तू बघ–'

मुलगी होती सुंदर हे खरेच. अगस्तीला ती जरा वेंधळी वाटली, पण होती देखणीच याबाबत त्यालाही शंका नव्हती. अगस्ती हो म्हणाला. मुलीकडूनही होकार आला आणि त्याचे लग्न १९८४ साली, म्हणजे शिखांच्या विरोधात दंगे झाले, तीन हजारांच्या वर शिखांची कत्तल झाली, त्यावर्षी साजरे झाले.

त्याच्या पत्नीचे नाव होते मृदुला. मृदुलेच्या घरचे वातावरण अगस्तीच्या घरातल्या वातावरणाहून संपूर्णपणे वेगळे होते. तिचे वडील व्यवसायाने आर्किटेक्ट होते आणि आई समाजशास्त्राची प्राध्यापक होती. घरात अत्यंत मोकळे वातावरण होते. स्त्री आणि पुरुष यांच्यात भेद न करणारे वातावरण होते. काळाच्या अंमळ पुढेच वाटावे इतकी मोकळीक आणि स्वातंत्र्य देणारे वातावरण होते. घरात लेखक, चित्रकार यांचा राबता होता आणि तिच्या आईचे इतर कोणाबरोबर संबंध असावेत अशी कुजबुज होती. वास्तवात पाहता, तसे ते नव्हते, तिची एका चित्रकाराबरोबर विशेष मैत्री होती इतकेच. पु. ल. देशपांडे यांच्या पत्नीची जी. ए. कुलकर्णी नामक लेखकाशी कशी होती असे म्हणतात तितकीच. भारतातील या कुटुंबाबाहेरचे वातावरण या कुटुंबातील मोकळेपणाशी सुसंगत असे नव्हते. अशा गावगप्पा हा त्याचा परिणाम होता, असे म्हणता येईल. अशा विपरीत भवतालाच्या पार्श्वभूमीवर, या सगळ्या मोकळ्या वातावरणाचा एका

प्रकारचा आणि या कुजबुजीचा त्याच्या विरोधातला असा दुसऱ्या प्रकारचा, असे दोन्ही परिणाम मृदुलेच्या मनावर झाले होते. आणि त्यातून तिचे व्यक्तिमत्त्व, ज्याचे वर्णन 'कायम गोंधळात पडलेले' असे करता येईल, असे बनलेले होते. म्हणजे असे की, ती जणू कायमच गोंधळात पडलेली असेच. पण आपण असे गोंधळात पडलेलो आहोत, बावरलेले, बावचळलेले आहोत असे दाखवणे, त्याचे ग्लॅमर करणे असेही ती करते का काय असा संशय घ्यायला जागा होती. तशी ती चांगलीच हुशार होती. त्यामुळे आपण गोंधळलेलो आहोत असे ती दाखवते असे तिचे वडील म्हणत असत. पण तिचे लग्न झाले तोपर्यंत तरी आपण असे बावळट आहोत असे सांगून इतरांकडून, विशेषतः पुरुषवर्गाकडून सहानुभूती मिळवता येते, सुंदर आणि काहीशी मूर्ख बाई अनेक पुरुषांना आवडते, अशी बाई 'उपलब्ध' असते असे त्यांना वाटून फ्लर्टिंगचा आनंद लुटता येतो आणि त्या बदल्यात आपल्याला विशेष स्थान मिळवता येते, हे तिला कळले नव्हते. ते पुढे कळले असे म्हणायला जागा आहे, पण निदान तोपर्यंत तिचा गोंधळलेपणा हा अधिक खरा होता. आणि या बावळटपणामुळेच अशा मोकळ्या वातावरणात राहूनही तिला स्वतःचे लग्न स्वतः ठरवता आलेले नव्हते. स्मार्ट आईवडलांची मुले अनेकदा स्मार्ट निघत नाही असा आपल्यापैकी अनेकांचा अनुभव असेल. ती एवढी वर्षे कॉलेजात जाऊनही तिचे प्रेम कसे जमू शकलेले नाही याचीच गमतीदार कहाणी तिचे आईवडील मित्रमैत्रिणीत सांगत असत आणि मृदुलाही त्यावर हसून साजरे करत असे. पण पाहून लग्न ही कल्पनाही तिला सहन होत नव्हती. त्यामुळे समोर आलेला प्रत्येक मुलगा तीही हाणून पाडत गेली. शेवटी अगस्तीची वेळ आली तेव्हा कंटाळून तिचेही आईवडील तिला म्हणाले, ''हा मुलगा उत्तम आहे. आता तुझे वयही तीसचे झाले आहे. आम्ही थकलो, मुलगा उत्तम कमावतो. बोलायला थोडा विचित्र वाटला तरी भरवशाचा वाटतो. चांगल्या घरातला आहे. हा पसंत नसला तर मग तुझे तू बघ–''

तिच्या गोंधळामुळे इतरही अनेक प्रकारच्या गडबडी होत. जसे की, त्यामुळे तिला कुठेही जायला उशीर होत असे. कॉलेजात जायला आपल्याला रोज उशीर कसा होतो आणि सगळे आपल्याला कसे हसतात हे ती स्वतःच उत्साहाने सांगत असे. त्यांचे लग्न ठरल्यावर त्यावेळच्या सामाजिक संकेतांप्रमाणे दोघे फिरायला जाणे, कॉफी प्यायला जाणे या पुढच्या टप्प्यावर पोचले आणि अशा पहिल्या भेटीतच मृदुला ठरल्या

वेळेपेक्षा पंधरा मिनिटे उशिरा पोचल्याने त्या दोघांत पहिले भांडण झाले. अगस्तीसाठी वेळ पाळणे हा मोठाच नैतिकदृष्ट्याच महत्त्वाचा म्हणावा असा मुद्दा होता. या मुद्यावरून त्या दोघांत, मृदुलेच्या मृत्युपर्यंत किती वेळा भांडण झाले त्याचा हिशेब ठेवता आला नसता. नंतर नंतर फरक एवढाच पडला की, थेट भांडणाच्या ऐवजी अगस्ती काही मिनिटे, 'हिचे हे असेच... असेच हिचे... कधीच सुधारणार नाही. भारतात सगळ्यांचेच असे. उपाय नाही. भारतात राहायचे तर यू हॅव टू लर्न टू ॲक्सेप्ट इट... आय हॅव टू लर्न टू सफर इट... शिट... हे कुठल्या काळात जगतात कोण जाणे... उशीरच उशीर... आय हॅव टू लर्न टू सफर इट...' असे छताकडे बघत पुटपुटत बसे, किंवा इतर कोणी त्यांच्या बरोबर असलाच तर त्यांना अत्यंत अजिजीच्या आवाजात सांगत असे. पण ते असो.

लग्नानंतर लगेचच तिने आपल्याबरोबर बोटीवर यावे असा हट्ट अगस्तीने धरला. मृदुलाची खरेतर तशी इच्छा नव्हती. पण कोणाच्या हट्टाला विरोध करेल असा तिचा स्वभाव नव्हता आणि अगस्तीच्या हट्टाची रीतही कशी सामान्य नव्हती ते आपण जाणतो. त्यामुळे ती बोटीवर गेली आणि तिला भीती वाटत होती त्याप्रमाणे तिला बोट लागली. संपूर्ण दोन महिने तिने त्या छोट्याशा केबिनमध्ये उलट्या काढत झोपून काढले. तसे पाहता आधुनिक बोटीवर फाइव स्टार म्हणाव्या अशा सोयी असतात. ए.सी. केबिन, उत्तम मेस, जिम, एवढेच कशाला, छोटासा जलतरण तलावही असतो. पण कितीही म्हटले तरी ती बोट असते आणि त्यावरची जागा छोटीशी, न बदलता येणारी अशी असते. माणसाला आपण कोंदटले आहोत, कॅप्टिव आहोत असे वाटायला लावणारी असते. त्यात मळमळ आणि उलट्या. त्यात नव्या नवऱ्यात सहानुभूतीचा पूर्ण अभाव असणे; यांचे मिश्रण भयानक होते. 'बोट लागणे हे निव्वळ मानसिक असते, मृदुला मानसिकदृष्ट्या असमर्थ आहे,' एवढेच अगस्ती कधी जोरात तर कधी तोंडातल्या तोंडात पुटपुटत राहिला. आपल्या जाणिवांपेक्षा इतरांच्या जाणिवा काही वेगळ्या असू शकतात, कारण मानसिक असो वा शारीरिक, मृदुलाला बोट लागली ही वस्तुस्थिती होती आणि त्यावर तिचा इलाज नव्हता हे कळण्यास तो जणू असमर्थ होता. दोन महिन्यांनतर शेवटी हे सर्व अशक्य होऊन, जहाज युरोपातल्या एका किनाऱ्याला लागल्यावर, मृदुलेला ठरल्या वेळेआधीच परत यावे लागले. त्यानंतर अगस्ती तीन महिने बोटीवर राहिला आणि त्याने त्या दरम्यान मृदुला पुण्यास पोचली का नाही हे कळून घेण्यापुरता एकदाच तिच्याशी संपर्क साधला.

या आधीही मृदुलेला काही फोबिया होते जसे की, तिला किड्यांची प्रचंड भीती वाटे. पण यानंतर तिला इतरही काही त्रास चालू झाले. तिला आता लिफ्टमध्ये जाण्याची प्रचंड भीती वाटायला लागली. रात्री दहा वाजून गेले की तिला झोप येईनाशी झाली. म्हणजे असे की, रात्रीचे बारा का वाजेनात, आत्ता साडेनऊ वाजलेत असे सांगितले तर तिला झोप येत असे; पण साडेनऊ वाजलेले असतानाही जर तिला दहा वाजून पाच मिनिटे झाली आहेत असे सांगितले तर तिची झोप जाई. असे प्रकार, म्हणजे फोबिया आणि मॅनिया वगैरे, विशेषतः त्यांच्यातील विविधता, तीव्रता आणि विशिष्टता हाही आधुनिक काळाचा परिणाम आहे हे आपण ध्यानात घ्यावे अशी माझी विनंती आहे.

अगस्तीची नोकरी पाहता आयुष्यात ती बराच काळ एकटीच राहणार हे लक्षात आल्यावर तिच्या आईवडलांनी त्यांना पुण्यातच फ्लॅट घेण्याची विनंती केली होती. अगस्तीला कलकत्त्याविषयी काहीच ममत्व नसल्याने त्याने ती मान्यही केली होती आणि लगोलग एक फ्लॅट खरेदीही केला होता. तो घेताना त्याच्या विशिष्ट कल्पना होत्या, उदाहरणार्थ त्याला मोठ्या खिडक्या नको होत्या, थोडेसे पडदे सारले तरी बाहेरचे शहराचे दृश्य बंद होईल अशी व्यवस्था हवी होती, बैठकीची खोली सोडता, बेडरूम, स्वयंपाकघर, टॉयलेट, जेवणाची खोली सर्वदूर पांढऱ्या, साध्या फरशाच हव्या होत्या. त्यामुळे फ्लॅट मिळण्यात अडचणी निर्माण झाल्या. फर्निचर करताना तर त्याचे डिझायनरशी आणि मृदुलेशी अतोनात वाद झाले. कारण त्याला सर्व फर्निचर लाकडी फिनिशचे किंवा विशिष्ट एकाच प्रकारचा विनियर लावलेले, एक विशिष्ट मोल्डिंगच लावलेले हवे होते. बैठकीची खोली बोटीच्या डेकप्रमाणे, अगदी लाकडी फ्लोअरिंगसह हवी होती आणि बेडरूम केबिनप्रमाणे. या त्याच्या हट्टांसाठी कितीही पैसे गेले तरी त्याला त्याची पर्वा नव्हती आणि त्याच्याकडे असे सोस परवडावेत इतके पैसे होतेही. पहिल्या पहिल्यांदा मृदुलेने आणि तिच्या आईवडलांनी काही सूचना केल्या – विशेषतः वडलांनी. कारण ते स्वतःच आर्किटेक्ट होते आणि त्यांचे घर त्यांच्या आणि इतरही अनेकांच्या मते फार सुंदर होते– मग वाद घातला, पण आपण आधी पाहिल्याप्रमाणे 'मला नाहीच चालत इतर काही..' असे त्याने म्हटल्यावर त्यांनी या छोट्या बाबी सोडून दिल्या. त्याने साध्य असे झाले की, लग्नाच्या वेळेपर्यंतच पुण्यात त्यांची एक राहण्याची जागा तयार झाली होती. हा फ्लॅट पाचव्या मजल्यावर होता, पण

तो घेतेवेळी मृदुलेला लिफ्टचे भय वाटत नसे. आणि नंतर तिने ते भय तोंड दाबून आयुष्यभर, प्रत्येक दिवशी घरातून बाहेर निघता आणि परत येता सहन केले.

बोटीवरून परत आल्यावर मृदुला या नव्या घरात राहयला जाण्याऐवजी माहेरच्या सवयीच्या वातावरणातच तीन महिने राहिली पण अगस्ती परत आल्यावर त्या घरात जाणे तिला भागच होते. याचा अर्थ असा की, ती काहीशी अवघडूनच नव्या संसाराला लागली. त्यांच्या संसाराचे चित्र उभे करणे हा काही माझा हेतू नाही तेव्हा ते थोडक्यात आवरतो. पहिल्या काही दिवसांत रोमान्स नव्हता असे नव्हे, तो होता. त्या अनुषंगाने प्रयत्न जरूर होता. पण त्या दोघांचा स्वभाव आणि त्यातली गुंतागुंत बघता त्यात लगेचच अडचणी येऊ लागल्या. मृदुलेचा स्वैपाक दरवेळी वेगळाच होत असे तर अगस्तीला कोथिंबीरही विशिष्ट पद्धतीनेच कापलेली लागे. मृदुलेला दरवेळी वेगवेगळ्या पद्धतीने चिकन शिजवलेले आवडे तर अगस्तीला चिकनचे तुकडेही विशिष्ट मापाचेच लागत. बोटीवरही त्याचे यावरून अनेकदा वाद होत आणि कधीकधी तो स्वतः स्वैपाकही करत असे. घरी असताना तर त्याने मग निदान नॉनव्हेज जेवण तर तोच बनवणार असा फतवाच काढला. हे सगळे एकवेळ ठीक असे म्हणता आले असते पण त्याच्या स्वभावाचा सर्वात मोठा प्रभाव पडला तो त्यांच्या सेक्स लाइफवर. पहिल्या रात्री त्यांचा संभोग सुफल झाला यात शंका नाही. पण एकदा तो तसा झाल्यावर त्या पोझिशन व्यतिरिक्त काहीही करून पाहण्यास, आयुष्यातील सर्व काळ अगस्तीने नकार दिला होता. तिने अर्धे कपडे काढून तर त्याने पूर्ण कपडे काढून बेडमध्ये यावे, तिच्या बाजूचा बेडसाइड लँपच चालू असावा, मग त्यांनी दीड मिनिट सरळ मिठी मारावी. मग तिने त्याच्याकडे पाठ करावी आणि तिला मागून गच्च धरत त्याने तिची ब्रेसियर काढावी, आणि कुल्ले आणि मांड्यांवरून हात फिरवावा. एवढा आणि हाच प्रास्ताविक खेळ झाल्यावर मग ती खाली आणि तो वर अशा अवस्थेत संभोगाला सुरुवात व्हावी, मग दीड मिनिटानंतर त्यांनी काही काळ त्याच अवस्थेत उजव्या कुशीवर व्हावे, त्याने तिचा डावा स्तन हातात धरावा तर उजवे स्तनाग्र ओठात धरून चोखावे आणि मग परत सरळ होत शेवटच्या टिपेला यावे. फुलस्टॉप. या प्रक्रियेत शेवटपर्यंत कुठलाही फरक अगस्तीने कधीच मान्य केला नाही आणि मृदुलेसाठी तो एक उपचार उरला.

इतरही अनेक बाबतीतले त्याचे वागणे मृदुलेसाठी प्रचंड त्रासदायक

होऊ लागले होते. इतकी वर्षे बोटीवर काढल्यानंतर तर अगस्ती अधिकच एककल्ली झाला होता. त्याला आता सतत काही लयदार आवाज लागे. कुठलीही बाब त्याला विशिष्ट पद्धतीने कशी लागे ते आपण पाहिलेच. ते वर्तन आता वाढले होते. लयबद्ध आवाज सतत चालू असलेला त्याला फार आवडे पण कुठलाही अचानक झालेला आवाज त्याला सहन होत नसे. हे नवेच चालू झाले होते. इतके की, एका सकाळी चहा करताना चुकून मृदुलेच्या हातून सांडशी ओट्यावर पडली तर हा भडकून उठला होता. मिक्सर वा कुकरच्या शिट्टीच्या आवाजाने तो कधीकधी सैरभैर व्हायचा आणि शक्यतो तो घराबाहेर असताना या गोष्टी वापरून घेण्याची दक्षता तिला घ्यावी लागे. पण सर्वात वाईट म्हणजे, त्याला समुद्र, जहाज आणि त्याची मॉडेल्स – कधीकधी स्वतः चिकनच्या विविध रेसिपी बनवणे– हे सोडता कशातही रस नव्हता. मृदुलेची पार्श्वभूमी अशी होती की तिला साहित्य, संगीत आणि विशेषतः उत्तम सिनेमा यात मोठाच रस होता. घरी लोकांना बोलवून गप्पा मारणे, गंभीर चर्चा करणे आणि गॉसिपही करणे याची तिला आवड होती. हे सर्व तिने करण्यासाठी त्याची आडकाठी नव्हती पण साथही नव्हती. फक्त साथ नव्हती असे नव्हे तर त्याचे घरातले वा लोकांबरोबरचे अस्तित्व असे होते की, तिला तो जमिनीवर असताना असे काही करणे अवघड व्हावे. तो घरी आला की, हे सगळे बंद आणि गेला की, परत चालू अशी तिची कुतरओढ होऊ लागली. त्यामुळे त्यांच्यातली दरी वाढतच गेली. तो बोटीवर असतानाचे तिचे आयुष्य आणि तो घरी असतानाचे आयुष्य यात इतकी तफावत होती की, तिला आपण जणू सिझ्झोफ्रेनिक झालो आहोत असे वाटू लागले. आधीच गोंधळलेली असणारी मृदुला अधिकच गोंधळलेली झाली. तो नसताना ती आपले सोशल लाइफ, इतर आवडी म्हणा ध्यास म्हणा काही प्रमाणात पुरवून घेई, पण तो आला की, त्यात खंड पडे. या अवस्थेत त्यांच्यात सुरुवातीपासूनच असलेले अंतर वाढत गेले.

त्यामुळे मूल होणे काहीसे लांबले – आणि त्यामागे अगस्तीची दीर्घकालाची अनुपस्थिती हेही एक कारण होते– तरी थांबले नाही. त्यांना लग्नानंतर चार वर्षांनी म्हणजे १९८८मध्ये मुलगी झाली. मुलीचे नाव मृदुलेच्या आग्रहाखातर त्यांनी ठेवले 'काव्या'. आग्रहाखातर म्हणण्यापेक्षा अगस्तीला याबाबतीत काही रसच नव्हता. त्याने खांदे उडवून ते स्वीकारले एवढेच. मुलगी शाळेत जाण्याची वेळ आली तेव्हा परत वाद निघाले. पैसे

भरपूर, त्यामुळे तिने विशेष चांगल्या शाळेत जावे असे मृदुलाला वाटे तर तिने साध्या – म्हणजे अगदी कॉर्पोरेशनच्या नव्हे पण साध्याच – शाळेत जावे असा आग्रह अगस्तीने धरला आणि नेहमीप्रमाणे तो तडीला नेला. तशी शाळा बरी होती त्यामुळे मृदुलेलाही फार मनःस्ताप झाला नाही. प्रश्न उभे राहिले ते पुढे. शाळेत गेल्यावर काव्याच्या शिक्षकांकडून वारंवार संदेश येऊ लागले. काव्याचे वागणे बोलणे सामान्य व्यक्तीसारखे नव्हते. तिला विशिष्टच गोष्टी आवडत. शिकताना काहीच बाबतीत ती रस घेई. तिची शाळेतल्या कोणाशीच मैत्री नव्हती आणि कोणाशीही संपर्क ठेवण्यातच तिला अडचण येत असे. कोणी तिच्याशी बोलू लागले तर ती मध्येच छताकडे बघत घुमण्याचे आवाज काढू लागे. त्यांच्या मते ती ऑटिस्टिक असण्याची शक्यता होती. अगस्तीला ते मान्य नव्हते. आणि नेहमीप्रमाणे मान्य नव्हते म्हणजे अजिबातच मान्य नव्हते. त्याच्या मते असे काही असत नाही, त्याचे व्यक्तिमत्त्वही काही प्रमाणात असेच आहे आणि त्याने त्याचे काही अडलेले नाही. त्यांनी तिची शाळा बदलली एवढेच.

दरम्यान आणखी एक महत्त्वाची घटना झाली. मृदुलेच्या डिलिवरीच्या वेळी अगस्ती अर्थातच बोटीवर होता. तिची आईही आजारी पडली होती. किंबहुना काव्याच्या जन्माच्या आसपास तिच्या आईला प्लीहा या अवयवाचा कॅन्सर असल्याचे लक्षात आले होते आणि काव्याच्या जन्माच्या वेळेस मृदुलेजवळ तिचा गायनेकलॉजिस्ट डॉ. नाडकर्णी सोडता आधारासाठी कोणीच नव्हते. डॉ. नाडकर्णी तांत्रिकदृष्ट्या अतिशय चांगला डॉक्टर तर होताच पण पेशंटकडे मानवी नजरेने, सहानुभूतीने आणि कामाच्या पलीकडे जाऊन संपर्क साधणारा होता. मृदुला मग एकंदरीनेच त्याच्यावर विसंबू लागली. त्याच्याकडे जाण्यासाठी काही खरे – डिलिवरीनंतर काही ना काही कारणे असतातच – तर काही मोघम कारणे शोधू लागली. काव्याच्या संबंधानेही तिने त्याच्याशी बोलणे केले आणि काव्याला एकदा सायकिॲट्रिस्टला दाखवणे योग्य असे त्याचेही म्हणणे पडले. पण अगस्तीने कोणाचेही ऐकले नाही. अगस्ती आणि मृदुलात अधिकाधिक दरी पडू लागली.

त्याचे वागणे मृदुलेच्या आईवडलांनाही खटके. पण तसा तो खरोखर त्याच्या पद्धतीने प्रेमळ होता. मृदुलाच्या वडलांशी तर तो खासच प्रेमाने वागे. कधीही त्याने स्वतः चिकनची कुठली नवी डिश बनवली तर तो स्वतः खास त्यांच्यासाठी घेऊन जाई. त्याला स्वतःचे वडील असे हवे होते

आणि त्या भावनेची ही अभिव्यक्ती होती. मृदुलेवरही तो कितीही चिडला आणि त्यात एक वेडाचारही असला, तरी त्यात हिंसकता नव्हती. त्यामुळे मृदुलेच्या आईवडलांना तिची होणारी कुचंबणा दिसत असूनही आणि मनात येऊनही त्यांनी कधी तिने अगस्तीपासून विभक्त होण्याचा विषय काढला नाही. आपली बाजूही काहीशी लंगडी आहे असे वाटणे हे त्यामागचे एक कारण असावे. फलस्वरूप काव्याच्या जन्माच्या चारएक वर्षांनंतर त्यांचे नाते सहन करणे मृदुलाला तीव्रतेने अवघड झाले; पण त्याच्या आधीच, म्हणजे काव्याच्या जन्माच्या वेळेच्या काहीच दिवस आधी, मृदुलेच्या आईला कॅन्सर असल्याचे कळले. त्यातून ती कधीच बाहेर आली नाही. तिचा कॅन्सर लिव्हरमध्ये घुसला आणि दोन वर्षात तिचे निधन झाले. मृदुलेचे वडील भावनिकदृष्ट्या पूर्णपणे आपल्या बायकोवर अवलंबून होते. पुरुष अनेकदा, सोयीस्करपणे म्हणा अथवा जेनेटिकली म्हणा, असे असतातच. त्यामुळे ते खचले. मृदुलेला डॉ. नाडकर्णी सोडता कोणाचाच आधार उरला नाही. हळूहळू, तिच्या आईच्या एका चित्रकाराबरोबरच्या नात्याबद्दलच्या चर्चेप्रमाणे या दोघांच्या नात्याचीही चर्चा आजूबाजूच्या वर्तुळात होऊ लागली. ही चर्चा अगस्तीच्या कानापर्यंत गेली नव्हती. नवऱ्याच्या कानावर ती नेहमीच उशिराने जाते. पण त्याच्या आईच्या कानावर मात्र गेली होती.

काव्यावरही अगस्तीचे प्रेम नव्हते असे नाही, पण त्याच्या प्रेमाची रीत न्यारी होती. तो तिला कितीही वेळ कडेवर घ्यायला तयार असे पण लहान काव्याने लाळेने भरलेला पापा घेतलेला त्याला चालत नसे. तिची शी, शू काढण्याचा त्याला कुठलाही त्रास नव्हता, पण तिला गोष्ट सांगून झोपवणे हा प्रकार त्याला सहन होण्यापलीकडला होता. तिचे अचानक रडणे त्याला सहन होत नसे पण आयुष्यात कधीही त्याने तिच्यावर हात उगारला तर नाहीच, पण इतरही कोणी तो उगारलेलाही त्याला चालत नसे. या मागे अर्थात, स्वतःच्या वडलांची त्याला आठवण होई हे एक कारण असू शकेल. थोडी मोठी झाल्यावर तर बाप आणि मुलगी दोघांच्या एकाचवेळी हट्ट करण्याने अनेक दुर्धर प्रसंग ओढवत. त्याच्या पाठीवर घोडा घोडा करायला तिला आवडत असे आणि त्याला ते आवडत नसे. एकदा तिने भयंकर हट्ट धरला तरी त्याने ऐकले नाही. असे झाल्यावर तिने छताकडे बघून घुमायला सुरुवात केली, त्यावर अगस्ती म्हणाला, ''काही होत नाही. घुमू देत. तिनं असं केल्यावर आपण ऐकतो असं तिच्या लक्षात आलंय,

त्यामुळे असं करून ती आपल्याला एक्सप्लॉइट करतीये. नाही, नाही... काही नाही... करू देत. थांबेल थोड्या वेळाने... मीही करायचो लहानपणी माझ्या वडलांनी मला मारल्यावर. आता करतो? थांबलं माझं. माझं थांबलं आपोआप. आणि काही अडलं का जगात माझं? नाही, नाही... अजिबात नाही.... नाहीच करायचं कोणी तिला हवं तसं.'' पण ती थांबली तर नाहीच उलट तिचा श्वास कोंडतोय् का काय असे वाटायला लागल्यावर मृदुलाही भरीस पडली, तेव्हा अगस्तीने त्या दिवशी घोडा घोडा करण्याचे पत्करले. पण ते आपली त्याविषयीची नाखुषी अनेकवार व्यक्त केल्यावरच. अशा प्रकारे त्यांचे कौटुंबिक आयुष्य, काहीसे आधुनिक भारतातील कोणत्याही उच्च मध्यमवर्गीय कुटुंबाप्रमाणे, तर काहीसे वेगळे असे काही काळ चालू राहिले.

***

। जर्सबेन

२००२ सालच्या, २ मार्च रोजी म्हणजे गुजरातेतील गाजलेल्या दंग्याच्या दरम्यान, अहमदाबादमध्ये, त्यातही विशेषकरून नरोडा पाटियामध्ये मुसलमानांची मोठ्या प्रमाणावर कत्तल करण्यात आली, मुसलमान बायकांवर बलात्कार करण्यात आले त्याच्या दोन दिवस नंतर आणि ज्या फेसबुकने 'असे' जग जवळ आणले असे त्याचे संस्थापक श्री. झुकरबर्ग यांना वाटते, खरेतर त्याने जग दूर नेले असे आपल्या कादंबरीतील दोन पात्रे सत्यकाम आणि अगस्ती यांना वाटते आणि ज्यांच्याकडे सोपवलेली माहिती सुरक्षित नाही आणि त्याने आपण ज्या प्रायव्हसी नामक आधुनिक प्रकरणाचा सुरुवातीलाच उल्लेख केला तिचे उल्लंघन होते असे जगाला २०१८ साली वाटू लागले, पण ज्याशिवाय जग जगू शकत नाही, ते फेसबुक लाँच झाले त्याच्या दोन वर्षे आधी, सकाळी सकाळी अहमदाबादहून पुण्याला आलेल्या एका आगगाडीतून एक तिशीतली बाई उतरणाऱ्या गर्दीबरोबर जवळजवळ बाहेर फेकली गेली. ती दिसायला कशी होती ते कळणे अवघड व्हावे इतके तिच्या चेहऱ्यावर, अंगावर आणि कपड्यांवर डाग होते. ते डाग कसले होते, त्यात रक्त किती होते तेही कळू नये अशी तिची स्थिती होती. ती गुजराती पद्धतीने साडी नेसलेली होती. तिच्या कपाळावर कुंकू नव्हते. हातात, गळ्यात कुठलेही दागिने नव्हते. एकाच पायात, घोट्याशी फक्त एक पातळ पैंजण होते. दुसऱ्या पायातील पैंजण पडल्याचीही तिला शुद्ध नव्हती. खरे तर तिला फारशी कशाचीच शुद्ध नव्हती. डब्यातून बाहेर फेकली गेल्याने तिला परत एकदा लपायला एक जागा अत्यंत तातडीने हवी होती, बास. पण, गाडी पुण्यालाच थांबणारी असल्याने, भयानक घाई नसलेले, घाई नसतानाही पुढे घुसण्याची ओढ नसलेले आणि घाई असूनही शारीरिक व्याधींमुळे वा वाढलेल्या वयामुळे ज्यांना घाईने उतरता आले नव्हते अशी अनेक माणसे गाडीतून बराच वेळ हळूहळू उतरत राहिली. फेकली गेलेली स्त्री खालमानेने

इकडे तिकडे बघत प्लॅटफार्मवरती लपायला एखादी सुरक्षित जागा शोधत होती. पण तिला तशी जागा दृष्टीला पडेना आणि ती दारापासून दूर होईना. त्यामुळे उतरणाऱ्या प्रवाशांचे आणि हमालांचे पाय तिला लागत होते आणि शिव्याशापही खावे लागत होते. शेवटी एकदाचे सर्व प्रवासी उतरून गेले आणि ती घाईघाईने परत डब्यात चढली. लपायला तीच एक जागा तिला त्यातल्या त्यात दिसत असावी.

प्लॅटफॉर्मवर उभ्या असलेल्या, युनिफॉर्म घातलेल्या, हाती दंडुका घेतलेल्या एका पोलिसाने हे सर्व होताना पाहिले. ती बराच वेळ जेव्हा परत बाहेर येईना तेव्हा त्याच्यातल्या वेगवेगळ्या, म्हणजे पोलीस म्हणून व्यवसायाशी संबंधित, आधुनिक माणूस म्हणून केवळ चौकसपणातून उद्भवलेली आणि एक सदासर्वकाळ लैंगिक भूक जागा असणारा एक पुरुष म्हणून असलेली, अशा अनेक उत्सुकता जागृत झाल्या. तो पुढे होऊन डब्यात डोकावला तर त्याला ती स्त्री टॉयलेटच्या बाजूला, दुसऱ्या बाजूच्या दाराजवळ, अंगाचे मुटकुळे करून आडवी झालेली आढळली. त्यावर त्याने तिला त्याच्या हातातील दंडुक्याने ढोसून उठवले. ती भयानक दचकून उठून बसली आणि थरथरू लागली. तिला उजवा खांदा उडवण्याची आणि त्याच वेळी हनुवटी आणि ओठ त्याकडे झटक्याने वळवण्याची खोड असावी कारण तिने वारंवार तसे केले. तिने पदर अधिकच ओढून घेऊन, नखशिखांत सर्व शरीर त्यात ओढून घेऊन, ते झाकण्याचा आटोकाट प्रयत्न केला, पण तिची साडी बऱ्याच ठिकाणी फाटली होती, त्यामुळे काहीही केले तरी तिचे काही अवयव बाहेर पडतच होते. हा अवयव झाकावा तर तो उघडा पडतो असे होत असता अधून मधून तिला ढोसत पोलीस हवालदार तिच्याकडे उत्सुकतेने पाहत राहिला. आता ही उत्सुकता मघाशी उल्लेखलेल्या अनेक उत्सुकतांपैकी शेवटची म्हणजे एका पुरुषाची म्हणजे नराची होती आणि त्याच्या उत्सुकतेचे इतके थेटपणे दर्शन होण्यामागे पोलिसी पेशातून आलेला आत्मविश्वास होता. बाई तशी उफाड्याची वाटत होती, त्यामुळे त्याची उत्सुकता आणखी वाढली. बाई अत्यंत गरीब, आधारहीन वाटत होती आणि तिच्या गळ्यात मंगळसूत्र आणि कपाळावर कुंकू वा गोंदण नसल्याने मुसलमान वाटत होती, या सर्वांच्या संयोगाने त्याचा आत्मविश्वासही आणखीच वाढला. मग तो तिला सरळ हाताला धरून फरफटत प्लॅटफार्मवर घेऊन आला. त्याने तिला गाडीच्या दारापासून दूर, प्लॅटफॉर्मवरील एका फोन बूथने निर्माण झालेल्या अर्धवट अशा

आडोशाकडे नेले आणि मगच तिचा हात सोडला. त्यावर ती त्याच्या पायाशी पडली. तिच्या अंगात फारसे त्राणच उरलेले नव्हते हे उघड होते. प्लॅटफॉर्मवरची गर्दी तोपर्यंत कमी झाली होती.

त्याने तिच्यावर एकीकडे प्रश्नांची सरबत्ती चालवली होती आणि दुसरीकडे तो तिला दंडुक्याने ढोसून उभी होण्यासाठी उद्युक्त करत होता. ते तिच्या लक्षात तरी येत नव्हते किंवा तिच्या अंगात उभे राहण्याची ताकदच नव्हती. हवालदार आलटून पालटून तेच प्रश्न विचारत होता– ''कोन गं तू? आं? कुटनं आली? आं? ए भवाने?... तिच्याआयची.. उत्तर द्याला काय झालं गं तुला? आं... अगं ए रांडं? ए.?.. आरं.. कितीदी इचारायचं? का मराठी येत नाय? उर्दू येतं का उर्दू, आं? तिकडं आय झवल्यावर इकडं आलं की तुमी बरोबर ...आं? इथं पन उचकून मारतो तुमच्याआईला.. पाकिस्तानी साले–'' मग त्याने तिला हाताने धरून उठवलीच आणि तिच्याकडे त्याने निरखून पाहिले. स्त्री सावळी होती. तिचे नाक, डोळे जागच्या जागी होते, कधीतरी भरलेल्या सुरम्याचे अवशेष तिच्या डोळ्यांबाहेरही ओसंडले होते आणि काही डोळ्यांतही होते. ती उघडपणे मुसलमान होती. तिच्या डोळ्यांत, सर्व अंगप्रत्यंगात भीती भरलेली होती. आता हवालदाराने त्याच प्रकारचे प्रश्न मोडक्या हिंदीत विचारायला सुरुवात केली, ''कोन है तू?... आं? कहांसे आया तुम?... चल पुलिस ठानेपर फिर दिखाता हूं तुमका पूना क्या होता है... या पहले ही लेके जाऊ बजरंग दल के हापिस में? आं?... उधर बरोबर गांड मारी गई की–'' तो एवढे बोलेस्तोवर ती स्त्री परत घरंगळून त्याच्या पायाशी पडली. त्याने वैतागून तिच्या ढुंगणावर एक फटका दिला आणि मग तो परत तिला उचलणार तेवढ्यात मागून दुसऱ्या एका स्त्रीचा जरब आणि अधिकाराने भरलेला आवाज आला, ''काय चाललंय? कोण आहे ही?''

हवालदाराने झटक्याने वळून पाहिले. त्याच्या अगदी मागे एक तिशीतली सलवार कमीज घातलेली बाई ताठ कण्याने उभी होती आणि तिच्या मागे एक म्हातारा माणूस व्हील चेअरवर बसलेला होता. तो तिचा आजोबा असावा. त्याची दाढी शुभ्र होती, वाढलेली होती आणि उघडपणे मुसलमानी पद्धतीची होती. अशा माणसांना पाहिल्यावर हवालदाराचा स्वर काही फारसा नरम झाला नाही. तो तेवढ्याच उद्धटपणे पण काहीशा कमी आक्रमकपणे म्हणाला, ''ओ बाई. जावा ना तुम्ही... चलो... अपना रास्ता मापो. पुलिसको अपनी ड्युटी करने दो.''

त्यावर ती स्त्री म्हणाली, ''ही ड्यूटी चालली आहे तुझी? मला सांगतोस हे?'' आणि तिने खिशातून आपले ओळखपत्र काढले. त्या अनुसार ती महाराष्ट्र पोलिसातलीच पण नाशिकला पोस्टींग असलेली इन्स्पेक्टर होती. तिचे नाव होते इम्राना अख्तर. ते पाहून हवालदाराचा नूर काहीसा पालटला तरी पूर्ण बदलला नाही. त्याने सलाम ठोकला आणि तो म्हणाला, ''मी थोरात हवालदार, मॅडम. ही कोण आहे ते ती बोलतच नाही, मॅडम. आत्ता अहमदाबादहून आलेल्या गाडीनी आली बघा. काय बोलतच नाय... नाव गाव काय... शंभरदा इचारलं... येडी दिसतीये-''

इम्रानाने मागे बसलेल्या आपल्या आजोबांकडे पाहिले आणि ती म्हणाली, ''अब्बू, देखा... अहमदाबादसे आई हैं. दो दिनसे हम सुन रहें हैं, पढ रहे हैं वो सच था इसका सबूत हैं ये...''

आजोबा आपल्या कपाळाला हात लावत काही क्षण हरवल्यासारखा झाला. मग दुवा मागितल्यासारखे हात जोडत म्हणाला, ''हाय अल्ला. पचपन बरस पहले... अशा बाया आणि पुरुषांनी भरलेल्या गाड्या गेल्या इकडून तिकडे आणि तिकडून इकडे ... कुछ तो लाशोंसे भरी हुई... कुछ फरक नहीं हुआ इन बरसोंमें?... कुछ तो करना पडेगा इसके लिये बेटी... बादमें जाएंगे हम हॉस्पिटल-''

इम्रानाने हातातल्या पिशवीतून पाण्याची बाटली काढली. तिने आत्तापर्यंत जमिनीवर अर्धवटपणे कोपरावर रेलत उठून बसलेल्या त्या स्त्रीला नीट बसते केले आणि तिच्या शेजारी उकिडवे बसून पाण्याची बाटली तिला दिली. बाईने इम्रानाकडे आणि मागच्या आजोबांकडे पाहिले. तिला थोडा धीर आला असावा. तिने थरथरच्या हाताने बाटली घेतली आणि ती पाणी पिऊ लागली. पण तिने पहिला घोट घेतला आणि तिला उलटीची उबळ आल्यासारखे झाले. पाणीही आत जाईना. ती बहुदा अनेक तासांनी पाणी पीत होती. आजोबा मागून म्हणाला, ''धीरेसे बेटी... धीरेसे-'' मग तिने हळू दुसरा घोट घेतला. मग तिने सगळी बाटली संपवली.

इम्रानाने तिला विचारले, ''कौन हो तुम?''

ती जवळ जवळ ऐकू येणार नाही आवाजात म्हणाली, ''औरत-''

इम्रानाने न कळून विचारले, ''कौन?''

ती परत म्हणाली, ''औरत छूं-''

इम्रानाने मान हलवत विचारले, ''वो तो समझ गयी मैं. वो तो दिखाईही देता है. लेकिन कौन हो?''

ती म्हणाली, ''मुसलमान—''

''अच्छा... वो भी पहचानना मुश्किल नहीं था बहेन.. लेकीन कौन हो? कुछ नाम, कुछ—''

त्यावर ती म्हणाली, ''हूं घांची तेली छूं—''

''कौन?''

''घांची तेली—''

याचा उलगडा इम्रानाला होईना. तिच्या चेहऱ्यावर तशा रेषा उमटलेल्या बघून तिचा आजा म्हणाला, ''घांची तेली बेटा, घांची तेली... जात आहे तिची.''

त्यावर न राहवून थोरात हवालदार उत्तरला, ''मॅडम थापा मारते ती... अहो घांची तेली जात हिंदू लोकांच्यात असते, गुजरातेतून आलीये आणि गुजरातच्याच मुख्यमंत्री मोदी साहेबांची जात सांगते साली... परवाच पेपरात सगळी लहानपणापासूनची ओळख आली होती त्यांची... अहो मॅडम मी सांगतोय तुमाला, मी बघतो ना काय ते, आं?''

त्यावर आजोबा उत्तरला, ''सही है. पण मुसलमानातपण असते ती जात... आपल्याकडे महाराष्ट्रात पण असतात तेली मुसलमानात... तुमच्या पिढीला नाही कळत काही गोष्टी... आखिर एकही हैं हम. हिंदूपेक्षा कमी वाईट चाली का पाळू?... पण तरी असे लोक येतात आणखी आगगाड्यांतून—''

हवालदार थोरात यावर चिडून काहीतरी बोलण्याच्या बेतात होता, पण इम्रानाकडे बघून त्याने उघडपणे जीभ आवरली. तरी म्हाताऱ्याकडे त्याने एक जळजळीत कटाक्ष टाकलाच. तो काही बोलणार तेवढ्यात इम्रानाने त्या स्त्रीला परत विचारले, ''हां, पर कुछ नाम, कुछ पता? क्या करती हो तुम? आदमी क्या करता है तुम्हारा?''

स्त्री उत्तरली, ''मुसलमान... औरत... तेली.''

दोनतीन वेळा हेच प्रश्न निरनिराळ्या पद्धतीने विचारल्यानंतरही ती हेच म्हणत राहिली, ''मुसलमान... औरत... घांची तेली.'' — लिंग, धर्म, जात— बास!

ही कादंबरी आहे. त्यामुळे आपण काळात थोडे पुढे जाण्याची मुभा घेऊ शकतो. तसे केले तर या उत्तराचे महत्त्व आपल्या लक्षात अधिक येईल. तेव्हा इथेच मी नमूद करू इच्छितो की, आपल्या कादंबरीच्या मर्मस्थानी ज्या २०१८ सालच्या, म्हणजे वरील संभाषण झाले त्या

दिवसानंतरच्या सोळा वर्षांनंतरच्या, घटना होईपर्यंत ती स्त्री स्वतःबद्दल एवढेच सांगू शकत होती–''मुसलमान... औरत... तेली.'' या पलीकडे ती गुजराती होती हे उघड होते. तिच्या आयुष्यात असे काही झाले होते की, ज्यामुळे या तीन ओळखीच उरल्या होत्या. आधुनिकतेने आणि जागतिकीकरणाने माणसाला अनेक ओळखी एकाच वेळी असण्याची शक्यता निर्माण केली होती. जसे की, माणूस एकाच वेळी जन्माने पुरुष, भारतीय, मराठी पण लंडनचा रहिवासी, हिंदू, ब्राह्मण, पण नायजेरियन ख्रिश्चन होमोसेक्शुअल पार्टनर असलेला, आय.ए.एस. अधिकाऱ्याचा मुलगा, आर्किटेक्ट, नाटकांची आवड असलेला, व. पु. काळे यांच्या पुस्तकांचा चाहता, फिस्कल काँझर्वेटिव, तरीही राजकीयदृष्ट्या मोदींचा पाठीराखा, स्त्रीवादी, साईभक्त, जुनी घड्याळे जमवण्याचा मोठाच नाद असलेला, डॉमिनोजचा पिझ्झा आवडणारा, पाश्चात्त्य शास्त्रीय संगीताचा चाहता, मोटारसायकलचे वेड असलेला, ज्याचा पार्टनर व्यवसायाने दुकानदार आहे असा, इत्यादी इत्यादी. पण या बाईंच्या अशा अनेक ओळखींपैकी फक्त तीनच तिला आठवाव्यात, तीनच महत्त्वाच्या ठराव्यात, असे काही भयाण तिच्या आयुष्यात घडले होते. आधुनिकतेच्या नव्या टप्प्यावर, ज्या वेळी पोस्ट ट्रूथची सुरुवात झाली त्या टप्प्यावर असे होणे क्रमप्राप्त आहे. माणसांच्या ओळखींचे आकुंचन होऊन त्या २०१८ सालापर्यंत परत एकवार मुसलमान, हिंदू, अमेरिकन, चिनी, पुरुष, स्त्री अशा होऊ घातल्या आहेत. भारतात या प्रक्रियेला जोमाची सुरुवात २००२ साली झाली एवढेच. तशी ती १९८४ सालीच झाली होती, पण तरी त्यात फरक होता. २०१८ सालापर्यंत तो फरक फिटला असे म्हणता येईल. या बाईंच्या आयुष्यातही परत असे काही प्रसंग येणारच होते, पण ते आपण नंतर पाहूच.

त्यावेळी मात्र या उत्तरांनी इम्राना चक्रावून गेली. ती आधीच घाईत होती. ती तिच्या आजोबांना एका स्पेशालिस्ट डॉक्टरला दाखवायला घेऊन आली होती. सहा सहा महिने त्या डॉक्टरची अपॉइंटमेंट मिळत नसे, तेव्हा ती चुकवणे शक्य नव्हते.

आजोबा म्हणाले, ''बेटा, इन्हें ऐसे छोडकर नहीं जा सकते.... तू पोलिसात गेल्यावर केवढा अभिमान वाटला होता आम्हांला. आता अशा बायकांना सोडून गेलीस तर... अल्ला भी माफ नहीं करेगा बेटी–''

दुसरीकडे, ''मी सगळं बघतो.. हवं तर तुमीबी चला, सायबाला भेटा,

त्यांनी बी आवडंल तुमाला भेटायला... जोशी नाव हाय त्यांचं... मी नेतो तिला चौकीवर...'' इत्यादी म्हणत हवालदार मागे लागला होता पण त्या स्त्रीला हवालदाराच्या भरोशावर सोडून जाण्याची इम्रानाला भीती वाटत होती. त्याच्या साहेबाला भेटूनही कदाचित फार काही वेगळे होणार नाही याची तिला अटकळ होती. ती तिच्या ज्युरिसडिक्शनच्या बाहेर होती आणि पोलीस प्रोटोकॉलचे भानही तिला होते. रेल्वे पोलीस आणि साधे पोलीस यांच्यात साधारणपणे जबाबदारी दुसऱ्यावर ढकलण्यासाठी झालेले भांडण ऐकू येते. या प्रसंगी जबाबदारी स्वतःवर घेण्यातून वेगळेच काही ओढवून घेण्याचीही तिची तयारी नव्हती.

ती आजोबाला म्हणाली, ''अब्बू, तुम्ही म्हणता ते बरोबर आहे. पण हे माझ्या ज्युरिसडिक्शनमध्ये येत नाही... कायदा नाही हातात घेता येत... आपभी तो सरकारमेंही काम करते थे, पुलिसमें नहीं थे तो क्या हुआ-''

या सर्ववेळ ती स्त्री कशीबशी तिच्या जवळ उभी होती. तिच्या हातात आता पाण्याची रिकामी बाटली होती. आजोबा इम्रानाला उत्तरादाखल काही बोलणार तेवढ्यात ती स्त्री जमिनीवर कोसळली. आजोबाच्या लक्षात आले की, इम्रानाच्या म्हणण्यात तथ्य असले तरी आता काहीतरी केलेच पाहिजे. आपणच हिला घेऊन जातो असा धोशा थोरात हवालदाराने परत लावला होता. आता त्याच्या इतर उत्सुकतांइतकाच हा त्याच्या इभ्रतीचा प्रश्न झाल्यासारखे तो वागत होता.

आजोबाला यातून एक मार्ग सुचला. तो इम्रानाला म्हणाला, ''एक हो सकता है बेटी. इथला एक दर्गा मला ठाऊक आहे. मी नौकरी करत असताना इथे कामासाठी आलो होतो, तेव्हा गेलो होतो मी. शेख सल्लो दर्गा म्हणतात त्याला. हिला तिथे घेऊन जाऊ. दर्ग्यात मुसलमानाला आसरा मिळणार नाही असं होणार नाही. कम से कम कुछ दिन तो पनाह मिलेगीही. फिर इसके जातवाले देखेंगे... कोणी तरी असतीलच ना इथेही घांची तेली... वो दर्गावाले देख लेंगे-''

त्यावर थोरात हवालदार काहीसा आक्रमक होत म्हणाला, ''असं कसं होईल.. आं? तिला ठाण्यातच न्याला पाहिजे... मॅडम, मी तुमाला सांगायचं म्हंजे... प्रोसिजर पाळायला नको?... कोनालाबी ठाण्यातच-''

इम्रानाने आता वरिष्ठ अधिकाऱ्याचा आवाज लावून म्हटले, ''हवालदार, काय चाललंय् इथे? गुन्हेगाराला चौकीवर न्यायचं बरोबर आहे, पण गुन्हा काय तिचा? काय केलं तिनं? पाकिट मारलं का खून

केला?... तुम्हांला तिला चौकीवर कशाकरता न्यायचंय् ते माहितीये मला... आणि नंतर कुठं न्यायचंय् तेही माहितीये. मी हिला इथून घेऊन जातीये. तुमच्या साहेबाशी नंतर बोलेन मी काय ते... अडवायची हिंमत असली तर अडवा–''

एवढे बोलून तिने त्या स्त्रीला बखोट्याला धरून उठवले. पण तिला मदतीची आवश्यकता होती. आजोबाही व्हील चेअरवर असल्यामुळे त्यांनाही ढकलत नेणे भाग होते. बरोबर सामानही होते. हे सगळे करून टॅक्सी मिळवायची होती. त्यामुळे कोणाची तरी मदत लागणार होती. हवालदाराची मदत तिला नको होती. त्याने त्या स्त्रीच्या शरीराला हात लावण्याची कल्पनाही तिला सहन होत नव्हती. इम्रानाने इकडे तिकडे पाहिले. तोपर्यंत दोनचार माणसांची आणि काम न मिळालेल्या हमालांची गर्दी आजूबाजूला जमली होतीच. त्यातल्या काहींना दोन पोलिसांतले भांडण बघून मजा येत होती तर काहींना त्या स्त्रीसाठी मनापासून काही सहानुभूती वाटत असावी. इम्रानाने गर्दीकडे पाहिले. अर्थात सहानुभूती होती म्हणून स्वतःहून काही करायची कोणाची तयारी नव्हती. शेवटी हे एक महानगर होते, त्यातून पुण्यासारखे आधुनिक व्यावसायिकांनी भरलेले महानगर, आणि त्यातून प्रश्न २००२ साली अहमदाबादच्या दंग्यातून आलेल्या स्त्रीचा होता. त्यामुळे तर कोणी स्वतःहून हालचाल करेल अशी शक्यताच नव्हती. उलट तिढा सुटलेला दिसू लागल्यावर गर्दी पांगू लागली. त्यातल्या त्यात एक हमाल काहीसा अधिक हळवा झालेला वाटत होता. अधिकाराच्या आवाजात इम्रानाने त्याला जवळ बोलावल्यावर तो पुढे झाला. त्याने त्याच्या एका सहकाऱ्यालाही बोलावले. त्या दोघांच्या मदतीने इम्रानाने ती स्त्री, आजोबा, व्हील चेअर आणि सामान असे सर्वकाही एका टॅक्सीत घातले. टॅक्सीवाल्याचा आणि हमालाचा काही परिचय असावा, कारण हमाल त्याच्या कानात पुटपुटला, ''पोल्सातल्या मोठ्या अदिकारी हायत वाटतात– बघा–'' त्यामुळे त्यानेही शांतपणे हा सर्व वेळखाऊ सोपस्कार पुरा केला.

टॅक्सीत बसल्यावर इम्रानाने आजोबाला विचारले, ''कुठला दर्गा म्हणालात अब्बू?''

आता आजोबाला लगेच नाव आठवेना. मागे पुढे गर्दी आणि हॉर्नचा कल्लोळ उडायला एवढे दोन क्षण पुरेसे होते. टॅक्सीवाला काहीसा वैतागला. बसलेले मुसलमान आहेत आणि त्यातली एक बाई उघडपणे अत्याचाराला

सामोरी गेलेली आहे हेही त्याला आत्तापर्यंत लक्षात आले होते. तो सावध झाला होता. त्याची अस्वस्थता लक्षात आल्याने इम्राना म्हणाली, ''गाडी काढा. पुढच्या चौकापर्यंत सांगते पत्ता–''

पण आजोबाला नाव आठवेना. आता काय करावे याने इम्रानाही कोड्यात पडली. आता परत थोरात हवालदाराकडे जाणेही शक्य नव्हते. ती काहीशी अस्वस्थ होत म्हणाली, ''अब्बू... नाम–''

म्हातारा तर ब्लँक झालेला. पण अचानक त्याचा चेहरा उजळला आणि तो म्हणाला, ''शेख सल्लो... शेख सल्लो दर्गा–''

इम्रानाने सुस्कारा सोडत ड्रायव्हरला उद्देशून म्हणाले, ''शेख सल्लो दर्गा.. पहले उधर चलो... मग दीनानाथ मंगेशकर हॉस्पिटल... और जल्दी करो. डॉक्टरकी अपॉइंटमेंट है ग्यारह बजे.'' आणि तिने आपण पुण्याला पोचलो हे आपल्या नवऱ्याला कळवायला म्हणून आपला मोबाईल पर्समधून बाहेर काढला. आधीच गाडी लेट झाली होती. तिला कशीबशी सुट्टी मिळाली होती. तिची बदलीही आता कधीही होण्यात होती आणि ती नक्षल एरियात होण्याची शक्यता होती. त्यामुळे नवरा अर्थातच अस्वस्थ होता. बदलीची जागा बदलून घेणे आवश्यक होते आणि त्यासाठी इथून परत गेल्यागेल्या काही हालचाल करावी लागणार होती. कदाचित मुंबई गाठून कोणाचे काही धार्मिक, जातीय लागेबांधे जुळतात का ते बघावे लागणार होते. तिच्या मुलीची परीक्षा तोंडावर आली होती. त्या दिवशी स्वयंपाकाची बाईही न येण्याची शक्यता होती. नवरा करायचा, नाही असे नाही, पण त्याची भरपाईही कुठे ना कुठे करावी लागायची. आजोबाचे आजारपणही सोपे दिसत नव्हते. त्यात ही स्त्री गळ्यात पडली होती. अनंत अडचणी. तिला अचानक कंटाळा आल्यासारखे झाले. पण तिने नेटाने मोबाईल पर्समधून बाहेर काढला. तीन मिस्ड कॉलही आलेले होते आणि त्यातला एक साहेबाचा होता. यातल्या कशाला आधी भिडावे या विचारात ती काही क्षण पडली. पण आधी नवऱ्याशी बोलावे असे ठरवून तिने नंबर दाबला.

हे सगळे तिच्या डोक्यात एका क्षणात येऊन जाईस्तोवर ड्रायव्हरने विचारले, ''छोटा या बडा?''

इम्रानाला अर्थच कळेना. तिने काताvून विचारले, ''क्या?''

आता वैतागण्याची पाळी ड्रायव्हरची होती. त्यालाही कमी व्यवधाने नव्हती. आदल्याच दिवशी त्याची मुलगी घरातून निघून गेली होती आणि

तीही अगदी सांगूनसवरून, एका मुसलमानाबरोबर. त्याच्या बायकोने हाय खाल्ली होती. या गर्दीत त्याच्या जुन्या गाडीचा ब्रेक सारखा दाबून दाबून त्याचा उजवा गुडघा निकामी व्हायची आली होती आणि ब्रेक दाबताना त्यातून दरवेळी एक बारीकशी कळ निघून त्याच्या डोक्याकडे जाई. जुन्या गाड्या आता शहरात चालवता येणार नाहीत असे हायकोर्टाचे आलेले फर्मान त्यांच्या युनियनने कालच त्यांना दाखवले होते. आता पोटासाठी काय करावे याच्या चिंतेत तो होता. मागून स्कूटरवरची काही कार्टी जोरजोरात हॉर्न वाजवून पुढे जायच्या मागे होती, आणि या लांड्याना नीट पत्ता ठाऊक नव्हता. त्यातून बाई पोलिसातली. त्यामुळे ओरडताही येत नव्हते. बाई, पोलीस आणि मुसलमान या तीन आयडेंटिटीजशी त्याला एकावेळी भिडताच येत नव्हते. त्यामुळे तो कावला तरी स्वतःच्या भावनांवर आणि आवाजावर काहीसा काबू ठेवत तो म्हणाला, ''अहो बाई, दोन दर्गे हायत नव्हं.. शेख सल्लोचे... छोटा अन् बडा... त्यातल्या कुटं जायचंय तुमाला?''

इम्राना अधिकच फ्रस्ट्रेट झाली. तिने फक्त आजोबाकडे पाहिले. त्याला तर जेमतेम नावच आठवत होते. मग त्याने फारसा विचार न करता म्हटले, ''बडा... बडा शेख सल्लो दर्गा–'' आणि ड्रायव्हरने एक ऐकू येईल असा सुस्कारा सोडत गाडी तिकडे वळवली.

दर्गा पुण्याच्या जुन्या भागात म्हणजे कसबा पेठेत होता. शहराचा हा भाग म्हणजे पूर्वापार दंगे व्हायला पोषक अशी परिस्थिती असलेला भाग. त्याकडे जाणारा रस्ता आधीच चिंचोळा, त्यात सकाळच्या दहा वाजताची भयानक गर्दी आणि त्यात दर्गा मुख्य रस्त्याला फुटलेल्या एका छोट्याशा बोळात होता. त्यामुळे तेथे टॅक्सी जाण्यात मोठ्याच अडचणी होत्या. या कारणान्वये सगळ्यांचाच मनःस्ताप बराच वाढला. पण शेवटी एकदाचा दर्गा आला. बाहेर पार्किंगलाही जागा नसल्याने ड्रायव्हरने, 'लवकर या,' अशी विनंतीवजा धमकी दिली. इम्राना त्या स्त्रीला घेऊन उतरली. तिला आधार देत आत घेऊन गेली. बोळाच्या उजव्या बाजूस पत्र्याच्या एका शेडखाली,

हजरत खॉजा शेख सलाहुद्दिन दर्गाह
सिद्दिकी चिश्ती निजामी अलगारी रहे!
कसबा पेठ मुस्लिम जमात
मौलाना अबुल कलाम आझाद फ्रेंड्स सर्कल

अशी पाटी हिरव्या रंगाच्या ठसठशीत अक्षरांत लावली होती. त्यातल्या

शेवटच्या ओळीतील ''मौलाना अबुल'' या शब्दांच्या आधी आणि थोड्याशा वरती, छोट्या अक्षरात ''भारतरत्न'' असे लिहिले होते. ती बहुदा नंतरची ॲडिशन असावी. डाव्या बाजूस ''हजरत सैयद शमसुद्दिन कादरी रहे'' असे लिहून ''५१२ वा उर्स मुबारक'' असेही लिहून त्याखातर मोहसीन चिस्ती यांच्या कव्वालीच्या कार्यक्रमाची, अनेक मेहमानांच्या नावांच्या यादीसह जाहिरात करणारा फलक लावला होता. या कार्यक्रमाचे आमंत्रण अर्थातच त्या दर्ग्याचे प्रमुख – मुजावर – असणाऱ्या अब्बासभाई सय्यद यांच्या नावे होते. बाकीही बरेच फलक तेथे होते, ज्यातला एका खिडकीखाली असणारा एक, ''आदमी हो या औरत, मय्यत का पूरा सामान मिलेगा, २४ घंटे खुला रहेगा'' असे सांगून त्याखाली त्या व्यक्तीचा फोन क्रमांक देणारा फलक होता. दर्ग्याच्या दिंडीवर एका छोटासा पांढरा मनोरा होता. पण प्रवेशद्वार अगदी चिंचोळे होते आणि त्याच्या डाव्या बाजूला बांग देणाऱ्या माणसाची – बांगीची – राहण्याची खोली होती. त्याच्या दरवाज्याबाहेर एक साठीचा गृहस्थ बसला होता. तो ज्या पद्धतीने बसला होता ते पाहता तोच बहुदा बांगी असावा असे इम्रानाला वाटले आणि ते खरे निघाले. इम्रानाबरोबर असणाऱ्या स्त्रीची अवस्था, तिची फाटलेली आणि गुजराती पद्धतीची साडी पाहता बांगीच्या बरेच काही लक्षात आले असावे. तो तातडीने उठला आणि त्याच्या मदतीने इम्राना त्या स्त्रीला दर्ग्यात घेऊन गेली. बाहेर अशी गिचमीड असली तरी दर्गा आतून मोठा होता. तिघेही दरवाज्याशेजारच्या नळावर वुजू करून आत गेले. आत बरीच माणसे असली तरी कमालीची शांतता होती. उजव्या बाजूस सलाहुद्दिन या संताची कबर होती. त्यावर अपेक्षेप्रमाणे बरीच कलाकुसर केलेली चादर पांघरलेली होती आणि समोर उदी लावलेली होती. वर असलेल्या छत्रीच्या कडेने लिहिले होते 'अल्लाहुम मफ्तहली आब्बाब रहमतिक – ऐ अल्लाह मेरे लिए अपने रहमतके दरवाजे खोल दे'. इम्रानाला वाटून गेले, निदान त्यावेळी त्या स्त्रीसाठी तरी हे फारच आवश्यक होते. अल्लाह जाऊ द्या निदान दर्ग्याच्या मुजावरने तिला आसरा देणे आवश्यक होते नाहीतर त्या स्त्रीवर तर आफत ओढवणार होतीच पण इम्रानाचीही मोठीच अडचण होणार होती. डाव्या बाजूस स्मशान होते. त्या पलीकडील जाळीमधून बरीच थडगी आणि त्याबाजूस उभे असणारे लोक दिसत होते. कदाचित त्यामुळेच दर्ग्यात गर्दीही अधिक असावी. दर्गा आतून होता मोठाच. त्याच्या अंतर्भागात एक विलक्षण शांत करणारे वातावरण होते.

फरशी गार होती. त्यांनी त्या स्त्रीला एका कोपऱ्यात बसवले. आतून पाहिल्यावर दर्गा तसा श्रीमंत वाटत होता. यामुळे एका क्षणासाठी इम्रानाला समाधान वाटून गेले, कारण असे असले तर या दर्ग्याला एका स्त्रीची काळजी घेणे अवघड जाणार नव्हते. पण दुसऱ्या बाजूला क्षणासाठी काळजीही वाटली. त्या काळजीचे कारण काहीसे गुतागुंतीचे होते. वस्तुस्थिती अशी आहे की, दर्गे म्हणजे संतांच्या समाध्या वा कबरी असतात. हे संतही कसे तर सूफी पंथांचे. त्यामुळे तेथील वातावरण कट्टरपंथी मुसलमानी जागांपेक्षा अधिक उदारमतवादी असते. म्हणूनच तेथे बायकांनाही येण्यास, नमाज पढण्यास परवानगी असते. कट्टर इस्लामी धर्माला या कुठल्याच बाबी अर्थातच मान्य नव्हत्या. पण हे सगळेच भारतात आधीच्या काळात अगदी सामान्य आणि सर्वमान्य होते. कडव्या, पोलिटिकल इस्लामच्या उदयानंतर त्यांनी याला विरोध करणे सुरू केले, अगदी भारतातही हा प्रकार चालू झाला. पण अनेक दर्गे श्रीमंत होते. त्यांच्याकडे महागड्या जमिनी होत्या. त्यांना मोठेच फॉलोइंगही होते. त्यामुळे त्यांना थेट विरोध करण्याऐवजी कट्टर पंथीयांनी त्यांच्यावर हळूहळू आपले वर्चस्व प्रस्थापित करायला सुरुवात केली होती. हे सर्व इम्रानाला अर्थातच माहीत असल्याने तिला एका क्षणासाठी काळजीही वाटून गेली.

ती बाईही काहीशी आश्वस्त झाल्यासारखी वाटली, कारण हे वातावरण तिला ओळखीचे होते. तिच्या ओळखीचे होते पण आपल्यापैकी अनेकांच्या नसणार, म्हणूनच ते कसे होते हे सांगण्याचा हा उपद्व्याप. पण ते असो, बांगी – त्याचे नाम अन्वर होते असे नंतर कळले – घाईघाईने जाऊन मुजावर सय्यदभाईला घेऊन आला आणि आपल्या बायकोलाही घेऊन आला. इम्रानाने सगळी हकीकत त्यांना सांगितली. तिने त्यांना हेही सांगितले की, तिच्या मते त्या स्त्रीवर अत्याचार झाले असावेत आणि ते बहुदा अहमदाबादेतल्या दंग्यात झाले असावेत. पण बाई काही बोलतच नाही. इम्राना पुढे म्हणाली, ''मी पोलीस अधिकारी आहे. खरं तर ज्यांनी तिच्यावर अत्याचार केले त्यांच्याविरुद्ध मी गुन्हा नोंदवला पाहिजे. पण आत्ताच्या वातावरणात तिला गुजरातेत पाठवण्यात अर्थ नाही. इथे मला ज्युरिसडिक्शन नाही. कायद्याच्या राज्यात ज्युरिसडिक्शनला फार महत्त्व असतं. कोर्टात खटला दाखल करायचा तरी पहिल्यांदा त्या कोर्टालासुद्धा त्या मॅटरसंदर्भात ज्युरिसडिक्शन आहे हे सिद्ध करावं लागतं, मी तर काय साधी पोलीस अधिकारी... आणि ही तर काहीच बोलत नाही. त्यामुळे आत्ता माझ्यासमोर

काही पर्याय नाही. पण हे माझे कार्ड ठेवून घ्या. ही जेव्हा काही बोलेल तेव्हा गरज लागली तर मला फोन करा. मी शक्य ते सर्व काही करण्याचा प्रयत्न करेन.''

असे म्हणून तिने त्यांना स्वतःचे व्हिजिटिंग कार्ड दिले आणि त्या स्त्रीला त्यांच्या हवाली केले. सय्यदभाई आणि अन्वरने ज्या आत्मीयतेने तिला स्वीकारले त्यामुळे इम्रानाला क्षणासाठी वाटलेली काळजी दूर झाली आणि ती घाईघाईने टॅक्सीत बसलेल्या आपल्या आजारी वडलांकडे निघून गेली.

अन्वरची पत्नी त्या स्त्रीला घेऊन आपल्या खोलीत गेली. तिने त्या स्त्रीला न्हाऊ घातले आणि बळेबळे खायलाही घातले. तिच्या शरीरावर अनेक जखमा होत्या आणि उघडपणे बलात्काराच्या खुणाही होत्या. तिला जे काही होत होते ते पाहिल्यास हिंदू असो वा मुसलमान, ब्राह्मण असो वा घांची तेली, शरीरावर सर्व गोष्टींचे परिणाम तेच होतात हे पाहणाऱ्यास जाणवले असते. पण ''तू कोण बाई?'' असे अनेकवार विचारल्यावरही ती उत्तर तेवढेच देत होती, ''औरत, मुसलमान, घांची तेली.'' स्वतःबद्दलही काही अधिक सांगत नव्हती, ना आपल्या आप्तांबद्दल. बाकी काही बोलायला, अगदी कण्हण्यासाठीसुद्धा ती तोंड उघडत नव्हती. फारच विचारले तर एकच उत्तर– ''औरत, मुसलमान, घांची तेली.''

डॉक्टरलाही बोलावण्यात आले. त्याने काय ते उपचार केले. पण इतर काही करण्याबाबत तोही चक्रावून केला. त्या दिवसानंतर जवळ जवळ तीन आठवडे ती नुसतीच पडून राहिली. तिच्यात काही करण्याचे त्राणच नव्हते. फक्त अधूनमधून जरा अंगात ताकद आली की, ती शरीर धूत बसे. हेच बरेच दिवस चालले. काही दिवसांनंतर अंगात थोडे त्राण आल्यावर ती उठून अन्वरच्या पत्नीला घरकामात थोडी मदत करू लागली. पण भाषेची अडचण होती. अन्वरच्या बायकोला उर्दूही येत नसे. ती केवळ मराठी बोले आणि ही स्त्री गुजराती आणि मोडके तोडके उर्दू. काही दिवसांनंतर तिला घराबाहेर चलण्याचा आग्रह केल्यावर ती थरकापून म्हणाली, ''नहीं नहीं, डर लागे छे... मने डर लागे छे–'' आणि घरातच बसून राहिली. नाही म्हणायला तीनएक आठवड्याने तिला पाळी आली, त्यावेळी तिने एक मोठा सुस्कारा सोडला, म्हणजे निदान असा भास अन्वरच्या बायकोला झाला. ती स्त्री त्यानंतर थोडीशी सैलावली खास. त्या नंतरही तिच्या वागण्यात फारसा फरक पडला नाही पण ती कधीकधी घराच्या दारातून

बाहेर पडून त्या दाराशेजारीच असणाऱ्या दर्ग्याच्या दारातून आत जाऊन तिथे बसू लागली. बाहेरूनही लोक, विशेषतः बायका, येऊन तिची आस्थेने विचारपूस करू लागल्या. हिचे उत्तर एकच होते, ''औरत, मुसलमान, घांची तेली.''

आता हिचे काय करावे, कोणाला विचारावे असा प्रश्न अन्वर आणि सय्यदभाई मुजावर यांना पडला. ती कायमच तर तिथे राहू शकत नव्हती. तिची जबाबदारी कोणीतरी घेणे आवश्यक होते.

एके दिवशी दर्ग्याच्या समोरच्या गल्लीत, अगदी अन्वरच्या दारासमोरच रात्रीच्या वेळी भरधाव आलेल्या एका गाडीने एका मोटरसायकलस्वाराला उडवले आणि त्यावेळी फारशी गर्दी नसल्याने गाडीवाला पळून जाऊ शकला. मोटरसायकलस्वार जबर जखमी झाला. तो चमत्कारिक शारीरिक अवस्थेत जमिनीवर पडून होता. आवाज ऐकून आजूबाजूच्या घरातून सगळे बाहेर धावले. ती स्त्रीही घराच्या दारात येऊन उभी राहिली. कोणीतरी पाणी आणले. कोणी ॲम्ब्युलन्सला फोन केला. मग इतर दोन-चार जण त्याला उचलून दर्ग्यात आणण्याच्या प्रयत्नाला लागले. ते त्याला हलवणार तेवढ्यात ती स्त्री पुढे झाली आणि आरडाओरडा करत ती त्यांना थांबवू लागली. तिचे बोलणेही धड कोणाला कळत नव्हते, पण ती उघडपणे त्या खाली पडलेल्या मोटरसायकलस्वाराला हलवण्यापासून त्यांना अगदी जिवाच्या कराराने थांबवत होती. अन्वर आणि त्याची बायको चाट झाले. त्यांनी तिला आवरायचा प्रयत्न केला. पण ती आवरेना आणि इतर कोणाला त्या खाली पडलेल्या स्वाराला हात लावू देईना. तेवढ्यात ॲम्ब्यसुलन्स आली. त्यातून डॉक्टर उतरला. त्याने त्या स्वाराकडे पाहिले मात्र आणि त्यानेही सगळ्यांना त्या स्वाराला उचलण्यापासून थांबवले.

तो म्हणाला, ''थांबा... हा कसा पडला आहे बघा तरी... त्याच्या मणक्याला दुखापत झाली आहे हे दिसत नाही तुम्हांला? त्याला वेडेवाकडे हलवले तर तो वाचला तरी पांगळा होईल... थांबा जरा... भाग्यच आहे तुम्ही त्याला आणखी हात नाही लावला ते.''

मग त्याने आणि त्याच्या साहाय्यकाने स्ट्रेचर काढून त्या स्वाराची मान विशिष्ट प्रकारे धरून त्यावर त्याला ठेवले आणि त्याची मान विशेष काळजी घेत जखडून टाकली. ॲम्ब्युलन्स गेली. लोकांनी इकडे तिकडे पाहिले तर ती स्त्री आधीच घरात निघून गेली होती. सगळेच चाट झाले होते. हिला कसे कळले? ती डॉक्टर तर उघडपणे नव्हती. अन्वरने तिला परत विचारले,

"बच्ची, कौन हो तुम? तुमने कैसे जाना कि उसे उठाना नहीं चाहिये? कुछ तो बोलो बेटी–" तिचे उत्तर एकच होते, "औरत, मुसलमान, घांची तेली."

नंतरच्या काही दिवसांत आणखी दोन घटना घडल्या. त्या थोडक्यात अशा. एकदा अपरात्री एक गरीब कुटुंब आपल्या लहान मुलाला घेऊन दर्ग्यात आले. त्यांनी तिथे माथा टेकला आणि त्या मुलाच्या आईने रडायला सुरुवात केली. तिच्या मुलाला सणकून ताप भरला होता, तो थडथडत होता आणि त्याला आकड्या येऊ लागल्या होत्या. जवळचा नेहमीचा डॉक्टर तातडीने उपलब्ध नव्हता आणि मोठ्या इस्पितळात जाण्याइतके पैसे त्यांच्याजवळ नव्हते. त्या मुलाला त्यांनी बऱ्याच पांघरुणांत गुंडाळून आणले होते. पूर्वापारच्या समजुतींप्रमाणे अन्वरच्या पत्नीने त्याच्यावर आणखी काही पांघरुणे घातली. त्यावर त्या स्त्रीने घाईने येऊन ती सगळी पांघरुणे तर काढून टाकलीच पण त्या मुलाला उघडा करून वर पंखा लावायला भाग पाडले. तेवढ्याने भागेना असे म्हटल्यावर तिने त्याला स्वतःच्या मांडीवर घेऊन कोमट पाण्याने अंघोळच घातली. पूर्वीचा अनुभव असल्याने अन्वरने त्याच्या आईवडलांना आवरून तिला हवे तसे करू दिले. थोड्या वेळात त्या मुलाचा ताप आटोक्यात आला. मग सकाळी ती म्हणाली, "डॉक्टर... पछी जल्दी डॉक्टरनू पास ले जावानू..." आणि तिने त्यांना डॉक्टरकडे पिटाळले. संध्याकाळी ते आईबाप आले ते हिच्या पाया पडायलाच. मुलाला परत प्रचंड ताप भरल्याने मुलगा ससून हॉस्पिटलात ॲडमिट होता पण डॉक्टर त्यांना म्हणाला होता, "एवढा जास्त ताप डोक्यात जाऊन कायमचा भयानक परिणाम होऊ शकतो. त्याचा ताप तुम्ही सांगता त्यावरून त्या तुमच्या ओळखीच्या बाईने बरोबर उतरवला. अशा वेळी खूप पांघरुणं घालायची ही अगदी चुकीची कल्पना आहे. तिनं असं केलं नसतं तर पोर हाताला लागलं नसतं. लक्षात ठेवा या पुढं."

काहीच दिवसांनी दर्ग्यात बऱ्याच गर्दीमुळे वुजू करण्याच्या जागेजवळ जमिनीवर पाणी सांडले होते. त्यावरून पाय घसरून एक म्हातारी पडली आणि तिच्या हाताला बरीच दुखापत झाली. किंबहुना तो फ्रॅक्चर झाल्याचे उघड दिसतच होते. त्यावेळी आपल्या या स्त्रीने तिचा हात एक फळकूट घेऊन अशा प्रकारे बांधला की, डॉक्टरकडे गेल्यावर त्याने त्याचे कौतुक केले होते. तिला समाजाची मान्यता मिळण्यासाठी एवढे पुरेसे होते. ती डॉक्टर नव्हती हे उघड होते. ती बहुदा नर्स असावी. आजूबाजूला गरीब

कायम राहिली, पण त्याची तीव्रता आणि वारंवारिता कमी झाली. ती बहुधा जुनी खोड असावी. तिचे खांदे पडलेले आणि एकमेकांच्या दिशेने काहीसे पुढे झुकलेले असत– ज्याकरवी तिच्या छातीचा उभार अधोरेखित होणे थांबेल. ही सवय मात्र नवी होती. त्याने तिला कायमची पाठदुखी चालू झाली.

तरी २०१४ साली मोदी सरकारचे राज्य आल्यावर ती काही दिवस परत प्रचंड अस्वस्थ झाली. दर्ग्यातून बाहेर जायला तिने पूर्ण नकार दिला. बोलली काहीच नाही पण अनेक दिवस प्रचंड अस्वस्थ झाली. परत तिच्या पूर्वीच्या अवस्थेला जाते का काय अशी भीती इतरांना वाटू लागली. पण काही दिवसांनी ती त्यालाही सरावली. शक्य तितकी दर्ग्याच्या परिवारात मिसळून गेली. परत एकदा माणसांत आली. पण या प्रसंगाने तिच्या चेहऱ्यावर दिसणारे तिचे वय दुपटीने वाढलेले दिसू लागले. पूर्वी ती बुरखा तर घेत नसे आता जवळपास कोणाकडे जाताना ती कधी कधी बुरखाही घेऊ लागली. आणि जरा लांब जाताना उलट बुरखा न घेता कधी कधी कुंकू लावू लागली. त्यालाही एक कारण होते. ते आपण पुढे पाहू.

***

वस्ती मोठ्या प्रमाणावर होती. लोक तिच्याकडे छोट्यामोठ्या आजारां दिवसरात्र येऊ लागले. कोणी तिला जमेल तेवढे पैसैही देऊ ला दर्ग्याची मॅनेजिंग कमिटी, त्यांचा सर्वेसर्वा मुजावर सैयदभाई आणि अ यांनी निर्णय घेतला की, त्या स्त्रीने आता दर्ग्यातच म्हणजे खरेतर अन्व घरीच राहावे. तिने इतर कुठेही जाण्याची आवश्यकता नाही.

ती स्वतःचे नाव सांगत नसल्याने लोक तिला म्हणू लागले ''नर्सबे पुढे अनेक वर्षे गेली. २०१८ साल उजाडले, अन्वर जख्खड म्ह झाला, त्याची पत्नी निवर्तली, नर्सबेनला बऱ्यापैकी मराठीही बोलता लागले, पण तिला आपण कोण हे कधीच आठवले नाही. निदान कोण?'' या प्रश्नाला ती उत्तर तरी तेच द्यायची– ''औरत, मुसल घांची तेली.''

आपल्या कादंबरीच्या मर्मस्थानी असलेल्या घटनेपर्यंत नर्सबेन राहिली. तिला हळूहळू थोडी थोडी मराठी भाषा येऊ लागली. अनेक गरीब आजारी लोक तिच्याकडे येऊ लागले. साध्या आजारांसाठी ती त्यांना मदत करू लागली तर गंभीर प्रकरणांसाठी डॉ पाठवू लागली. तिला समाजात मोठा मान होता पण ती कु सोहळ्यात सामील होत नसे. दर्ग्यात उरूस, म्हणजे त्या संताचा मृत्यु त्याची मयंती किंवा पुण्यतिथी. पण सूफी पंथाच्या प्रथेप्रमाणे तो आनंदाचा दिवस, कारण त्या दिवशी त्या संताचे परमात्म्याशी ल असे ते मानतात. त्या लग्नाचीच ती मिरवणूक असते आणि म कव्वाली, जलसे. या कशातही नर्सबेनने कधीही भाग घेतला नाही. कधी कोणा सामान्य व्यक्तीच्या लग्न सोहळ्याला गेली. ती द पडलीच तर ते कोणाच्या घरी आजारपण आले असले तर त्याला भे

याचा आणखी एक अर्थ असा की, ती आता 'एकटी पडल असे म्हणता येत नसले तरी ती तशी एकटीच होती, आजच्या असणारा एकटेपणाचा शाप तिच्याबाबत जरा जास्तच तीव्र होता

अशा प्रकारे नर्सबेन आपल्या आयुष्यातले भोग भोगत राहि समाधानी झाली असे कधीच म्हणता येणार नाही. पण ती काही निश्चित झाली. ती निदान माणसांत उरली... जसाजसा वेळ जाऊ तसतशी ती अधिकाधिक माणसांत येऊ लागली. क्वचित हसूही स्वतःहून नाही तरी कोणी प्रयत्न केला तर सहज संवाद साधू लाग उजवा खांदा आणि हनुवटी एकदम झटक्याने एकमेकांकडे येण्या

। विभाकर - २

आपण आधी पाहिल्याप्रमाणे, २००२ साली, म्हणजे नर्सबेन पुण्याला आली त्याच वर्षी प्रभाकर या आपल्या धाकट्या भावाच्या आग्रहाला मान देऊन विभाकर इंदोरात स्थायिक झाला. तोपर्यंत प्रभाकरलाही किडनीचा त्रास होऊ लागल्याने तो मुदतीआधीची रिटायरमेंट घेऊन इंदोरात आला होता.

इंदोरात एक मराठी लोकांची, त्यातही अधिकतर ब्राह्मणांची आणि इतर उच्च जातवाल्यांची एक सोसायटी आहे. तिथे अधिकतर बंगले आहेत. प्रभाकरने त्यातीलच एका प्लॉटवर बऱ्यापैकी आलिशान – म्हणजे इंदोर या शहरातल्या त्या सोसायटीतील इतर बंगल्यांच्या मानाने आलिशान– बंगला बांधला होता. त्याने थोडे स्वतःचे पैसे घालून आणि थोडे विभाकरचे पैसे वापरून, विभाकरला एक छोटा फ्लॅट घेऊन दिला होता. दोघांना एकमेकांच्या घरी चालत तीन मिनिटांत जाता येत असे, इतके ते जवळ राहू लागले होते. प्रभाकरला स्वतःचे मूलबाळ नव्हते. त्याने तोपर्यंत आपल्या दोन्ही मूकबधिर भावंडांच्या मुलांची जबाबदारी उचलली होती. त्यांची शिक्षणेही त्याच्या घरीच राहून झाली होती. मोठा कमलाकर. त्याचे आधीच निधन झाले होते हे आपल्याला आठवत असेलच. त्याच्या तीनही मुलांची लग्नेही तोपर्यंत झाली होती. सर्व आपापल्या उद्योगात चांगल्यापैकी सेटल झाले होते. मोठा मुलगा तर अमेरिकेत होता. सॉफ्टवेअरमध्ये भरपूर पैसे कमवत होता. जेवणाचे डबे करून देऊन जिने त्याला मोठे केले होते त्या त्याच्या आईला आणि कॉलेजची बरीच वर्षे ज्यांच्या घरी काढली त्या त्याच्या काकूला त्याने अमेरिकेची वारीही करून आणली होती. विभाकरला लग्नानंतर लगेचच एक मुलगी झाली होती. त्यावेळी त्याचे आणि त्याच्या पत्नीचेही वय बरेच असल्याने, आणि इतर परिस्थितीही आपण पाहिली त्याप्रमाणे असल्याने आता आणखी मुले नको असे प्रभाकरने विभाकरला

पटवून दिले होते आणि विभाकरने ते नेहमीप्रमाणे आनंदाने स्वीकारले होते. ही मुलगी अधिकतर आपल्या काकाकडेच राहत असे. थोडक्यात विभाकरलाही आता तशी पैशांची चिंता नव्हती.

पण चिंता नव्हती म्हणजे काय तर उद्या काय खाऊ याची चिंता नव्हती. होती तशी गरिबीच. आजारपण आले तर काय करायचे, म्हातारपणीही आधार द्यायला एकच मूल, त्यातून ती मुलगी, असे प्रश्न होतेच. आणि विभाकर होताही ठणठणीत. नुसते घरी बसून तरी काय करायचे? त्याने आपल्या राहत्या फ्लॅटमध्येच शिंपीकामाचा व्यवसाय चालू केला. खरे पाहता तयार ब्रँडेड कपड्यांचा जमाना चालू होऊन बराच काळ लोटला होता. पण ती सोसायटी वेगळ्या काळात जगणाऱ्यांची होती. एकंदरीने तिथले वातावरण १९६० च्या दशकात फ्रीझ झालेले होते. निदान त्यातील विभाकरच्याच वयाची वा त्याहीपेक्षा मोठी अनेक मराठी ब्राह्मण मंडळी, आधीच्याच काळात जगत होती. आणि सोसायटीत अशीच मंडळी अधिक होती. या ब्राह्मण कुटुंबांतील बहुतेकांचे पुढच्या पिढीतले बहुतेक सारे अमेरिकेत आणि उरलेले निदान पुण्या-मुंबईकडे होते. सकाळी उठावे, दाराशी आलेल्या भाजीवाल्याकडून भाजी घ्यावी, ते करतानाच एकमेकांशीही काही संपर्क साधावा, उन्हे फार चढण्याच्या आत म्हातारपणी जी 'बँकेची कामे' असतात ती उरकावी, दुपारी वामकुक्षी घ्यावी, संध्याकाळी सोसायटीतल्या भल्यामोठ्या देवळात भजनाला जावे किंवा गीतापठणाच्या क्लासला जावे आणि रात्री थोडेसे राजकारणावर बोलून, नंतर अमेरिकेतल्या मुलांबरोबर स्काइप करून, नातवंडे पाहावीत, मुली-सुनांना मराठी स्वयंपाकाच्या रेसिपी सांगाव्यात, असा त्यांचा दिवस जात असे. आपल्यासाठी महत्त्वाचे असे की, यापैकी अनेकांनी अमेरिकेहून छातीवर 'कॅलिफोर्निया', 'न्यू जर्सी', 'न्यूयॉर्क' वगैरे लिहिलेले टी शर्ट वगैरे आणले असले आणि वर ते आणि खाली शॉर्ट वगैरे घालून ते सकाळी वा संध्याकाळी वॉक करायला जात असले तरी त्यांना शिंप्याने आपल्या मापाने शिवलेले काही कपडे तरी लागत. त्यामुळे विभाकरचा धंदा तर बऱ्यापैकी चालू लागलाच पण त्याला एकंदर सांस्कृतिक दृष्टीनेही छोट्या गावातून मोठ्या शहरात येऊनही फारसा फरक जाणवला नाही.

त्यानेही आपला दिनक्रम वरीलप्रमाणेच चालू केला. त्यात फरक एवढाच की त्याला दिवसातले चार-सहा तास तरी शिंपीकाम असे आणि तो रोज सकाळी आपल्या ग्राउंड फ्लोअरवरच्या फ्लॅटसमोर लावलेल्या

पारिजातकाची वा इतर कुठली फुले आपल्या धाकट्या भावाच्या बंगल्यावर घेऊन जाई, वहिनीने बनवलेला चहा पीत पेपर वाचे आणि घरी परत येई. त्याचा बराच वेळ तल्लीन होऊन शांतपणे पूजा करण्यात जाई. पूजा करणे तो त्याच्या आईकडून शिकला होता. सकाळी भाजी घेताना भाजीवाल्याबरोबर आवाजरहित आणि अत्यंत शांतपणे पण बराचकाळ भाजीच्या भावावरून घासाघीस करणे त्याला फार आवडे. नीट स्वच्छ दाढी करणे वा त्या वेळी तो दाढी वाढवण्याच्या फेजमध्ये असला की, ती नीटपणे कोरून तिला हवा तो आकार देणे, केस चोपून मागे बसवणे अशा गोष्टी त्याला अत्यंत निगुतीने आणि शांतपणे करायला आवडत. दाढी आणि मिशी यांच्याशी खेळ करणे तर त्याला एखाद्या बालकाप्रमाणे आवडे- म्हणजे बालकांना दाढी, मिशी येत असती तर. कधी भगतसिंगाप्रमाणे आकडे असलेल्या मिशा तर कधी टिळकांच्या मिशांसारख्या झुबकेदार तर, कधी हिटलरी मिशा. दाढी कधी बुल्गॅनिन पद्धतीची छोटी, तर कधी मौलाना अब्दुल कलामांसारखी टोकदार, तर कधी ऋषीमुनींसारखी नुसतीच भरघोस तर कधी मुसलमानांसारखी कोरलेली अक्कडबाज. कपडेही धुऊन आले की, तो ते नीट घडी करून झोपायच्या गाद्यांखाली ठेवून देई. दुसऱ्या दिवशी त्याला काहीशी इस्त्री झालेली असे. हे तो अगदी घरच्या पायजमा-कुडत्याबाबतही करत असे. आणखी काही अत्यंत आवडीच्या बाबी म्हणजे त्याच्या छोट्याशा घरातील सर्व सामान आणि विशेषतः त्याचे शिवणाचे मशिन घासूनपुसून साफ ठेवणे. हे करत असतानाच्या त्याच्या सर्वच हालचालीत एक शांत, संयत, समाधानाचा भाव असे. आणि बोलता वा ऐकताच येत नसल्याने शांतता तर असेच असे. त्याला कधीच कंटाळा येत नसे हे त्याचे एक वैशिष्ट्यच होते. काही तरी काम असेच आणि ते नसले तर तो कितीही काळ त्याच्या घरातल्या जुन्या लाकडी आरामखुर्चीवर डोळे उघडे ठेवून, वाऱ्यावर हलणाऱ्या समोरच्या पडद्याकडे बघत शांतपणे बसून राहू शके. एकटेपणा लहानपणापासूनच त्याच्या पाचवीला पूजलेला होता. त्याच्या एकटेपणाचा संदर्भ आजच्या विखंडीकरणाशी नव्हताच. या दोन्हीच्या मिश्रणातून कदाचित असेल पण निदान बाहेरून पाहताना तो एकटेपणात शांत आणि स्वस्थ आहे असेच वाटत असे. तरी रस्त्यात चालताना मात्र कधीकधी आवाजहीन प्रकारे का होईना पण स्वतःशीच हातवारे करत बोलण्याची त्याला सवय होती. संध्याकाळी वा रात्री, तो घरचा ब्लॅक अँड व्हाइट

टी.व्ही. बघत बसे. बघत म्हणजे खरोखर बघत, कारण ऐकू येण्याचा प्रश्नच नव्हता. डोळ्यांसमोर हलणारी चित्रे त्याला पुरेशी असत. त्याचा मेंदू तल्लख होता पण त्याच्या शारीरिक अवस्थेमुळे आणि इतिहासामुळे तो काही बाबतीत उत्तम प्रगत झाला असला तरी काही बाबतीत अगदीच बाल्यावस्थेत राहिला होता.

असे त्याचे सर्व रुटीन एकाअर्थी कालबद्ध असे, अगदी घड्याळ पाहून चालणारे असे. पण दुसऱ्या बाजूने पाहता ते इतके निवांत आणि त्याच क्रियांची वारंवारिता असणारे असे की, दिवसरात्र सोडता काळाला जणू अर्थच उरला नव्हता. या त्यांच्या रुटीनला मध्ये काही काळ तडा गेला. झाले असे की प्रभाकरच्या डॉक्टरने त्याला सांगितले की, आता त्याच्या किडनीची अवस्था फारच वाईट झाल्यामुळे किडनीचे प्रत्यारोपण हा एकमेव इलाज उरला आहे, आणि या सर्व कुटुंबाचे स्वास्थ्यच हरवले. पहिले काही दिवस विभाकरला फक्त आपला भाऊ जरा जास्तच आजारी आहे एवढेच कळले होते. प्रत्यारोपण इत्यादी त्याला समजावून कसे सांगायचे हा एक मोठा प्रश्न होताच, पण ''तू मला किडनी दान करशील का'' असे त्याला विचारावे अशी हिंमतही प्रभाकरला झाली नव्हती. उघडपणे जवळच्या नात्यातील कोणाची किडनी मॅच होण्याची शक्यता अधिक असते. हे लक्षात घेऊन घरच्याच कोणीतरी, बहुदा थोरल्या कमलाकरच्या मुलीने मोठे कष्ट घेऊन विभाकरला किडनी म्हणजे काय, शरीरातून विषारी द्रव्ये गाळून काढण्याचे महत्त्वाचे काम ती कशी करते, ती कुठे असते, किडनीची एक जोडीच प्रत्येकाच्या शरीरात निसर्गाने कशी दिली आहे, त्यातली एकही कशी पुरेशी असू शकते, तिचा विकार बरा कसा होत नाही, पण ती कोणी कोणाला दान मात्र कशी करू शकतो हे सर्व समजावून सांगितले आणि तू प्रभाकरला तुझी एक किडनी देऊ शकतोस असे आडवळणाने सुचवले. हे सर्व ध्यानात आल्यावर विभाकर त्याची किडनी प्रभाकरला द्यायला एका पायावर तयार झाला. त्याने फक्त एकच प्रश्न विचारला- ''मी एका किडनीवर जगू शकतो का?'' या प्रश्नाला डॉक्टरने, ''हो'' असे उत्तर दिल्यावर त्याच्या मनात कुठलीही शंका कधीही उद्भवली नाही. डॉक्टरकडे गेल्यावर डॉक्टरने त्याला हे सगळे नीट कळले आहे ना, तो मूकबधिर असल्याने कोणी त्याचा गैरफायदा तर घेत नाही ना याची खातरजमा केली आणि किडनी मॅच होण्यासंबंधी सर्व तपासण्या केल्या. ती सुदैवाने मॅच होत होती. विभाकरचा समाधानी चेहरा अधिकच समाधानी झाला. ऑपरेशन

यशस्वी झाले आणि दोन्ही भावांनी एकमेकांना कडकडून मिठी मारून भरपूर रडून घेतले.

२०१६ साली कमलाकर ज्या मावशीकडे पुण्याला राहत होता, तिचा नातू, म्हणजे या तिन्ही भावंडांचा मावस भाचा इंदोरला आला. तो वयाने यांच्यापेक्षा थोडाच लहान होता. विभाकरचे आयुष्य बहुतांशी सीतामाऊ या दूरच्या छोट्या गावात गेल्याने त्याला हा भाचा फार वेळा भेटला नव्हता पण प्रभाकरचे बरेच आयुष्य मुंबईला गेल्याने आणि मामा-भाचा असले तरी त्यांच्या वयात फारसा फरक नसल्याने, त्याची आणि या भाच्याची चांगलीच जवळीक होती. भाचा सिनेमा दिग्दर्शक होता. त्यातही तो प्रायोगिक वा आर्ट फिल्म म्हणतात तसले सिनेमे बनवी. त्याचे काही सिनेमे, निदान कलात्मक सिनेमांच्या छोट्या वर्तुळात का होईना, पण राष्ट्रीय स्तरावर बऱ्यापैकी गाजले होते. या क्षेत्रातल्या - लार्जर दॅन लाइफ म्हणतात तशा - अनंत अडचणींमुळे म्हणा, कलाक्षेत्रातल्या राजकारणामुळे म्हणा, त्याच्या व्यक्तिगत आयुष्यातल्या पेचांमुळे म्हणा, मुंबईसारख्या शहरात आणि आजच्या भांडवलशाहीच्या युगात असणाऱ्या कधीच न शमणाऱ्या भौतिक सुखांच्या- कन्स्युमरिझमच्या- भुकेमुळे म्हणा, कलाक्षेत्रात त्याला पुरेशी वाटेल इतकी मान्यता न मिळण्याच्या वास्तवामुळे म्हणा, या भाच्याला डिप्रेशन आणि वैफल्याने घेरलेले होते. समाधानी होण्याचे अनेक मार्ग चोखाळायचा अयशस्वी प्रयत्न करून तो थकला होता. तो आला, त्याने विभाकरला पाहिले, त्याच्याबरोबर काही दिवस घालवले आणि त्याला प्रचंड प्रश्न पडायला लागले. विभाकरचे समाधान कशातून निर्माण होते? त्याला काहीच अपुरे असल्याची, न मिळाल्याची, वैफल्याची, रिझेंटमेंटची भावना नाही? असे का? त्याचे विश्वच छोटे आहे, जगात आज काय काय होऊ शकते, काय काय करता येते याचा अंदाजच नाही, आणि त्यामुळे आपले काय हुकले-हरवले, आपण आपले व्यक्तिमत्त्व जेवढे शक्य तेवढे फुलवू कसे शकलो नाही, तेच त्याला कळत नाही म्हणून? त्याला आधुनिकतेचे वारेच लागले नाही म्हणून? असे असले तर हा इनोसन्स काही त्याने कमावलेला नाही, हे समाधान काही त्याने कमावलेले नाही. तो निव्वळ नशिबाने झालेला अपघात. आणि खरेतर त्याने गमावलेच अधिक असेच म्हणायला हवे. आणि हे तर खरेच होते. त्याला या असमाधानातून नशिबानेच वाचवले होते. कमलाकरचे, त्याच्या मोठ्या भावाचे काय झाले, त्याने आत्महत्या करण्याचा प्रयत्न कसा केला

ते आपण पाहिलेच. असमाधान अशा कारणांनी टळणे हे खरे नव्हे. पण त्याच वेळी विभाकरचे समाधान या निव्वळ निगेटिव समाधानापेक्षाही पलीकडचे आहे असेही भाच्याला जाणवत होते. त्याचा पुरावा होता त्याने इतक्या सहजपणे केलेले किडनी दान. एवढेच कशाला, या भाच्याला भेटल्यानंतर, त्याचे सिनेमे बनवणे, त्या क्षेत्रातील यश, इत्यादींबाबत माहिती कळल्यानंतर विभाकरच्या चेहऱ्यावर जे निर्मळ कौतुकाचे हसू फुटले त्याने तर भाच्याची याबाबत खात्रीच झाली. दुसऱ्या कोणाच्या तरी आनंदात इतर कोणी स्वतः इतका आनंदी होऊ शकतो? विभाकरला आनंदी होण्यासाठी कोणाचेही काहीही चांगले झालेले बास होई. भूतकाळातल्या काही छोट्या आनंददायक क्षणांच्या आठवणीही पुरेशा होत. त्याला असूया वगैरे बाबी जणू माहीतच नव्हत्या. विभाकरच्या या समाधानाचे आणि त्यामागील निगेटिव आणि पॉझिटिव अशा दोन्ही कारणांच्या गुंतागुंतीचे भाच्याला अतिशय अप्रूप वाटले आणि त्याने विभाकरवर - विशेषतः सांप्रतकाळच्या सार्वत्रिक असमाधानाच्या पार्श्वभूमीवर उठून दिसणारे विभाकरचे समाधान या अंगाने -एक डॉक्युमेंटरीच बनवण्याचे ठरवले आणि पुढच्या महिन्यात सर्व जामानिमा घेऊन तो इंदोरात हजर झाला.

शूटिंगच्या त्या दहा दिवसांत विभाकरचे रुटीन बदलून गेले. त्याला अर्थातच या सगळ्याचे मोठेच अप्रूप होते. पण त्याने त्याच्या जीवनाला सामोरे जाण्याच्या पद्धतीत, नेहमीच्या वागणुकीत फारसा फरक पडला नाही. एका वेगळ्याच अनुभवाला तो ज्या नैसर्गिक सहजतेने इतर जीवन जागत असे त्याच सहजपणे भिडला. त्याने अत्यंत मजेने त्यात भूमिका निभावली. त्याने तो सर्व प्रोसेसच अत्यंत आनंदाने आणि लहान मुलाला असते तशा उत्सुकतेने अनुभवला. त्याच्या या आनंदातही बालिशपणा, औत्सुक्य आणि उरलेल्या कोणाला तरी जे हवे आहे ते आपण त्याच्यासाठी करण्यातले समाधान असा सर्व गोष्टींचा संगम होता. तो डॉक्युमेंटरीत अत्यंत सहजपणे वावरला. विभाकर दिसायला जरी थोडासा उग्र असला तरी होताही देखणा. धारदार नाक, मोठे कपाळ आणि मुख्यतः अद्भुत गुलाबी कांती आणि नितळ त्वचा त्याला निसर्गानेच दिली होती. नाही म्हणायला त्याचे दात थोडे पिवळट, जास्त मोठे आणि त्यामुळे थोडे वेडेवाकडे असे होते. पण ते बहुतेकदा दाढीमिशांनी झाकले जात. त्याचे डोळे घारे होते आणि तो काहीच न करता स्वस्थ बसला की, ते काहीसे निस्तेज वाटत, त्यामुळे तो नुसताच शांत बसला की, त्याची ती शांतता, समाधान अंमळ

पोकळ आहे हे जाणवे. पण तो हसायला लागला की, तेच डोळे एखाद्या लहान बाळासारखे चमकत हे आपण आधीच नोंदविले. ही गुंतागुंतच तर भाच्याला टिपायची होती आणि त्यात तो चांगलाच यशस्वी झाला. डॉक्युमेंटरी लवकरच तयार झाली.

डॉक्युमेंटरीतले अनेक शॉट्स तिच्या विषयाला फार उत्तम प्रकारे उलगडून दाखवणारे झाले होते. त्यातल्या एका शॉटमध्ये विभाकर पूजा करताना दिसतो आणि भाचा त्याला विचारतो, ''तुझा देवावर इतका विश्वास आहे पण या देवानेच तुला मुका-बहिरा केले. त्याचा तुला राग नाही येत?''

विभाकर त्याला काही प्रमाणात बोलून तर काही प्रमाणात हातांच्या खुणेच्या भाषेत सांगतो, ''नाही. कित्येक माणसे तर लुळीपांगळी असतात. स्वतःचे आयुष्य स्वतः जगू शकत नाहीत, दुसऱ्यावर अवलंबून असतात. ती दिसतातच किती दुर्दैवी. मी किती छान. मला तशी कुठलीच अडचण नाही. कमावतो... बायको, मुलगी, घर, आत्मसन्मान आहे... आनंदात आहे.''

दुसऱ्या एका शॉटमध्ये विभाकर त्याच्या घराबाहेर गेटजवळ उभा असलेला दिसतो. एक आंधळा माणूस भजने म्हणत येतो. आजूबाजूचे लोक त्याला थांबवतात कारण तो अद्‌भुत आवाजात भजने म्हणतो आहे. विभाकर काहीही ऐकू येत नसताना इतरांच्याबरोबर शांतपणे उभा राहतो. उरलेले अनेक हालचाली करतात, काही तर अर्ध्यातून निघूनही जातात. विभाकर गाणे संपेपर्यंत इकडे तिकडे थंड नजरेने बघत उभा राहतो. काहीजण गाणाऱ्याला पैसे देतात. विभाकरही त्याला पैसे देतो आणि उत्स्फूर्तपणे त्याच्या पाठीवरून मायेने हात फिरवतो.

डॉक्युमेंटरी झाली चांगली आणि हृद्य. ती देशीविदेशीच्या अनेक महोत्सवात दाखवली गेली. विभाकर अर्थातच फारसा कोठे गेला नाही. पण त्याच्यासाठी विशेष म्हणून प्रत्येकी एक खेळ इंदोर आणि मुंबईत केला गेला. या दोन्ही खेळांच्या वेळी विभाकर उपस्थित होता. दोन्ही खेळांच्या वेळी सिनेमाच्या शेवटी प्रेक्षकांनी टाळ्यांच्या गजरात त्याचे अभिनंदन केले आणि एखाद्या सरावलेल्या, कसलेल्या यशस्वी अभिनेत्याने वा नेत्याने ते स्वीकारावेत त्या आत्मविश्वासाने त्याने ते स्वीकारले. त्याच्यासाठी हे आयुष्यातले सोन्याचे दिवस होते. त्याचा आनंद त्याने मनसोक्त लुटला. ते संपल्यावर तो परत इंदोरला गेला आणि जणू काही झालेच नाही अशा

प्रकारे आपले आधीचे आयुष्यही पूर्वीच्याच समाधानात जगू लागला. याचे तर भाच्याला अधिकच कोडे वाटून गेले! अचानक मिळालेल्या मान्यतेचा, कीर्तीचा - मग ती थोडी का असेना - एवढा सहज स्वीकार आणि त्यानंतर परत इतक्या सहजपणे आधीचे आयुष्य! या सगळ्यानंतरही विभाकर त्याच्यासाठी कोडे बनूनच उरला.

या डॉक्युमेंटरीला पुण्याच्या एका महोत्सवात बक्षीस मिळाले. त्या निमित्ताने त्याचा पुण्यात एक विशेष खेळ लावण्यात आला. विभाकरला त्यासाठी खास बोलावण्यात आले. तो आगगाडीचा प्रवासही त्याने त्याच्या नेहमीच्या बालसुलभ आनंदाने केला. आणि या त्याच्या पुण्याच्या वास्तव्यात आपल्या कादंबरीतली ती विशिष्ट कळीची घटना घडली.

***

अगस्ती - २

१९९० ते २००० सालापर्यंत केवळ भारत देशात प्रचंड फरक पडले नाहीत तर अगस्ती आणि मृदुलेच्या नात्यात आणि जीवनातही पडले. काव्याचे वागणे अधिकाधिक समस्याग्रस्त होत गेले. शी, शू अमुक एका ठिकाणी करावी असा सामाजिक संकेतही तिला जणू मान्यच नव्हता अशा प्रकारे ती वागू लागली. बाहेर जाताना चांगले कपडे घालण्यास ती तीव्र नकार देऊ लागली. तिच्या हातांच्या हालचाली ''क्लम्झी''- बेडौल - आधीपासूनच होत्या. त्यांचे तसे असणे वाढले. साधे चमच्याने खीर खाणे तिला जड जाऊ लागले. जणू तिचे स्नायू तिच्या आवाक्याबाहेरच होते. असे झाल्यावर ती हसू लागे आणि अगस्ती प्रमाणाबाहेर चिडत असे. शाळेतला तिचा परफॉर्मन्स फारच वाईट होऊ लागला. ती शाळेत जायलाच प्रचंड घाबरायला लागली. शेवटी तिने एकदा शाळेतच जाणेच नाकारले, तेव्हा शेवटी अगस्ती तिला सायकिॲट्रिस्टकडे घेऊन जायला तयार झाला. तिथे गेल्यावर काव्याला मध्यम ते तीव्र ऑटिझमचा त्रास आहे हे स्पष्ट झाले. सायकिॲट्रिस्टने ऑटिझमची पुढील लक्षणे सांगितली-

१. अशी माणसे दुसऱ्याशी संपर्क प्रस्थापित करू शकत नाहीत. प्रथमदर्शनी ते लाजाळू वाटतात, पण ते तसे नसते. त्यामुळे सामाजिक संपर्क, मैत्री अवघड. एकटेपणातच समाधानी.

२. स्वतःला काय होत आहे हे नक्की न समजणे.

३. दुसऱ्याचा दृष्टिकोन ध्यानातच न येणे.

४. विशिष्ट प्रकारचे - इस्त्री केलेले कपडे घालणे, भेटल्यावर अभिवादन करणे, भाषेचा कुत्सित वा औपरोधिक वापर इ. - सामाजिक संकेत मान्य नसणे किंवा ध्यानातच न येणे.

५. त्यामुळे अशी माणसे उद्धट आहेत असे इतरांना वाटते.

६. तेच तेच परत परत बोलणे, त्याच त्याच क्रिया परत परत करणे.

७. डिप्रेशन, घबराट होणे.

८. काही विशिष्ट गोष्टींमध्येच रस असणे.

९. ''क्लम्झी'' असणे. हालचाली बेंगरूळ असणे, कोऑर्डिनेशन जाणे.

१०. एखाद्या आवाजाविषयी वा गोष्टीविषयी अतिसंवेदनशील असणे.

११. तेच तेच रुटीन असणे आवडणे.

१२. अशा काही व्यक्तींच्या नैतिक भावना अत्यंत तीव्र असू शकतात.

सायकिॲट्रिस्ट पुढे म्हणाला, ''अशा व्यक्तींना अनेकदा सामान्य जगणेच अशक्य होते. त्यांचे डिप्रेशन वाढले तर ही आत्महत्या करण्यापर्यंत त्या जाऊ शकतात. या आजारावर पूर्ण इलाज नाही, पण तो आटोक्यात राहील, काव्याला काही किमान प्रमाणात सामान्य प्रकारे स्वतंत्र जीवन जगता येईल इतपत इलाज नक्कीच उपलब्ध आहेत. मेडिकल सायन्स वेगात प्रगती करत आहे. पुढल्या काही वर्षांत कदाचित काही ब्रेक थ्रू मिळेलही. या आजारावर जोरात संशोधन चालू आहे. यासाठी अर्थात प्रदीर्घ उपचारांची आणि इतरांनी तिच्याबरोबर वागण्यात काही बदल करण्याची आवश्यकता आहे.''

अगस्ती काही काळ खचून गेला. आपले चुकले, आपण तिला आधीच डॉक्टरकडे न्यायला हवे होते हेही त्याने सासऱ्यांसमोर मान्य केले. तिला दिलेली औषधयोजना त्याने तातडीने चालू केली गेली. प्रश्न होता तिच्याबरोबर वागण्यात बदल करण्याचा. ते त्याच्यासाठी अवघड होते. अगस्ती त्याविषयी फार न बोलता थेट बोटीवर निघून गेला.

त्याला मुख्यत्वे अशी शंका येऊ लागली की, आपणही ऑटिस्टिक आहोत का काय? का आपले वडील फार कडक होते म्हणून आपले वागणे काहीसे वेगळे आहे? आपल्या कुठे मैत्र्या होतात? आपल्याला गोष्टी विशिष्ट पद्धतीनेच लागत नाहीत का? आपला सेक्स वर्षानुवर्षे तसाच... पण आपण स्वतंत्र जगू शकतो, शाळेत आपण हुशार होतो, आपण मर्चंट नेव्हीतले एक यशस्वी इंजिनीअर आहोत, याच वयात आपल्याजवळ फार कमी लोकांजवळ असते एवढी संपत्ती आहे आणि शेअर मार्केटमध्ये आपण ती इतक्या उत्तम पद्धतीने गुंतवू शकतो की, आपले सासरे आणि त्यांचे काही मित्रही आपला सल्ला घेऊन गुंतवणूक करू लागले आहेत. (आणि हे सर्व खरेच होते.) मग आपण ऑटिस्टिक असणे कसे शक्य आहे? पण दुसऱ्या बाजूला खरोखर आपण एककल्लीच आहोत. आपला सेक्सही वर्षानुवर्षे

तसाच... आपण ऐकतो वाचतो त्याप्रमाणे त्यात काही विविधता, वैचित्र्य नाहीच... (आणि एकांड्या जहाजावर राहणाऱ्यांच्या भावनिक विश्वात आणि म्हणून बोलण्यात तर सेक्स हा फारच महत्त्वाचा विषय असे.) मग आपण माइल्डली ऑटिस्टिक आहोत का काय? माइल्डली ऑटिस्टिक असे काही असते काय?... काय करावे? जहाजावर बोलायलाही कोणी आसपास नाही. होते ते बहुतेक सगळे अर्जेंटिना या देशातले होते. भाषेचीही अडचण. त्यात अगस्तीची मैत्र करण्याची अफाट क्षमता! पण एक भाषा जगभर समान असते, ती म्हणजे सेक्सची. त्याबाबत आपण असे का हे कळून घेण्याची, ऑटिस्टिक म्हणून, जणू त्याची टेस्ट केस करण्याची अगस्तीला अनावर ओढ होऊ लागली, इतके त्याला त्या विचारांनी पछाडले. अगस्ती या विचारांनी इतका पेटून उठला की, जहाज रशियाच्या किनाऱ्यावर लागल्यावर तो अशा बाबतीत तज्ज्ञ असणाऱ्या एका अर्जेंटिनीयन सहकाऱ्याबरोबर थेट वेश्येकडे गेला. हे शक्य व्हावे म्हणून त्या सहकाऱ्याशी त्याबाबत बोलणे अशा, त्याला सामान्यतः दुस्तर वाटाव्या अशा सर्व बाबी, त्याने मनावर दगड ठेवून केल्या. खिशात पैसे भरपूर होते त्यामुळे त्यांना वेश्याही मिळाल्याही चांगल्या प्रतीच्या, अन्यतः अगस्तीला त्यातले काहीच सहन झाले नसते. त्यावेळीही ते अवघडच गेले, पण ती रशियन बाई कुशल होती. तिने अगस्तीची मनोवस्था फुलवण्यात शेवटी यश मिळवले आणि त्यांनी वेगळ्या आसनांमध्ये, म्हणजे ती वर आणि तो खाली अशा अवस्थेतही सेक्स केला. अगस्तीची खात्री पटली की, आपण ऑटिस्टिक नाही.

पण दुसऱ्या दिवशी त्याच्या लक्षात आले की, आपण असा वेगळ्या पद्धतीने सेक्स करू शकतो हा काही याचा पुरावा होऊ शकत नाही. आपल्याला असे बदल आवडतात का हा प्रश्न आहे. पण या प्रश्नाने त्याला फार त्रास होण्याआधीच एक निराळाच प्रश्न उद्‌भवला. तो असा की, अगस्तीच्या लिंगाभोवती पुरळ उठले. त्याला शंका आली आपल्याला गुप्तरोग तर झाला नाही? एड्स? आपण सगळी काळजी घेतली खरी पण कंडोममध्ये छिद्र असू शकते. लाळेतूनही असे होऊ शकते असेही त्याने कोठेतरी वाचले होते.

त्याच्या भाग्याने त्याचे बोटीवरचे दिवस संपले होते. तो पुण्यात आला. अगस्तीबाबत एक गोष्ट सांगितली पाहिजे. तो बाकी कसाही असला तरी त्याला खोटे बोलणे झेपत नसे. त्याला कुठलेही अनैतिक कृत्य भावनिक

दृष्ट्या सहनच होत नसे. अमुक एक कृत्य अनैतिक आहे एवढे त्याला पटले की संपले आणि वेश्येकडे जाणे अनैतिक हे त्याला मान्यच होते. त्यामुळे त्याने झाले ते मृदुलेला सांगून टाकले. मृदुला आणि तो तज्ज्ञ डॉक्टरकडे गेले. अगस्तीला तसे काही झाले नसून ते पुरळ हे साधे फंगल इन्फेक्शन निघाले. दमट हवेत असे नेहमीच संभवते, असे कळल्यावर दोघांचा जीव भांड्यात पडला.

पण या घटनेने अगस्ती फार मोठ्या प्रमाणावर उद्ध्वस्त झाला. इतर कोणाचा दृष्टिकोन मान्य न होण्याचा त्याचा स्वभाव तर अजिबात बदलला नाही पण त्याचा आत्मविश्वासच जणू संपुष्टात आला. स्वतःचे चालवायचे तर आत्मविश्वास असणे ही तर जणू एक पॅथेलॉजिकल म्हणावी अशी निकड पण तोच गायब झालेला, अशा कोंडीत तो सापडला. नैतिक बाबतीतही तो अत्यंत संवेदनशील होता आणि या सर्व घटनेने तो अपराधीपणाच्या भावनेने भरून आला. आणि त्याचे रूपांतर झाले रागात. अधिकाधिक रागात. तोपर्यंत मृदुलेचे काळीज सदैव काव्याबद्दलच्या काळजीने कुरतडले जाऊ लागले होते. त्यामुळे ती सतत त्याविषयी बोलू लागली होती. तिचे वडील आणि बहीण ते ऐकून घेत, सहानुभूती दाखवत. पण अगस्ती बोटीवरून आल्यावर ती त्याविषयी त्याच्याजवळ काही बोलली तर अगस्ती वसकन् म्हणत असे, ''बास तुझं... सारखं बोलून काय होणार? च्, नको बोलू असं. काही होत नाही. सगळं नॉर्मल आहे. कोणाला काही असतं, कोणाला काही.... सारखं बोलून वाढवण्यात काय पॉइंट आहे. नको बोलू सारखं-'' या माऱ्याने, ''ती बावळट आहे, तिला आवाका नाही'', असे त्या बोलण्यातून इतक्या फाडकन् दाखवले गेल्यावर नेहमीप्रमाणे मृदुला गप्प बसली, दुखावली गेली. त्यालाही काळजी नव्हती असे नाही. पण दोघांची रीत वेगळी होती आणि कुठलाही संपर्कच होऊ शकत नसे. मृदुलेने नेहमीप्रमाणेच त्याचा प्रतिवाद केला नाही. तिला आक्रमकपणाला सामोरे जाता येत नसे. तिचा नाइलाज होता. पण ती तोपर्यंतच्या सर्वच इतिहासाने कावली होती. आता तिच्या आधीच्या, वर्षानुवर्षे दाबून ठेवलेल्या फ्रस्ट्रेशन्सला जणू वाचा फुटली. त्यातून अगस्तीचे अधिकचे चिडणे. शिवाय तो परत बोटीवर जाण्याचेही नाव काढेना, त्यामुळे तिला मन मानेल त्यावेळी डॉक्टर नाडकर्ण्यांकडेही जाता येईना. तिच्या आईचा आधारही आता नव्हता. ती पूर्णपणे एकटी पडली आणि सतत डिप्रेशनमध्ये जाऊ लागली. एकदा काव्याच्या सायकिॲट्रिस्टकडे

तिच्याबरोबर मृदुला गेली असता त्याच्यासमोरच ती सहन न होऊन रडू लागली. सायकिॲट्रिस्टने व्यावसायिक कुशलतेने तिच्याकडून सर्व काही जाणून घेतले आणि तिच्यावरही औषधयोजना चालू केली. त्यांनी अगस्तीलाही बोलवून घेतले पण तो कधीच गेला नाही. ही बाब घरात लपून राहणारी नव्हती. मृदुलेच्या वडलांना काव्याची काळजी वाटू लागली. ती आता वयात आली होती. मृदुलेच्या मोठ्या बहिणीचा नवरा डॉक्टर होता. अत्यंत सोशल आणि मदत करणारा होता. तिची बहीणही स्वतः आर्किटेक्ट होती. दोघांचे मुंबईला उत्तम चालले होते. मृदुलेच्या वडलांच्या सांगण्यावरून तिची बहीण काही दिवसांसाठी बदल म्हणून काव्याला आपल्या घरी घेऊन गेली.

अगस्तीच्या आईलाही काहीतरी गडबड आहे हे ध्यानात आलेच. म्हातारी काही दिवस त्यांच्याकडे राहायला आली. ती तिथे राहत असतानाही, तिच्याकडे काव्याची जबाबदारी देण्याएवजी मृदुलेची बहीण तिला घेऊन गेल्याने ती दुखावली गेली. तिच्या कानावर डॉक्टर नाडकर्णी आणि मृदुलेमधल्या नात्याचे काही आलेच होते. मृदुलेला साहित्य, नाटक इत्यादी बाबींत रस होता हे आपण आधी पाहिलेच. अगस्ती नसताना तिचा या सर्व वर्तुळात वावर असे, त्या वर्तुळात अर्थातच स्त्रियांपेक्षा पुरुष संख्येने अधिक होते. मोकळेपणाने वागायचे बाळकडू मृदुलेला घरातूनच मिळालेले होते. मृदुलेच्या सुंदरतेमुळे आणि तिच्या बावळटपणामुळेही अनेक पुरुष तिच्याकडे आकृष्ट होताना अगस्तीच्या आईने पाहिले होते. पण कोणाबरोबरच्या नात्याचा काही प्रत्यक्ष पुरावा तिला मिळाला नव्हता. तो मिळावा असे वास्तवही नव्हते. एकंदरीनेच ती जुन्या जाणिवांची बाई. तिला स्त्री-पुरुषांमधल्या मोकळ्या नात्याचा सराव नव्हता. तिने काय तो निष्कर्ष काढला आणि या नात्याबद्दल तिने अगस्तीला सांगितले. हे कळल्यावर अगस्ती अधिकच खचला. त्याने मृदुलाला थेटच विचारले तेव्हा तिचा भडका उडाला. तिने हातातले भांडे त्याला फेकून मारले पण ती बोलली काहीच नाही. तिने ते सर्व खोटे असूनही नाकारले नाही. ती दोन दिवस खोलीत दार बंद करून बसली. तिसऱ्या दिवशी मृदुला थेट नाडकर्ण्यांना भेटायलाच गेली. ती त्यांना म्हणाली, ''पुरुषानं वेश्येकडेही जावं. एकट्या बाईला मात्र कुठल्या पुरुषाबरोबर नुसतं हसताना जरी पाहिलं तरी तिला बदनाम केलं जातं.''

कर्मधर्मसंयोगाने पनामा देशाचे एक जहाज आठच दिवसात मुंबई बंदरातून निघणार होते आणि त्यांचा चीफ इंजिनीअर अचानक आजारी

पडल्याने त्यांना तातडीने अशा माणसाची आवश्यकता होती. पनामासारख्या देशातील जहाजे ही सर्वात वाईट समजली जातात. त्यांच्यावरच्या सोयीही पुरेशा नसतात आणि पैसेही कमी मिळतात. त्यामुळे या बोटींवर जाण्यास चांगली माणसे तयार नसतात. पण अगस्ती वैतागून त्या जहाजावर निघून गेला. जाण्याआधी नवरा-बायकोत काही बोलणे झालेच नाही. अगदी जाण्याच्या वेळेला मृदुला त्याला म्हणाली, ''मला कंटाळा आला आहे.'' त्यावर तो उत्तरला, ''मलाही.'' आधुनिक काळात यात नवल ते काय? आणि तो जहाजावर निघून गेला.

तो गेल्यावर मृदुलेने नाडकर्ण्यांकडेही जाणे बंद केले. तिने सर्व सामाजिक संपर्कच बंद केले. तिच्या नेहमीच्या भिशीच्या गटानेही अनेकवार ती का येत नाही याची पृच्छा केली असता तिने त्यांना उत्तरही दिले नाही. तिचे वडीलही आता फार हालचाल करू शकत नसत. त्यामुळे तिची बहीण त्यांनाही मुंबईला घेऊन गेली होती. मृदुलेने चार-सहा महिन्यांनी काव्याला परत पुण्याला बोलावले. पण काव्याने परत येणे नाकारले. ती आता मुंबईत चांगली सेटल झाली होती. तिच्यावरच्या उपचाराचे चांगले परिणाम दिसू लागले होते. त्यामुळे मुदुलेच्या बहिणीनेही काव्याने मुंबईलाच राहावे असा आग्रह धरला. मृदुला अधिक कळंजून गेली, स्वतःच्या आत फुटत गेली, ''इंप्लोड'' होत गेली. अगस्ती बोटीवर गेल्यावर नेहमीच तिला एकटेपणा येत असे. पण वडील आणि मुलगी यांचा आसरा होता. इतरही सांस्कृतिक गोष्टी होत्या ज्यात तिला आता कणाचाही रस वाटेनासा झाला होता. एरवीही अगस्ती बोटीवरून परत आला की, ती त्या वर्तुळापासून वेगळी होत असे. त्यामुळे तिच्या अशा नाहीसे होण्याचा त्यांनाही सराव होता. त्यामुळे त्यांनीही तिच्या गैरहजेरीची फारशी दखल घेतली नाही. हा ओढवून घेतलेला एकटेपणा कमालीचा होता. तिच्या डिप्रेशनला आता पारावार उरला नाही, ती दारू पिऊ लागली. दिवसेंदिवस घराच्या बाहेर पडेनाशी झाली. सर्व भौतिक सुखे असताना समाधान नावाची गोष्ट तिला आयुष्यात जवळ जवळ कधीच लाभली नव्हती. आता तर ती तीव्र असमाधानाने भरून गेली. दूध उकळून भांड्याबाहेर उतू जावे तसे असमाधान तिच्या अस्तित्वातून उतू जाऊ लागले. दर दोनचार दिवसांनी सकाळी मुंबईहून काव्याचा फोन येई. त्यावेळी ती काव्याशी, वडलांशी आणि बहिणीशी बोले. तेवढाच काय तो तिचा जगाशी संपर्क उरला, पण त्यानेही आता तिला कुठलाही दिलासा मिळेनासा झाला.

अगस्ती एरवीही सारखा संपर्क ठेवत नसेच. यावेळी तर त्याने नऊ-दहा महिन्यात फोनही केला नाही. साधी इ-मेलही केली नाही. उलट मृदुलानेही काही संपर्क न ठेवल्याने अगस्तीही एका चमत्कारिक मनःस्थितीत जाऊ लागला. बोटीवरचा क्रू आंतरराष्ट्रीय होता. त्यातील बरेच इंडोनेशियातील वा आफ्रिकेतील मुसलमान होते. त्याच्या हाताखालचा इंजिनीअर जर्मन होता. तो या सर्वांशी फटकून वागे. अगस्तीशी तो त्यातल्या त्यात नीट वागत असे पण तो अंमलपणे, ज्यांना रेडनेक्स म्हणतात तसा, निओ-नाझी विचारांचा होता. त्याच्यात आणि या इतरांच्यात काहीच दिवसांत उघड उघड टेन्शन तयार झाले. कॅप्टनही या गटाला अनुकूल तरी होता वा त्याचे त्यांच्यावर काहीच नियंत्रण तरी नव्हते. आधीच अगस्ती बोटीवरही फार कोणाशी संपर्क ठेवून नसे. त्यातून या क्रूबरोबर तर तो ठेवावा असे त्याला अजिबातच वाटत नव्हते. त्यात त्याची त्यावेळची मनोवस्था, हे सर्व ध्यानात घेता त्याने याबाबत काहीच केले नाही, उलट तो अधिकाधिकच एकटा होत गेला. यात नवल असे काहीच नव्हते. गोरा इंजिनीअर अगस्तीशी काहीसा नीट वागतो आणि अगस्ती आपल्याशी फटकून वागतो, हे ध्यानात आल्यावर या गटाने अगस्तीशीही छुपा असहकार पुकारला. त्याच्या लकबी, जसे की डोळा आणि मान ट्विच होणे, तेच तेच परत बोलणे, आवाजाचा त्रास होणे, या सगळ्या गोष्टी त्याच्या मनःस्थितीमुळे अधिकच वाढल्या होत्या आणि यावरून त्याची उघड टिंगल होऊ लागली. या आधीही अगस्तीच्या स्वभावामुळे त्याचे बोटीवर सहकाऱ्याशी भांडण अनेकदा झाले होते. पण तो तसा इतर कोणाच्या अध्यात मध्यात नसे आणि स्वतःच्या कामात उस्ताद होता, त्यामुळे कॅप्टन आणि इतरही सांभाळून घेत. इतर कुठल्याही समूहात असतो त्याप्रमाणेच कोणी तरी एक, इतर सगळ्यांना सांभाळून घेणारा, बहुतेक बोटीवरही निघायचाच. या सगळ्याचीच या बोटीवर अनुपस्थिती होती. त्यामुळे आयडेंटिटीमधील टेन्शन वाढले. जगभरातच अशा घटना ९/११ नंतर वाढल्या होत्याच. २००२ सालातील जानेवारी महिना होता आणि बोटीवर तेच होत होते जे जगभरच्या जमिनीवरही होत होते. भारताच्या भूमीवरील गुजरात प्रांतातही असा तणाव वाढून काही दिवसांतच त्याचा स्फोट होणार होता. या वाढत्या टेन्शनमुळे बोटीवर काही ना काही घटना रोजच घडू लागली. बोटीवरचे जगणे आधीच वेड लावेल असेच असते. त्यात टेन्शन येणे वाईटच. त्यातून असे सामूहिक, वांशिक टेन्शन अधिकच भयाण. दिवसेंदिवस परिस्थिती अधिकाधिक खालावत होती.

त्यात मेक्सिको या देशाच्या किनाऱ्याजवळ एका इंग्रजी कंपनीच्या जहाजातून तेलाची गळती-ऑइल स्पिल- झाली होती. त्याचे आजूबाजूच्या निसर्गावर, इको-सिस्टिमवर मोठ्या प्रमाणावर दुष्परिणाम झाले होते. या बातमीवर जगभरातून तीव्र प्रतिक्रिया उमटत होत्या. त्यांचे जहाज या मोठ्या ऑइल स्पिलमधून जात असताना बंद पडले. डेकवरून कोठेही खाली पाहिले तरी सर्वदूर मळमळ आणणारे तेल आणि त्यात मरून तरंगत पडलेले मासे असे दृश्य दिसत असे. अगस्तीला आयुष्यात पहिल्यांदाच बोट लागली आणि त्याला मळमळू लागले. आणि बोट तर बंद पडलेली त्यामुळे जागेवरून हलताही येईना. ती सुरू करण्याची जबाबदारीही अगस्ती आणि त्या जर्मन माणसावर होती. त्या बोटीचे इंजिन बाबा आदमच्या जमान्यातले होते. इंजिन बंद पडले होते याचा अर्थ ते पूर्णपणे थांबले नव्हते तर त्यातून पुरेशी शक्ती तयार होत नव्हती, त्यातून काही चमत्कारिक आवाज येऊ लागले आणि अगस्तीला त्या आवाजाने तर जणू वेडच लागले. तरीही त्याने नेटाने दुरुस्तीचे काम चालू ठेवले. काम चालू असताना इंजिन अर्थातच बंद केले होते आणि अगस्तीच्या सुपरविजन खाली जर्मन इंजिनीअर त्याची तपासणी करत होता. तेवढ्यात कोणीतरी इंजिन चालू केले. ते कोणी मुद्दाम, त्या इंजिनीअरला त्रास व्हावा म्हणून चालू केले का चुकीने, त्याची पुढे यथास्थित चौकशी झाली, पण तो वेगळा मुद्दा. त्यावेळी अर्धवट उघडलेल्या इंजिनाची चक्रे अचानक आणि अनपेक्षितपणे प्रचंड आवाज करत फिरू लागली. त्यात त्या जर्मन इंजिनीअरचा हात अडकला आणि कोपरापासून तुटला. चकित होऊन तो आपल्याच तुटलेल्या हाताकडे काही क्षण पाहत राहिला आणि मग बेशुद्ध पडला. त्याच्या रक्ताच्या सड्यात अगस्ती न्हाऊन निघाला. कोणाचा स्पर्शही सहन न होणारा अगस्ती पूर्णपणे हादरून गेला. तेलात बुडालेली, मेलेल्या माशांमध्ये तरंगणारी त्याची बोट आणि रक्तात नाहलेले त्याचे शरीर... सगळ्याचा त्याला प्रचंड तिरस्कार वाटू लागला. त्याला अचानक ती बोटच नव्हे तर सगळ्या तंत्रज्ञानाचा, जगाचाच कंटाळा आला. आता तो यंत्रांपासूनही दुरावला. नुसता दुरावलाच नव्हे तर पराकोटीचा दुरावला; दुसऱ्या टोकाला गेला.

बोटीवर इमर्जन्सी डिक्लेअर झाली, मेक्सिकोचा किनाराही भाग्याने जवळ होता त्यामुळे हेलिकॉप्टरने योग्य ती मंडळी जहाजावर आली. आणि मग व्हायचे ते सगळे यथासांग झाले. त्या रात्रीच त्याने मृदुलेशी संपर्क

साधण्याचा प्रयत्न केला. पण तसे वारंवार करूनही तिने फोन उचलला नाही.

अगस्तीने मग मेक्सिकोत पोचल्यापोचल्या प्रकृतीचे कारण देऊन जहाज सोडले. त्याने जमिनीवरूनही मृदुलेला फोन लावण्याचा अयशस्वी प्रयत्न अनेकदा केला. मग त्याने तिच्या बहिणीला फोन करून आपण परत येत आहोत आणि मृदुला फोन उचलत नाही हे कळवले. बहिणीने ही वार्ता मृदुलेच्या कानावर घातली आणि तसे अगस्तीला कळवले. ती आधी फोन का उचलत नव्हती यावर बहिणीकडे उत्तर नव्हते पण मृदुला त्याच्याशी बोलू इच्छित नव्हती हे कारण असणार हे दोघांनाही कळत होते. आयुष्यात प्रथमच दुसऱ्या कोणा व्यक्तीची अगस्तीला प्रचंड आवश्यकता वाटत होती आणि लौकिकार्थाने त्याला सर्वात जवळ असणारी व्यक्ती त्याला प्रतिसाद देत नव्हती. हे झाल्यावर तो मेक्सिकोत विमानात बसला. परतीच्या वाटेवर असताना, फ्रँकफर्टच्या विमानतळावर त्याला मृदुलेच्या बहिणीचा परत फोन आला. तिच्या आवाजात राग आणि दुःख यांचे प्रचंड मिश्रण होते. ती इतकी मानसिक तणावाखाली होती की, ती जे काही बोलली ते सगळे कळत नव्हते. त्याला कळले ते एवढेच की, काही तासांपूर्वी मृदुलेने जाळून घेऊन आत्महत्या केली होती. तिने फक्त ''मी जीवनाला कंटाळल्याने आत्महत्या करत आहे'', एवढीच चिठ्ठी ठेवली होती. अगस्ती परततो आहे हे कळल्यानंतरची ही घटना होती हे उघड होते. बोटीवरची ही त्याची शेवटची ट्रिप ठरणार होती हे त्याला त्यावेळी ठाऊक नव्हते.

मृदुलाच्या आत्महत्येनंतरचे दोन आठवडे कसे गेले ते अगस्तीला नंतर कधीच आठवले नाहीत. दोन आठवड्यानंतर पोलीस वगैरे आधुनिक काळाशी संबंधित प्रकरणे तर संपलीच, पण नातेवाईक, मृदुलेचे स्नेही वगैरे सर्वजण पांगले. मृदुलेची बहीण परत काव्याला आणि वडलांना घेऊन मुंबईला गेली. काव्या परत कधीच पुण्याला राहायला आली नाही. मग अगस्ती पूर्ण एकटा उरला आणि या एकटेपणाचा त्याला पहिल्यांदाच थोडा त्रास झाला. एकटेपणाचाच हव्यास असणारा अगस्तीही 'एकटा उरल्या'वर त्याला त्याची झळ जाणवू लागली.

याचे एक महत्त्वाचे कारण असे होते की, त्याला अनेक प्रश्न पडले होते आणि त्याची उत्तरे त्याला स्वतःला माहीत नव्हती. असे कसे झाले?

मृदुलेने आत्महत्या का केली? का केले तिने असे? आपले आयुष्यच असे का गेले? केवळ आपण थोडे हटके, ऑड आहोत म्हणून? आपण ऑड का आहोत? आपल्याला माइल्ड ऑटिझम आहे का नक्की? नक्की? आहे का ऑटिझम? का माझे वडील रागीट होते म्हणून असे झाले? असे असलेल्या सगळ्यांचे असे होते? नाही नाही... नाहीच... त्या जर्मन माणसाचा हात का तुटला? का बरे तुटला? आं? का तुटला हात त्याचा? का तुटला? मुसलमानांशी आणि काळ्या लोकांशी वाईट वागला म्हणून? मग असे वागणारे कितीतरी इतर असतात, त्यांचे का असे होत नाही? त्यांचे नाही होत असे, ते का? दुष्ट वागणाऱ्याला वा अनैतिक वागणाऱ्याला निसर्गात काही शिक्षा वगैरे होऊन न्याय वगैरे मिळत नसतो. नसतोच. याबद्दल सगळे धर्म काय सांगतात? म्हणूनच धर्म असतात? मी कधीच धर्माविषयी विचार केला नाही... यामुळेच लोक धर्म मानतात? यामुळेच मानतात धर्म? आणि देवही मानतात, च्यायला... देव मानतात तो एवढ्यासाठीच, मानतात देव सगळेच... नाही नाही... आजकाल तरी देव मानणाऱ्यांना काही तरी वेगळेच हवे असते, परीक्षेत मार्क वा पैसे वा किंवा चांगली बायको... पण छे, धर्मांनी काय होणार आता? कुठे काय झाले धर्मांनी? जर्मनाचा हात तोडण्यासाठी मुसलमानांनी धर्माचेच कारण दिले ना? हे असे म्हणजे निव्वळ आत्ताच्या दोनचार घटनाच नव्हेत तर माझे सगळे आयुष्यच... ते असे का गेले? ते असे का गेले सगळेच्या सगळे ...असे? सगळ्याला कारण परंपरा हवी... नको का? सगळ्याची कारणे सांगता यायला हवीत? असेच तर शाळेपासूनच मी मानत आलो. नकोत का कारणे? सगळे होते तसे का होते? कळायला नको? न कळले तर जगायचे कसे? जगायचे कसे? आता जगायचे कसे? कोणीही जगायचे कसे आणि का? असे का असते सगळे?... सगळ्याला कारण असते का काही?... आणि सगळी यंत्रे... ती नक्की कशाला? हात तोडायला, मारायला, आत्महत्या करायला? जगात हे सगळे असे का आहे... असे का झाले आहे?... याचे माणसाला काही उत्तर मिळायला नको?... नाही नाही... हवेच उत्तर– ... पण ते नसतेच. कशासाठी काही कारण नसतेच. तसे असते तर अर्थ नसते लागले? नसते लागले अर्थ? आणि तसे असते तर जग नैतिकतेने भरलेले असते का? असे आहे म्हणून तसे झाले तर, कोणी वाईट वागले तर त्याला शिक्षा झाली असे असते जग तर, आत्ता आहे तसे झालेच नसते... नसतेच झाले असे... नसतेच अगदी... नाही

नाही.. नसतेच. आपण फुकट विचार करतो फार... वाईट, अगदी वाईट... या सगळ्याला काही अर्थ नाही... नाही.. नकोच... कशाला काही अर्थ नाही, निसर्गात कशाला अर्थ नाही...

त्याचे विचार असे अगदी मानवाला पडलेल्या त्रिकालाबाधित आणि प्राथमिक पातळीवरच्या प्रश्नांभोवती फिरत राहिले. त्याने असा विचार कधीच केला नव्हता. जीवनाच्या फोलपणाविषयी त्याला कधीच काही भावना झाल्या नव्हत्या. त्याविषयी इतरांनी जो गेली अनेक शतके विचार केला तो त्याने कधी वाचला वा ऐकलाही नव्हता. आधुनिक काळातल्या भारतात, म्हणजे भारतातल्या विशिष्ट आधुनिकतेत, इंजिनीयरिंग वा डॉक्टरकीसारखे उच्च शिक्षण घेणाऱ्यांच्या शिक्षणक्रमातही जीवनाचा फोलपणा इत्यादी विषय नसतात त्याला अगस्तीचा उपाय नव्हता. जीवनाच्या फोलपणाचा एवढा त्रास त्याला होण्यामागे हे एक कारण होते. दुसरे असे की, त्याच्या आयुष्यात झालेल्या घटनाही खरोखर नेहमीपेक्षा जास्त धक्कादायक होत्याच. तिसरे असे की, अगस्तीच्या भावना इतरांपेक्षा अधिक तीव्रही होत्या. एकदा त्याने काही डोक्यात घेतले की, ते बाहेर जात नसे- मग त्यामागील कारण काहीही असो वा त्या वेळी त्याला वाटत होते त्याप्रमाणे कारण काहीही नसो. यामुळेच एकदा हा विचार त्याच्या डोक्यात आल्यावर तो शेवटपर्यंत बाहेर गेला नाही आणि त्याचे आयुष्यच बदलून गेले.

म्हणजे असे की, अगस्तीचा मूलभूत स्वभाव बदलला नाही, त्याच्या भावनांची तीव्रता कमी झाली नाही, तो अचानक माणसांशी मिळूनमिसळून वगैरे वागू लागला नाही, विशिष्ट गोष्टी विशिष्ट प्रकारेच हव्यात हा त्याच हव्यास कमी झाला नाही, तो कपड्यांना इस्त्री करू लागला नाही, त्याचे डोळा आणि मानेला अचानक ट्विच येणे गेले नाही. याचा पुरावा म्हणजे त्याने नेहमीच्याच त्वेषाने घर आवरायला घेतले. जीवनात काही अर्थ नाही मग घर तरी का आवरावे असे त्याला वाटले नाही. तो भाग वेगळा. असंगताची वा निरर्थकतेची जाणीव झाल्यावरही असे करण्यातूनच गेली अनेक शतके मानव आपले मानवीपण सिद्ध करत आला आहे; तसे त्यानेही केले. मृदुलेला निरर्थकपणाची जाणीव झाल्यामुळेच तिने शेवटी कित्येक दिवस घर आवरले नव्हते असा विरोधाभास दाखवून देता येईल, पण विरोधाभासांनी जीवन भरलेले असते याला कोणाचाही नाइलाज आहे. आणि कदाचित असेही म्हणता येईल की, मृदुलेला एकंदरीने मानवी

जीवनातील निरर्थकता जाणवली नव्हती तर तिला फक्त स्वतःच्या जीवनातली निरर्थकता जाणवली होती आणि त्यामुळे तिने घर आवरले नाही, पण आत्महत्या केली. एकंदरीने जीवनाची निरर्थकता जाणवलेली मंडळी आत्महत्या करत नाहीत? असेही खात्रीने म्हणता येणार नाही, निदान आधुनिक काळात तरी. मानवी इतिहासात निरर्थकतेची जाणीव मानवाला काही फक्त आधुनिक काळात झालेली नाही. पण आता सर्व अर्थ आपल्याला लागले वा लागण्यात आहेत असे त्याला आधुनिक काळातच पहिल्यांदा वाटले, तसे आधी कधीच वाटले नव्हते, आणि अर्थ देण्याचे वा असण्याचे एवढे प्रयत्न केल्यानंतर अशी जाणीव आपल्याला झाली हा एक मोठा फरक आधुनिकतापूर्व आणि आधुनिक या दोन काळात जरूर पडला. अशा प्रकारे परत एकवार जाणवलेल्या निरर्थकतेचे पोत नक्कीच वेगळे असणार, म्हणजे निरर्थकतेचे नव्हे तर, त्या जाणिवेचे आणि त्यातून उद्‌भवणाऱ्या भावनांचे पोत वेगळे असणार. पण मग आधुनिक वा उत्तराधुनिक काळात जीवनाची निरर्थकता पटल्यावर माणसे आधीच्या काळात निरर्थकता पटलेल्या माणसांपासून वेगळी वागतात? ते आत्महत्या करतात? हे अगस्तीला पडलेले प्रश्न नव्हते तर त्याच्या निमित्ताने आपल्यासमोर उभे राहिलेले प्रश्न. अशा अनेक प्रश्नांची मांडणी अगस्तीसमोर इतर कोणी करणार होते आणि निरर्थक अशा त्याच्या आयुष्यात जणू काही अर्थवाही चर्चा होऊन त्याला वेगळ्या पातळीवरचे प्रश्न पडणार होते. त्याने तोपर्यंत असे निरर्थकतेला भिडून अधिकाधिक वैचारिक उंचीवर जाणे, त्यातून आनंद मिळणे आणि परत एकदा याला काय अर्थ असे वाटणे, असे काही अनुभवलेच नव्हते. आता त्याच्या नशिबी हे येणार होते. याचा शेवट कसा होणार? अगस्तीच्या भावना अत्यंत तीव्र असत, तो हे झेलू शकला? तेच आपल्याला आता पाहायचे आहे.

पण त्या टप्प्यावर जाण्याआधी त्याला त्याच्या तात्कालिक प्रश्नांना उत्तरे मिळणे आवश्यक होते. त्याशिवाय त्याचा पुढचा प्रवास झालाच नसता. त्याच्या आयुष्यात नाही पण निदान विचारात काही तरी आश्वासक होणे आवश्यक होते, आणि ते झाले. झाले ते असे.

अगस्तीने प्रचंड पसरलेले घर आवरायला सुरुवात केली. मृदुलेने स्वैपाकघरात स्वतःला जाळून घेतले होते. ती जागा आणि त्यातून निर्माण झालेला 'पसारा' इतर कोणी साफ केले असले तरी त्याच्या खुणा उरलेल्याच होत्या. त्या काढणे हे सर्वात कठीण काम होते. त्याने मग सर्व

स्वयंपाकघर रंगवायलाच काढले. दुसरा प्रश्न होता तो तिच्या व्यक्तिगत सामानाचा. पण त्याचीही काळजी तिच्या बहिणीने जाण्याआधीच काही प्रमाणात घेतली होती. म्हणजे असे की, तिने काही गोष्टी स्वतःसाठी, काव्यासाठी आणि वडलांसाठी आठवण म्हणून नेल्या होत्या तर, उरलेल्या म्हणजे कपडे इत्यादी तिने, गरिबांना अशा गोष्टी वाटण्याची व्यवस्था करणाऱ्या एका एन.जी.ओ.ला दिल्या होत्या. तरीही बऱ्याच गोष्टी उरल्या होत्या. आणि त्यात होती काही पुस्तके. अगस्तीला त्यात काहीही रस नव्हता त्यामुळे त्याने ती सरळ रद्दीत देऊन टाकली. पण ती देताना त्यातली काही पुस्तके त्याचे लक्ष वेधून गेली आणि त्याने ती मागे ठेवली. त्यात एक पुस्तक होते 'इंट्रोडक्शन टू रोमँटिसिझम' – रोमँटिसिझमची प्रस्तावना.

मृदुला रोमँटिसिझमबद्दल का वाचत होती यासंबंधी त्याला कुतूहल वाटले कारण रोमँटिसिझमबद्दलच्या त्याच्या कल्पना सामान्य भारतीय माणसाच्या असतात तशाच म्हणजे चुकीच्या होत्या. सामान्य माणसासाठी 'रोमँटिक' म्हणजे स्त्री–पुरुषातील प्रेमाशी निगडित काही; फारतर वास्तवाशी फारकत घेणारे, स्वप्निल असे काही. मृदुलेला या वयात असे काही का वाचावेसे वाटत होते हे जाणून घेण्याच्या उत्सुकतेपोटी त्याने ते वाचायला घेतले. आणि तो हादरूनच गेला; कारण ते पुस्तक रोमँटिसिझम या तत्त्वज्ञानातील एका शाखेबद्दल होते, आणि त्याला पडलेल्या अनेक प्रश्नांची चर्चा त्यात होती. असे झाले की, अनेकदा नव्यानेच वाचू लागलेला माणूस तीव्रतेने तो जे वाचतो त्याच्या प्रेमात पडतो, आपल्या सर्व प्रश्नांची उत्तरे त्यात आहेत असे त्याला वाटू लागते आणि मग त्याविषयी इतर काही मते असू शकतील, इतर कोणी अधिक काही विचार केला असेल, किंबहुना आपल्याला त्या विषयाची एकंदरीने माहिती नसेल तर आपल्याला त्या विशिष्ट पुस्तकातील विचारही नीट कळू शकत नाही, त्या विषयातील एकंदर ज्ञानसंचयातील त्या पुस्तकाचे नक्की लोकेशन – स्थान – आपल्याला कळू शकत नाही, या गोष्टी अशा माणसाच्या ध्यानातच येत नाहीत. तसे त्याचे झाले. भारतात निदान महाराष्ट्रात असे करण्याला एक परंपराच आहे. तत्त्वज्ञान या विषयातील बाकी काहीही माहीत नसताना केवळ नित्शे नावाच्या तत्त्वज्ञाचे एक पुस्तक वा एखाद्या विशिष्ट उपनिषदाचे भाषांतर वाचायचे आणि त्यातून झालेले ज्ञान अंतिम मानायचे असे अनेक लेखकही करताना आपल्याला दिसतात तर, अगस्तीची काय कथा. त्यातून त्या काळी तो ज्या विशिष्ट मनःस्थितीत होता ते पाहता असे होणे स्वाभाविकच म्हणायला हवे.

अगस्ती होता हुशार आणि मेथॉडिकल. जीवनाची असंगती कितीही जाणवली तरी त्याला मेथड सुटली नव्हती. दोनचार पाने वाचताच त्याच्या लक्षात आले की, हे प्रकरण वेगळे आहे. त्या प्रकरणामागे किती महत्त्वाची माणसे लागली होती – उदा. रूसो, वॅगनर, बायरन, शेली, कीट्स, वर्डस्वर्थ, थोरो, व्हिक्टर ह्यूगो, ग्योथं इत्यादी; त्यातील काही नावे तर त्याने शाळेतही ऐकली होती – यानेही तो प्रभावित झाला. मग त्याने नोट्स काढायला सुरुवात केली. विशेषतः माणसातील ज्या गुणांना रोमँटिसिझम महत्त्व देतो ते गुण आणि रोमँटिसिझमची जी महत्त्वाची तत्त्वे त्याच्या लक्षात आली ती तत्त्वे त्याने एका ठिकाणी लिहून काढली. ती अशी:

१. विचारांपेक्षा भावना श्रेष्ठ असतात. आधुनिकतेला पायाभूत असणाऱ्या वैज्ञानिक तर्काला मर्यादा तर असतातच पण त्याने चुकीची दिशाही मिळू शकते. त्यापेक्षा भावना श्रेष्ठ. नैतिक निर्णयही तर्काने नव्हे तर भावनेच्या आधारे घेणे अधिक योग्य.

२. छोटी गावे, वस्त्या चांगल्या, अधिक मानवी असतात, शहरे, यंत्रे वाईट, अमानवी, माणसांची यंत्रे बनवणारी असतात.

३. सामाजिक संकेत – उदाहरणार्थ कपडे विशिष्ट पद्धतीने घालणे, एकमेकांना भेटल्यावर विशिष्ट पद्धतीनेच अभिवादन करणे, यात काही तथ्य नसते.

४. मानवाच्या आयुष्यात निसर्गाला सर्वात मोठे अधिष्ठान आहे. हा निसर्गही कसा, फक्त गोड, सुंदर, 'ब्युटिफुल' नव्हे तर 'सबलाइम', रौद्र – अगस्तीने अनेकवार तासन्‌तास पाहिलेल्या त्याच्या आवडत्या आणि खवळलेल्या समुद्रासारखा.

५. नैतिक निर्णय हे उपजत, अंतर्गत प्रेरणेने घेतलेले आणि तीव्र असे असावेत.

६. आधुनिकतेतही व्यक्तिस्वातंत्र्य हे तत्त्व पायाभूत आहेच पण रोमँटिसिझममध्ये टोकाचे व्यक्तिस्वातंत्र्य अभिप्रेत आहे आणि समुदायात राहणे, सामाजिक जीवन यांना दुय्यम स्थान, एकटेपणाची तीव्र ओढ, एकटेपणाचे ग्लॅमर आहे.

७. भावनांना अधिक महत्त्व तर आहेच पण या भावनाही कशा, तर तीव्र, इतरांची कदर न करणाऱ्या, मग त्या तशा असणारी व्यक्ती इतरांना उद्धट वाटली तरी बेहत्तर.

८. अशी व्यक्ती हीच अनेकदा जिनियस असते पण तिची कदर जग करत नाही.

९. भौतिक जग, त्यातल्या कमॉडिटीज, त्यांचे स्तोम माजवणारी भांडवलशाही, तंत्रज्ञान, यंत्रे, औद्योगीकरण इत्यादी गोष्टी या मानवाच्या पायातल्या बेड्या होत.

१०. अंतिमतः निसर्ग हाच खरा, निसर्ग हाच देव.

यातील पहिल्या आठ तत्त्वात आपण फिट बसतो अशी त्याची खात्री झाली. आपण ऑटिस्टिक नाही तर एका थोर विचारसरणीचे उपजतच पाईक आहोत आणि त्यात लाज वाटण्यासारखे काही तर नाहीच उलट ती अभिमानास्पद बाब आहे, याबाबत त्याची अंतिम अशी खात्री पटली. शेवटची दोन तत्त्वे आता आचरणात आणायची हेच आपले प्रेयस आणि श्रेयस हे त्याने ठरवून टाकले आणि तो कितीतरी दिवसांनंतर शांतपणे झोपी गेला.

ही घटना झाली २००२ साली, गुजरातच्या दंग्यांच्या वेळी. आपल्या कादंबरीच्या मर्मस्थानी ज्या घटना आहेत आणि ज्याविषयी मी सांगू इच्छितो त्या आहेत २०१८ सालच्या. या मधल्या सोळा वर्षात, आपल्या फ्लॅटची दारे खिडक्याही शक्यतो गच्च बंद करून शक्यतो एकाकी आयुष्य अगस्ती जगला. इतर काहीही न करता तसे सहज जगता यावे इतके पैसे त्याच्या व्यवसायाने त्याला आधीच दिले होते. काव्याही आता बऱ्यापैकी सेटल झाली होती, स्वतःच्या पायावर काही किमान पातळीवर उभे राहू शकेल अशी आशा वाटावी इतपत. आणि एवीतेवी अगस्तीशी आपण फार संपर्क ठेवावा अशी तिची आणि तिच्या मावशीचीही इच्छा नव्हतीच. त्याच्यासाठीही तेच सोयीचे होते. त्यामुळे त्याची लौकिकार्थाने शेवटची व्यक्तिगत नैतिक जबाबदारी संपली होती.

तेव्हापासून तो घरातून बाहेर पडत असे ते फक्त किमान दैनंदिन गरजा भागवण्यासाठी आणि निसर्गाच्या सान्निध्यात राहण्यासाठी, त्याच्या संवर्धनासाठी. पुण्याच्या मध्यभागी असणाऱ्या हनुमान टेकडीवरचा एक भाग त्याने काही वर्षांत झाडे लावून हिरवागार करून टाकला. पुण्याच्या वेशीवर जाऊनही तो झाडे लावून जंगल तयार करण्याचा एकहाती प्रयत्न करत असे. 'गार्डन ऑफ ईडन' या सोसायटीत त्याने मार्च २०१८ पासून हा प्रयत्न कसा चालवला ते आपण आधीच्या प्रकरणात पाहिलेच. त्याने आधुनिक पाश्चात्त्य औषधे घेणे बंद केले. त्याचे दात कधीच ठणठणीत नव्हते. पण त्यानंतर दात दुखू लागल्यावरही तो कधीच डेंटिस्टकडेही गेला नाही. त्यामुळे वर्षे गेली तसे त्याचे चार दात आणि दोन दाढा पडल्या. तो

अधिकच म्हातारा दिसू लागला. त्याचे बोलणे आधीच तीव्र असल्यामुळे, मध्ये मध्ये त्यात उगाचच 'नाही नाही'ची फोडणी असल्यामुळे आणि परत परत तेच शब्द वा वाक्य असल्यामुळे इतरांना कळायला एवीतेवी जड जात असे. आता तोंडाचे काही प्रमाणात बोळके झाल्यामुळे त्याचे बोलणे कळणे इतरांना आणखीच अवघड जाऊ लागले. त्यामुळे त्याची चिडचिडही काहीशी वाढली. त्याला जवळ जवळ सोबत म्हणून तो एक नळ सतत थोडासा उघडून ठेवू लागला. त्यातून पडणाऱ्या पाण्याच्या टप् टप् आवाजाने त्याला शांत वाटे.

यंत्रांशी संपर्क त्याने शक्यतो कमी केला. स्वतःचा मोबाइल त्याने फेकून दिलाच पण कोणी दोघेचौघे टेकडीवर येऊन एकमेकांत बोलायच्याऐवजी, वा निसर्गात रममाण होण्याऐवजी फोनवर बोलू लागले तर तो त्यांच्याजवळ जाऊन अत्यंत तीव्र भावनेने त्यांना छेडत असे. या भानगडीत एकदोन पोलीस केसेस त्याने ओढवून घेतल्या आणि एकदा दोन थपडाही खाल्ल्या. हे सोडता एकांतवास हाच त्याचा उद्योग झाला. बोलणे जवळजवळ संपले. तो अधून मधून स्वतःशीच 'कंटाळा आला-' असे म्हणत असे. कधीकधी एखाद्या संपूर्ण आठवड्यात त्याने उच्चारलेले शब्द एवढेच असत. या एकांतातील जगण्याने त्याच्या आधीच तीव्र असणाऱ्या भावना अधिकच तीव्र केल्या. अत्यंत अपवादने त्याचा इतर काही व्यक्तींशी संबंध आला आणि या दोन्हीच्या संगमातून काही विलक्षण घटना घडल्या, त्याच मी पुढे सांगणार आहे.

सत्यकाम - २

आकाश १९९२ साली जन्मला. त्याच्या आईचा आणि त्याचा पहिला 'बाह्य- स्पर्श' तेव्हा झाला. पोटातले अस्तित्व आईला जाणवते तरी तिथे सूक्ष्म-'स्पर्श' ज्ञान नसते. तेव्हा आईला बाळाचा स्पर्श आणि बाळाला आईचा स्पर्श तसे म्हटले तर बाळाच्या जन्मानंतरच होतो आणि तो प्रचंड सुखद आणि आनंददायी असतो. पण हा नियम सामान्य परिस्थितीला आणि सामान्य व्यक्तींना लागू आहे. यल्लव्वाने आकाशला त्याच्या जन्मानंतर त्याच्या आईकडे दिल्यावर तिने त्याला छातीशी लावले आणि तिलाही त्या स्पर्शाने काही क्षण मोहरून आल्यासारखे झाले खरे, आणि नंतरही क्वचित, 'बेसावध' क्षणी तिला त्या स्पर्शाने रोमांच उठायचे, नाही असे नाही पण असे अपवादात्मक क्षण वगळता तिच्या मनात त्या स्पर्शाने आनंदाची भावना तयार होणे तर जाऊच द्या पण मळमळीची जवळजवळ शारीर भावनाच तयार होत गेली. त्याचे एक कारण म्हणजे ती सर्वकाळ 'सावध'च असे. सर्व वेश्यांना असेच होते, असा याचा अर्थ नाही. अनसूया होतीच वेगळी. तिच्या या भावना तिच्या मुलापर्यंत पोचल्या असाव्यात. आकाश तिसऱ्या वर्षीच इतर मुलांपेक्षा शांत, स्वयंपूर्ण आणि 'शहाणा' झालेला होता. तो बालसुलभ उत्साहाने उगाच पळापळ करत नसे, रडत तर नसेच. त्याच्यात उच्छृंखलता जवळजवळ नव्हतीच असे म्हणता येईल. ही त्याची 'शांतता' म्हणजे 'समाधान' नव्हते, तर जगाकडून नक्की काय अपेक्षिता येऊ शकते त्याचे भान आल्यामुळे आलेले शहाणपण होते. मुलाच्या तिसऱ्या वर्षापर्यंत - मूल त्या वयात कळते नसते असे आपल्याला वाटले तरी- झालेले संस्कार फार महत्त्वाचे असतात असे आधुनिक मानसशास्त्रही मानते. आकाश हा जणू त्याचा पुरावाच होता.

बाळ आकाशची अधिक काळजी यल्लव्वानेच घेतली. तो तीन वर्षांचा असताना 'शोषित विकास' नावाच्या एन.जी.ओ. चे संचालक श्री. दिवेकर

जेव्हा त्यांना भेटायला आले तेव्हा यल्लव्वाच त्यांना भेटली आणि पुढच्या आठवड्यात सर्व आयांनी आपापल्या मुलांना घेऊन त्या संस्थेच्या कार्यालयात जाण्याची वेळ आली तेव्हा तिनेच अनसूयाला आग्रह करून तेथे पाठवले. संस्थेचे वेश्यांच्या मुलांसाठीचे एक होस्टेल होते आणि ते त्यांना शाळेत दाखल करण्यापासून ते राहणे, जेवणे असे सर्वकाही उपलब्ध करून असत. अनसूयेने फारशी खळखळ न करता तीन वर्षांच्या आकाशला तिथे घेऊन जाण्यामागे मुलगा तिथे गेला तर एक ब्याद टळेल अशी आशा हेही एक कारण होते. तिच्याबरोबर अशा अनेक वेश्या त्या दिवशी आपापल्या मुलांना घेऊन तिथे हजर झाल्या होत्या. त्यातल्या कित्येकांना तर आपल्याला इथे कशासाठी बोलावण्यात आले आहे याचेही पुरेसे आकलन झालेले नव्हते. अनेकांना तर ते धंद्याचे आणखी एक ठिकाण असे वाटत होते. त्यामुळे संस्थेच्या ऑफिसात त्या पदरही नीट न घेता कशाही बसल्या होत्या. वाट पाहायला लागल्यामुळे काही तर जागा मिळेल तिथे आणि शारीरिक अवस्थेचे काहीही भान नसलेल्या अवस्थेत आडव्याही झाल्या होत्या. थकवा हा त्यांच्या भाळी कायमचाच लिहिलेला असे. तसा तो भारतातल्या अनेक स्त्रियांच्या भाळी असतो, विशेषतः कष्टकरी स्त्रियांच्या; पण अनेकदा अगदी कष्टकरी नसलेल्या स्त्रियांच्यासुद्धा. या व्यवसायात तर तो अधिकच. त्यामुळे त्यांच्यातील कोणी मिळेल तिथे आडव्या झाल्या होत्या. अनेकींनी उघडपणे पदर खाली करून लहानग्यांना पाजायला घेतले होते. आधुनिकतेतून उद्‌भवलेली प्रायव्हसीची कल्पना काहींना टाळून पुढे जाते ती अशी. पण संचालक दिवेकर आणि त्यांच्या सहकाऱ्यांना या सगळ्याची सवय असावी. त्यांनी जणू सरावानेच आधी त्या सर्वांना 'नीट' बसायला लावले. आम्ही तुमच्या मुलांना होस्टेलमध्ये ठेवून त्यांची काळजी घेऊ, त्यांना शिकवू आणि तुमच्या आयुष्यात जे झाले त्यापासून वाचवू हे सांगितले. मुलग्यांना बारा वर्षांपर्यंत आणि मुलींना कॉलेजचे शिक्षण संपेपर्यंत आम्ही संभाळू असे सांगितले. त्यांना खाणे पिणे कसे नीट मिळेल इत्यादी सांगितले. 'विहार' नावाचे त्यांचे वसतिगृह त्यांनी त्यांना दाखवले. बहुतेक आयांनी ते आनंदाने तर काहींनी ते दडपणाने मान्य केले. 'तिथे मुलांना सोडून या', असा त्यांच्या मावश्यांचाही आग्रह होताच. 'नाहीतर'च्या धमक्याही होत्या. मुलांना सोडून जाताना अनेकींच्या डोळ्यात पाणी होते. डोळे कोरडे असणाऱ्या काहीच होत्या. त्यातली एक अनसूया होती.

आकाश शोषित विकासच्या 'विहार' वसतिगृहात दाखल झाला. तिथे तो दाखल झाला त्या रात्रीच त्याला पहिल्यांदा फिट आली. संस्थेच्या कार्यकर्त्यांना वाटले की, लहान मुलाला आईपासून तोडल्याने असे झाले असावे. पण आईपासून तुटल्याचे कुठलेही विशेष दुःख आकाशला झाले होते असे दिसत नव्हते. अजिबात न रडणाऱ्या अपवादात्मक मुलांपैकी तो एक होता. आणि तिसऱ्या दिवशी त्याला परत फिट आली तेव्हा त्यांना काही वेगळी शंका आली. चौकशीअंती आकाशला वयाच्या दुसऱ्या वर्षापासूनच फिट्स येतात, त्याच्या आईलाही येतात, हे त्यांना कळले. मग त्यांनी आकाशसाठी डॉक्टरला बोलवून त्याच्यावर उपचार सुरू केले. पण त्याला अठराव्या वर्षापर्यंत फिट्स येतच राहिल्या आणि त्याने तोपर्यंत- एका वेळेचा अपवाद वगळता- कधीही, कितीही त्रास होवो त्याने डोळ्यातून पाण्याचे टिपूस काढले नाही. आणि त्याला त्रासही बरेच झाले. का ते आपण पाहूच.

संस्थेची दोन होस्टेले होती. एक मुलांसाठी आणि एक मुलींसाठी. जेवणघर होते. होस्टेलच्या जेवणाचा तोच तोचपणा वा 'घरगुती नसले'पणा इथेही होता, पण इथे या मुलांना पहिल्यांदाच चारीठाव जेवण मिळे. बहुतेकांना तोपर्यंत रस्त्यावरच्या मिसळ, वडापाव, भजी, कच्छी दाबेली, खिमा पाव असल्या चटकदार पण घातक पदार्थांचीच सवय होती. अनेकांना हे अधिक सत्त्वशील खाणे जड जाई, पण इलाज नव्हता. शनिवार-रविवारी त्यांना आयांकडे जाण्याची वा त्यांच्या आयांनी येऊन त्यांना भेटण्याची मुभा होती. अनसूया क्वचितच आकाशला भेटायला आली. कधी आली तर यल्लव्वाच येत असे. इतर मुलांपासून आकाश वेगळा पडण्यास इथपासून सुरुवात झाली.

या मुलांचे आपापसात खेळण्याचे आधीचे खेळही वेगळे होते. उदाहरणार्थ मुली 'गिऱ्हाईक, गिऱ्हाईक' हा खेळ खेळत तर मुलांचा भर गुंड वागतात तसे वागणे, गुंडगिरीच करणे यावर असे. थोडे मोठे झाले की, ते आपापसात 'सेक्स' खेळत. शिव्यागाळ तर अपरंपार. 'आईघाल्या' या शब्दाने प्रत्येक वाक्याची सुरुवात आणि 'भेंच्योद' या शब्दाने शेवट करण्याची प्रथा होती. या सगळ्याचा संपूर्ण अर्थ त्यांना वय लहान असल्याने कळत नसेही, पण त्या वयातच अनेक गोष्टींना सामोरे गेल्याने काहीतरी अर्धवट पातळीवर कळत असेही, असे काहीसे चमत्कारिक मिश्रण होते. त्या सगळ्यातून शिव्यांमध्ये नावीन्य आणण्यासाठी अत्यंत क्रिएटिव अशा

नव्या शिव्या आणि धमक्या इथे जन्म घेत. उदाहरणार्थ 'गांडीत दांडू घालेन' याऐवजी 'मोबाईलवर गाणी लावून तो गांडीत घालेन आणि त्याच्या तालावर नाचायला लावेन' अशी शिवी/धमकी एका सहा वर्षाच्या मुलाने तयार केली होती आणि ती लोकप्रिय झाली होती. त्यांना यापासून परावृत्त करून अधिक 'सामान्य' वागणूक शिकवण्यासाठी संस्थेने काही शिक्षकांना आणि स्वयंसेवकांना नेमले होते. ते शाळेच्या वेळेव्यतिरिक्त वेळेत येऊन हे काम करत असत. संस्था देत असे त्या सोयींचा फायदा मुली अधिक घेत. मुलगे फार मोठ्या प्रमाणात गुंडगिरीच्या मागे लागत असा अनुभव होता. त्यांच्या वस्तीतल्या गुंडाचे त्यांना मोठेच आकर्षण असे. ते त्याच्यासाठी हीरो असत, वस्तीतील गणेशोत्सव वगैरेसारख्या प्रसंगी, वा नव्या मुली आणल्या की त्यांना रुळवताना या गुंडांचा कसा रुबाब असतो ते ही मुले शनिवार-रविवारी घरी गेले की, पाहत आणि त्यांचे अनुकरण करण्याचे मोठेच आकर्षण त्यांना वाटे. मुले संस्था सोडतही बाराव्या वर्षी. संस्थेला आर्थिक कारणांनी त्यांना अधिक काळ ठेवणे शक्य नव्हते. मुलींची काळजी अधिक घ्यावी, ज्याकरवी निदान त्या विशिष्ट धंद्यापासून मुक्त होऊ शकतील असा संस्थेचा विचार होता.

आकाश या सर्वांपासूनच वेगळा राहिला त्याला अनेक कारणे झाली. म्हणजे तो हे खेळ अगदीच खेळत नसे वा शिव्या देत नसे असे नव्हे. पण त्याचे प्रमाण सुरुवातीपासूनच कमी होते. त्यापेक्षा महत्त्वाचे झाले ते म्हणजे आकाश सुरुवातीपासूनच इतर मुलांपासून काहीसा वेगळा पडे कारण त्याला फिट्स येत आणि त्याची टिंगल होत असे. आकाश खेळात सहभागी व्हायला आला तर त्याला फिट कशी येते त्याचे नाटक इतर करून दाखवत. आकाश बोलताना अनेकदा अडखळे. तो अंमळ तोतराच होता. हा तर शाळेत मोठाच चेष्टेचा विषय. दर तासाला हजेरी घेताना शिक्षकाने त्याचे नाव उच्चारले की त्याला प्रत्युत्तरादाखल पटकन 'येस सर'' किंवा 'हजर सर'' असे म्हणता येत नसे. मग प्रचंड हशा उसळे. हे टाळण्यासाठी आकाश मोठेच प्रयत्न करे. जिवाच्या आकांताने 'त्या'' क्षणाची वाट बघत कॉन्सन्ट्रेशन करून 'ते'' शब्द वेळेत उच्चारता येतील असे पाही. त्यात तो कधीकधी यशस्वीही होत असे. पण मग तो असा यशस्वी होऊ नये म्हणून 'त्या' क्षणी त्याचा शर्ट ओढणे असे प्रकार केले जात. मग तो अडखळे आणि प्रचंड हशा उसळे. शिक्षकाने कधी त्याला प्रश्न विचारला तर उत्तर देताना हेच होई. २००२ साली तो दहा वर्षांचा असताना तर त्याला हा

त्रास सहन न होऊन त्याने शाळा सोडण्याचा हट्ट धरला. पण दिवेकरांनी इतर मुलांना दमदाटी करून हे प्रकार काहीसे कमी करण्यात यश मिळवले, आणि तो शाळेत टिकून राहिला. असे नकारात्मक घटक आणि त्याच्या फिट्समुळे संस्था त्याची विशेष काळजी घेत असे. यामुळे आकाश या मुलांपासून वेगळा पडला आणि त्याचा त्याला एका अर्थी फायदाच झाला. त्याला आठवड्याच्या शेवटी आईला भेटायला जाण्याचीही कुठलीही ओढ नसे. त्यामुळे तो 'त्या' वातावरणापासूनही अलिप्त राहिला आणि बहुतेक शनिवार-रविवारीही तो शाळेच्या लायब्ररीतून आणलेल्या पुस्तकांचे वाचन करत बसत असे वा संस्थेच्या ऑफिसात अनेक वर्तमानपत्रे येत ती वाचत बसे. संचालक दिवेकरांनी त्याला वर्तमानपत्रांतील संपादकीय आणि परीक्षणे वाचण्याची गोडी लावली. संस्थेत आलेल्या शिक्षकांशी वा कार्यकर्त्यांशी तो बोलत बसे. संस्थेचा व्यवहार, सामाजिक कार्यातले तणाव आणि नैतिक प्रश्न, राजकारण अशा विषयात त्यांच्यात चर्चा होत. त्यातली एक चर्चा त्यावेळी जोरात होती ती म्हणजे वेश्या व्यवसायाला कायदेशीर मान्यता द्यावी आणि वेश्यांना सेक्स वर्कर म्हणावे याबाबत. या सर्वाचा तो सुरुवातीला मूक श्रोता तर नंतर प्रत्यक्ष भाग घेणारा झाला. या एकटेपणामुळे त्याच्यात लहान वयातच एका प्रकारची खुद्दारी, शांतपणा आणि धीर तयार झाला होता. आकाश बारा वर्षांचा झाल्यावरही त्याच्या फिट्स येण्याच्या आजारामुळे त्याला घरी पाठवण्याऐवजी संस्थेने होस्टेलशेजारी एक स्वतंत्र खोली घेऊन त्याची व्यवस्था केली आणि त्यामुळे त्याच्यात आणि इतर मुलांत सर्वात मोठा फरक पडला. अर्थात संस्थेने हा अपवाद करण्यासाठी आणखी एक कारण होते. वरील सर्वाचा एकत्रित परिणाम म्हणून आकाश शाळेत परीक्षेत उत्तम गुण मिळवून बहुतेकदा त्याच्या वर्गात पहिला येत असे. समूहापासून बाजूला पडल्यामुळे असेल पण त्याला वाचनाची इतकी गोडी लागली होती की, त्याने शाळेच्या लायब्ररीतली सगळी पुस्तके वाचून काढली होती. निबंधाच्या स्पर्धांत तो दरवर्षी पहिला येई.

याचा आणखी एक परिणाम झाला तो असा, सर्व गोष्टी तर्काने विचारांती पारखून घेण्याची आधुनिकतेतली विशेष खोड त्याला लागली. राजकारणापासून ते चांगले वागणे म्हणजे कसे, ते ठरवण्याचा अधिकार कोणाचा, अशा विषयांवर तो वयाच्या तेराव्या वर्षापासूनच वाद घालू लागला. संस्थेचे एक कार्यकर्ते सत्य साईबाबांचे भक्त होते. देव ही संकल्पना आणि त्याच्याशी साईबाबांचे त्याच्याशी असणारे नाते याबद्दल

आठवीतला आकाश आणि त्यांच्यात झालेला वाद विशेष गाजला होता.

पण हा वाद पहिला नव्हता. लहानपणच्या आईपासूनच्या तुटलेपणातून, आणि इतर कोणी जवळचे असण्याच्या अभावातून दोनतीन गोष्टी झाल्या होत्या. एकतर तो कधीही रडत नसे. त्याच्या आईचेही अश्रू कसे आटले होते ते आपण पाहिलेच. आपल्या मतांवर शांतपणे पण ठाम असण्याचा त्याचा स्वभाव झाला होता. याचे प्रत्यंतर अगदी शाळेत त्याचे नाव घालण्यापासून आले. बहुतेक प्रसंगी वडलांचे नाव माहीत नसल्यामुळे शाळेत अशा मुलांचे नाव लावताना आईचे नाव लावावे अशी संस्थेची पॉलिसी होती. याची शाळेतली इतर मुले टिंगल करत. आकाशचेही असे झाल्यावर त्याने एकच हलकल्लोळ केला. आपल्याला वडलांचे नाव हवेच असा त्याने आग्रह धरला; इतका की, त्या रात्री त्याला फिट आली. शेवटी अनसूयाला विचारण्यात आले. ती वैतागून म्हणाली, 'बाप हवा काय तुला? आई पुरेशी नाही रे भाड्या? आजोबाच्याच वळणावर तू... त्याचंच लाव नाव.. मुलीला नासवणाऱ्याचं नाव लाव - याला नाव हवं ना - लिहून घ्या- आकाश सोमा ढमाले.' आकाशचे हे नाव शाळेत लावण्यात आले.

पुढे हे प्रकरण उलटे झाले. आकाश आठवीत गेला तेव्हा अनसूयाला एड्स झाल्याचे उघडकीला आले. ती पुरेशी व्यावसायिक काळजी घ्यायची नाही त्याचा हा परिणाम होता. एड्स झाल्याचे कळल्यावर तर तिने सर्व काळजी अगदीच वाऱ्यावर सोडली, औषधेही घेणे थांबवले आणि धंदा तर बसलाच. त्यामुळे तिचे दोन वर्षात, आकाश दहावीला गेल्यागेल्या निधन झाले. या घटनेने आकाशला फारसा थेट फरक पडला नाही. पण त्याचे कोरडे डोळे पाहिल्यावर न राहवून यल्लव्वाने त्याला अनसूयाची सर्व कर्मकहाणी ऐकवली. त्यावर पहिल्यांदा आणि एकदाच आकाशच्या डोळ्यात पाणी आले आणि तीन दिवस तो खोलीतून बाहेर आला नाही. दिवेकरांनी स्वतः जाऊन त्याला बाहेर काढल्यावर त्याने हट्ट धरला, 'माझे नाव बदला'. त्याने कधीतरी सत्यकाम- जाबालीची पुराणातली कहाणी वाचली होती. ती कहाणी थोडक्यात अशी होती- जाबाला नामक एका वेश्येला एक मुलगा होता. त्याचे नाव होते सत्यकाम. तिने त्याला गौतम ऋषींकडे शिक्षण घेण्यासाठी पाठवले. तो तिथे गेल्यावर गौतम ऋषींनी त्याचे गोत्र विचारले. त्याने जाऊन आपल्या आईस तोच प्रश्न विचारला. त्यावर तिने त्याला सांगितले, 'बाळा, मला तुझे वडील कोण हेच ठाऊक

नाही तर, त्यांचे गोत्र कुठून ठाऊक असणार? तू परत जाऊन ऋषींस खरे काय ते सांग.' सत्यकामाने तसे केले. त्यावर खूष होऊन गौतम म्हणाले, 'तू खरे बोलतोस म्हणजे तू उच्च कुळातला - उच्च वर्णातला- असणार. तुझे स्वागत असो.' या गोष्टीत सत्य बोलणारा हा केवळ उच्च वर्णातला असतो या तत्त्वावर गौतमाने सत्यकामला उच्च वर्णातला ठरवल्याने निर्माण होणारे वर्णव्यवस्थेच्या पिळवणुकीच्या बाबतीतले प्रश्न आणि गोत्र वडलांकडून येत असल्याने निर्माण होणारे लिंगभावासंबंधीचे प्रश्न पडण्याइतके आकाशचे वय नव्हते. त्याला जाणवले ते एवढेच की, सत्यकामने आपल्या आईला नाकारले नाही पण आपण आपल्या आईला नाकारले. जिच्यावर प्रचंड अन्याय झाला होत्या अशा एका स्त्रीला आपण नाकारले. तो दिवेकरांना म्हणाला, 'काही करून माझे नाव बदला. माझे नाव 'सत्यकाम अनसूया' असे करा.' या वेळी दिवेकरांनीही फार खळखळ केली नाही. आत्तापर्यंत आकाश ऊर्फ सत्यकामचा स्वभाव त्यांना कळून चुकला होता. एस.एस.सी.च्या फॉर्मवर त्याचे नाव 'सत्यकाम अनसूया' असे लागले. पुराणातल्या गोष्टींचे अन्वयार्थ किती गुंतागुंतीचे असतात आणि आपण या कथेतल्या एकाच भागाकडे लक्ष दिले हे जेव्हा सत्यकामच्या पुढे अर्थातच लक्षात आले तेव्हा काही प्रमाणात त्याला या घटनेबद्दल पश्चात्ताप झाला. पण आपण लावलेला अर्थही अगदीच चुकीचा नव्हता असे म्हणून त्याने आपले समाधान करून घेतले. एकंदरीनेच नाव बदलून घेणे इत्यादी व्यवहारातून एवीतेवी फारच वरवरचे सामाजिक परिवर्तन वा क्रांत्या होत असतात असे त्याचे तोपर्यंत मत झाले होते. त्यामुळे त्याने तो विषय त्यानंतर मनातून काढूनच टाकला. त्याचे नाव मात्र त्यानंतर 'सत्यकाम अनसूया' झाले ते कायमचेच.

या सर्व कालखंडात, आणि विशेषतः या घटनेनंतर आणखी दोन गोष्टी घडल्या. एक, त्याला माणसाच्या नैतिक वागणुकीविषयी, सामाजिक धारणा आणि व्यवस्थांविषयी अनेक प्रश्न पडू लागले, तो गोंधळात पडला आणि दोन तो काहीसा निराशेने भरलेला आणि एकांडा होऊ लागला.

२००७ मध्ये, ज्यावर्षी कुठलाच मोठा दंगा भारतात झाला नाही त्यावर्षी सत्यकाम कितीही गोंधळलेला वा निराश झाला तरी, उत्तम मार्कांनी एस.एस.सी. झाला. तसे पाहता नेहरूंच्या मृत्युनंतर, म्हणजे १९६४ सालापासून २०१८ पर्यंत भारतात साधारणपणे पंधरा हजार छोटेमोठे दंगे झाले असे सरकार दरबारची नोंदच सांगते, म्हणजे साधारणपणे वर्षाला

दोनशे ऐंशी. तेव्हा २००७ साली दंगे झालेच नाहीत असे नव्हे. त्यावर्षीही ओरिसात हिंदू- ख्रिश्चन यांच्यात दंगे सुरू झाले आणि ते दक्षिणेतील अनेक राज्यात पसरले. हिंदू मूलतत्त्ववाद्यांनी अनेक चर्चेसवर हल्ले केले आणि ती जाळली. एक पोलीस स्टेशनही जाळले गेले. तेव्हा दंगे झाले नाहीत याचा अर्थ खरेतर असा की, दंगे भारतात इतके होतात की, आपण त्यातील बहुतेक दंग्यांकडे दुर्लक्ष करायला शिकलो आहोत. सत्यकाम हे सर्व वर्तमानपत्रातून वाचतच वाढला. पण ते असो. आपल्यासाठी महत्त्वाचे असे की, त्या वर्षीपासून ज्याचे नाव सत्यकाम झाले त्या मुलाला पुण्यातील फर्ग्युसन नामक अत्यंत नामांकित महाविद्यालयात प्रवेश मिळाला. त्याला इंजिनीअर वगैरे होण्यात रस नव्हता. तोपर्यंतच्या त्याच्या आयुष्यक्रमामुळे त्याला मानवी आयुष्यातील सामाजिक राजकीय अंगांमध्ये अधिक रस होता. हळूहळू त्याच्या असे लक्षात आले की, या सर्वांमागील जे तत्त्वचिंतन असते – म्हणजे सामाजिक शास्त्रांमध्येही एक विषय राज्यशास्त्र असतो आणि त्याला पायाभूत म्हणून 'राज्यशास्त्राचे तत्त्वज्ञान' असे काही असते – त्यात आपल्याला सर्वात अधिक रस आहे. त्यामुळे त्याने तत्त्वज्ञान हा विषय घेऊन २०१२ साली बी.ए. केले. तोपर्यंत त्याचा तोतरेपणा जवळजवळ संपूर्णपणे गेला होता. इतका की, त्याला दोनदा डिबेटच्या स्पर्धेत पहिले बक्षीस मिळाले. दहावीत आणि कॉलेजात मिळालेल्या यशाचा आणि त्यातून आलेल्या आत्मविश्वासाचा तो परिणाम असावा. तो पुढे शिकत राहिला. २००२ मध्ये, म्हणजे ज्या साली गुजरात मध्ये दंगे झाले त्या साली शाळेत ज्याची सतत टिंगल होत असे आणि त्यामुळे शाळाच सोडावी असे ज्याला वाटू लागले होते तो सत्यकाम शिकत राहिला आणि २०१४ सालापर्यंत मोदींची प्रगती सेंटरला सत्तेत येईपर्यंत तर सत्यकामची प्रगती पीएच.डी. करण्यासाठी 'नेटच्या' परीक्षेतून मिळणारी 'जे.आर.एफ.' शिष्यवृत्ती मिळण्यापर्यंत झाली.

या सर्व काळातले सामाजिक – राजकीय बदल सत्यकाम सजगपणे आणि तत्त्वज्ञानाचा विद्यार्थी म्हणून पाहत होता आणि त्याला अनेक प्रश्न पडत होते. त्यातून तो अधेमधे काही निषेधप्रक्रियेत भागही घेत असे. पण त्याचा कुठलाही परिणाम होत नसल्याचे, उलट सर्वदूर प्रतिगामी विचारांनाच पाठिंबा मिळत असल्याचे त्याच्या लक्षात आल्यावर इतर अनेकांप्रमाणे तो प्रत्यक्ष कृतीतून काहीसा बाहेर राहणारा, नक्की काय करावे याविषयी वैचारिक गोंधळ उडालेला आणि काहीसा निराशाग्रस्त असा झाला. तसेच

एकंदरीनेच आजूबाजूला जगभर समाधानाचा इतका अभाव बघून त्याचा गोंधळ वाढत होता. तो जेवढे जास्त ज्ञान मिळवत जात होता तेवढा या त्रासाचा व्याप कमी होण्याऐवजी वाढतच होता. भवताल आणि स्वतः यातील नात्याबद्दल त्याला अनेक प्रश्न पडू लागले. त्याला आधीच कमी मित्र होते, ते आणखीच कमी होऊन तो अधिकाधिक एकांडा होऊ लागला. कधीकधी सलग काही दिवस तो प्रचंड अस्वस्थ होई आणि कोणाशीच न बोलता बसून राही. जसजसा काळ गेला तसतसे असे दिवस कमी होण्याऐवजी वाढतच गेले. पण तो होता तरुण त्यामुळे तो पूर्ण निराशाग्रस्त झाला नाही. माझे आयुष्य, माझा जन्म कुठे झाला ही बाब नव्हे तर, मी माझ्या कर्तृत्वाने घडवीन ही आधुनिक जिद्द निदान तोपर्यंत त्याच्यात कायम राहिली. त्याच्या भूतकाळामुळे तो स्त्रीविषयक प्रश्नांबाबत अधिक जागरूक असे. २००९ साली बंगलोरमधे श्रीराम सेने नामक मूलतत्त्ववादी संघटनेने पबमध्ये गेलेल्या मुलींवर जे हल्ले केले आणि त्यानंतर भाजपाच्या राज्यात या सर्वाला जो पाठिंबा मिळत गेला त्याने तो व्यथित झाला होता, हादरून गेला होता. भारताचा सांस्कृतिक भूतकाळ, वैचारिक इतिहास आणि आधुनिकतेची युरोपीय मूल्ये यांच्यात असलेल्या संबंधांबाबत त्याला विशेष आस्था निर्माण झाली. भारतीय परंपरांचा नव्याने अर्थ लावू पाहणारे, त्यातून भारतीय आधुनिकतेचे पोत युरोपपेक्षा वेगळे कसे झाले त्याचा शोध घेऊ पाहणारे शुदिप्तो कविराज, पार्थ चटर्जीसारखे विचारवंत एकीकडे आणि या इतिहासातील निवडक गोष्टींचे पुनरुज्जीवन करू पाहणारे काही प्रवाह दुसरीकडे, यांच्यातील संघर्षाचे स्वरूप शोधण्यात त्याला रस उत्पन्न झाला.

त्याने पीएच.डी.च्या प्रबंधासाठी विषय निवडला- 'हिंदू षड्दर्शनातील पुरुषप्रधानता आणि त्याचा एकोणीस-विसाव्या शतकातील वासाहतिक भारतातील वैचारिकतेवर झालेला परिणाम'. नियमाप्रमाणे त्याने हा विषय, सिनॉप्सिससह विद्यापीठाच्या रिसर्च अँड रेक्गनिशन कमिटीकडे परवानगीसाठी पाठवला आणि तो उत्साहाने त्या कामाला लागला. नवे सरकार आल्यावर त्यांनी आधीची कमिटी बरखास्त केली होती. नवी कमिटी येण्यास काही कालखंड गेला. सत्यकाम काम करीत राहिला. नव्या सरकारने आपल्या विचारांना पाठबळ देणारी नवी कमिटी नेमली. त्यात तत्त्वतः हरकत घेण्यासारखे काहीच नव्हते कारण लोकशाहीत प्रत्येक सरकारचा हा हक्कच असतो. आणि असे व्हावेही कारण त्याने सिस्टिम

प्रवाही राहते असे त्याचे त्याच्या गाइडबरोबर बोलणेही झाले. अडचण अशी झाली की त्यांनी सत्यकामच्या विषयाला हरकत घेतली. साधारणपणे ही कमिटी असे करत नाही असा इतिहास आहे पण सर्वच गोष्टी मूलभूतपणे बदलण्याचाच हा काळ आहे. त्याचे पीएच.डी.चे मार्गदर्शक आंतर्राष्ट्रीय कीर्ती असलेले विचारवंत होते, त्यांना अनेक मोठे सन्मान मिळालेले होते. ते आपल्या बाजूने भांडतील, यातून काही मार्ग काढतील अशी खात्री तरुण सत्यकामला होती. तसे झाले नाही. त्यांनी सत्यकामवरच विषय बदलण्यासाठी दबाव आणण्यास सुरुवात केली. त्यावेळच्या उपकुलगुरूंचा कार्यकाळ संपत आल्याने पुढील उपकुलगुरूंची नेमणूक जवळ आली होती आणि या प्राध्यापकांना उपकुलगुरू होण्यात रस होता. स्वाभाविकपणे सरकारविरोधात ते काहीही करणे शक्य नव्हते असेही सत्यकामच्या कानी आले. त्याला क्षणासाठी वाटले या म्हाताऱ्याला दोन थोबाडीत माराव्या, त्याला गदागदा हलवून विचारावे, 'आता तुम्हाला काय मिळायचे राहिले आहे? काय ठेवले आहे त्या उपकुलगुरूच्या पदात म्हणून तुम्ही असे वागता? तुम्हीच नव्हे तर हे सगळे जगच आजकाल असे वागते? का सगळ्या गोष्टींना केवळ आहे त्यापेक्षा पुढे जाण्याच्या शिड्या म्हणून वापरायचे? आणि पुढे म्हणजे कुठे? यालाच म्हणायचे आधुनिकता? ही कुठली तऱ्हा तुमच्यासारख्या विचारी माणसांची?' पण त्याच्या शिक्षणातूनच त्याच्यावर झालेल्या संस्कारांनी हा मार्ग बंद केला होता. आणि तो समाजमान्यही नव्हता. त्यामुळे असे केल्याने त्याला पोलिसांनी अटक करण्यापलीकडे काहीच साध्य झाले नसते. त्यामुळे त्याने अर्थातच असे काही केले नाही. ते काही असो, सत्यकाम या घटनेनंतर पूर्णपणे निराश झाला. त्याच्या एकांड्या स्वभावामुळे, ज्याच्याशी बोलावे, जो आधार देऊ शकेल, विचारविनिमय करू शकेल असेही कोणी त्याच्या आजूबाजूस नव्हते. त्यामुळे त्याला अनेक प्रश्न पडले, तो अधिकच गोंधळलेला आणि निराश झाला.

वेद, षड्दर्शनांच्या जोडीला चार्वाक, बुद्ध आणि जैन दर्शने यापासून ते योग आणि पुराणांपर्यंतची भारतीय परंपरा, ग्रीकांच्या विचारापासून ते प्रबोधनकाळातील युरोपची वैचारिक परंपरा, कन्फ्युशसची चीनी परंपरा, मध्ययुगीन अरबांची ज्ञान परंपरा ते युरोपातील फुको आणि दरिदा सारख्यांचा उत्तराधुनिक विचार... कशातूनच त्याला आता कसे जगावे याचा अर्थ लागेना. काय करावे, जिला वेश्या व्हावे लागले आणि मग एड्स होऊन

मरावे लागले अशा वेश्येने? काय अर्थ आज जगभरात वाढत असलेल्या असमाधानाचा, हिंसेचा आणि शोषणाचा? काय उपयोग इथे मी माझे आयुष्य घडवण्याचा प्रयत्न करण्याचा? काय करावे या नैतिकतेचे नक्की? नक्की योग्य काय हे आजच्या गुंतागुंतीच्या परिस्थितीत ठरवावे कसे? 'आंधळी माणसे आणि हत्ती' ही गोष्ट कधी लागू असली तर ती सर्वात जास्त आजच्या काळात. सर्व दृष्टीने गोंधळलेला काळ आहे हा. अनेक शतकांच्या प्रचंड विचारमंथनाचा हाच का परिणाम? सगळेच सापेक्ष, व्यक्तिनिष्ठ झालेले, काहीच वस्तुनिष्ठपणे कळत नाही असा. आणि कसेही बघा, तरीही सगळेच असमाधानी. पण मग हे ज्ञान मी मिळवतो आहे ते नक्की कशासाठी? आणि कोणीतरी तेही मला मिळवू का देत नाही? काय झाले आहे हे आधुनिक विचारांचे त्रांगडे की ज्याकरवी यापैकी कोणालाच कसलेही समाधान नाही? ओऱ्हान पामूक म्हणाला होता त्याप्रमाणे आधुनिक काळ स्पिरिच्युअली हॉलो आहे - आत्मिक पोकळीने - भरलेला आहे म्हणून हे असे सगळे? काय असते ही पोकळी? कशाने निर्माण होते? पूर्वापार ती तयार व्हायची चार गोष्टींनी १. भावनिक उलथापालथ जसे की प्रचंड दुःख, आजारपण, २. म्हातारपण आणि मृत्यू ३. विश्वाची निरर्थकता जाणवणे आणि ४. असे असतानाही भौतिक गोष्टींचे मोह पडणे. त्यात नंतर भर पडली ती चंगळवादातून कधीच पुऱ्या न होणाऱ्या आसक्तीची, कमॉडिटी फेटिशजमची, वखवखीतून उद्‌भवणाऱ्या नैराश्याची. तर्कातून काहीच हाती लागत नाही असे वाटण्याने सामान्य माणसालाही घेरून टाकणाऱ्या असंगताच्या जाणिवेची. आताच्या उत्तराधुनिक जगात आणखी भर पडली ती विखंडीकरणाची आणि त्यातून निर्माण होणाऱ्या प्रचंड एकटेपणाची. ज्यामुळे ही पोकळी निर्माण होते आणि ज्यापासून मुक्त होण्यासाठी आत्मिकतेची ओढ वाटावी अशी कारणे मानवाच्या इतिहासात कमी कमी होण्याऐवजी या आधुनिकतेच्या काळात वाढतच चालली आहेत! मुळात आधुनिकता तरी आणखी भारतात सर्व स्तरांवर कुठे रुजली आहे?.. आणि आधुनिकता पूर्णपणे येण्याआधीच, तिचे फायदे भारतातल्या समाजापर्यंत पोचण्याआधीच तिच्यातून उद्‌भवणाऱ्या दुष्परिणामांना आणि तिच्यावरच्या टीकेला आपण सामोरे जात आहोत!.. पण ते काही असो... आधुनिकतेतूनच दिलासा देणाऱ्या विचारसरण्या जन्मल्या आणि त्याच आता मानवाला अधिकच निराश करण्याच्या स्थितीला घेऊन आल्या आहेत हा त्रासदायक तिढा आहे. तो सोडवायचा, असंगताच्या जाणिवेतून

आणि एकटेपणातून निर्माण होणारी पोकळी भरून काढायची तर आधुनिकतेलाच तिलांजली द्यायला हवी? ती तर त्याला पटणारी बाब नव्हती. आत्मिकता आधुनिकतेपासून पळणारी, नकारात्मक असणारी नको. समाजापासून तोडणारीही नको. ती सकारात्मक हवी. खरा प्रश्न होता तो असा की, आधुनिकतेची सर्व मूल्ये मान्य करूनही ही पोकळी कशी भरून काढावी? आधुनिकतेतही आत्मिकतेला स्थान कसे निर्माण करावे?

त्याला मग सगळ्याचा कंटाळा आला. तो दिवसातून चार-आठ वेळा स्वतःशीच म्हणू लागला, 'शी... कंटाळा आला.' पण सत्यकामचा कंटाळा वेगळा होता. त्या कंटाळ्याला एक क्रिएटिव बाजू होती. या कंटाळ्याने सृजनापासून पूर्ण फारकत घेतली नव्हती. त्यातून नवे काही निर्माण होण्याची शक्यता पूर्णपणे संपलेली नव्हती किंबहुना ती अधिकच वाढली होती. पण पुढची दिशा अर्थातच स्पष्ट नव्हती. त्यात अनेक अडचणी होत्या.

त्याला अनेक शंकांनी झपाटून टाकले. त्याला विषय बदलून पीएच. डी. चे काम करण्यात काहीही रस वाटेना. किंबहुना या अभ्यास प्रक्रियेतलाच त्याचा रस गेला. त्याला कुठेतरी जाऊन पूर्णपणे एकटे जगावेसे वाटू लागले. लहानपणापासून तसा तो काहीसा एकटाच पडलेला असे पण आता त्या एकटेपणातच दिलासा वाटावा अशी परिस्थिती उद्‌भवली. कदाचित तसे केल्याने काही हाताला लागेल. सर्व उत्तरे नाहीत निदान काही शांतता आणि निवृत्तीचे समाधान. पण शिष्यवृत्ती गेली तर जगावे तरी कसे? मग काहीतरी नोकरी करणे तर भाग होते. अशा अवस्थेत तो जमिनीवर येण्यासाठी म्हणून मुद्दाम कित्येक दिवसांनी परत एकदा दाणेआळीत गेला. तिथल्या त्याच्या आणखीही जिवंत असणाऱ्या काही मावश्यांना भेटला. त्यांनी त्याच्या गालावरून समाधानाचा हात फिरवल्याने त्याला जरा धीर आला. यल्लव्वाने तर त्याला मिठी मारली ती दोन मिनिटे सोडलीच नाही. तो फार मोठा कोणी झाला आहे, एवढे त्यांना जाणवत होते, त्यांनी ऐकले होते. त्यांना समाधानासाठी तेवढे पुरेसे वाटत होते. पण क्षणातच त्याच्या मनात आले, हे कसले यांचे समाधान? या अवस्थेतही आत्मिक समाधान, केवळ मी खूप शिकलो म्हणून? माझे काय झाले आहे ते यांना कळतही नाही... काय हा दैवदुर्विलास! त्याला आणखीच प्रश्न पडू लागले. त्याला परत जाणीव झाली - भौतिक प्रश्नांना आत्मिक उत्तरे नसावीतच. पण मग माझ्यासारख्याने करावे तरी काय? तेवढ्यात त्याला शेजारच्या कोठीवरच्या

वेश्येचा मुलगा भेटला. त्याचे नाव होते रवींद्र. त्याची आई आदल्याच रात्री वारल्याने रवींद्र तिच्या अंतिम संस्कारांसाठी आला होता. सत्यकामच्या मनात आले, हे संस्कार सगळ्यांसाठी एकच असतात का वेश्येसाठी वेगळे, तत्त्वज्ञानाच्या प्राध्यापकासाठी वेगळे? आणि ते आजच्या काळातही यांना वा मला का करावेसे वाटतात? कुठल्याही प्रसंगाला भिडला, वा काहीही न करता स्वस्थ बसला तरी त्याला पडलेले प्रश्न आणि त्याच्या मनातला गोंधळ दोन्ही वाढतच होते.

पण रवींद्रला भेटण्याचा एक मोठाच फायदा सत्यकामला झाला. रवींद्र फारसा शिकलाबिकला नव्हता. पण त्या वस्तीतल्या उरलेल्या मुलांप्रमाणे गुंडगिरीच्या मागे न लागता लहान वयात नोकरीला लागला होता. तत्त्वचिंतन हा त्याचा प्रांत नव्हता पण व्यावहारिक जगाचा त्याचा अनुभव लहान वयातच बराच अधिक होता. त्यातले छक्के पंजे, माणसांशी व्यवहार कसा करावा, पैसे कमावण्याचे निरनिराळे मार्ग याबाबत त्याची जागृती त्या वयातच पुढच्या पायरीवरची होती. सत्यकामला त्याचा पुढेही काही फायदा आणि तोटा झाला, पण त्या वेळी तर फायदाच झाला. सत्यकाम काय शिकला, काय करतो याची फारशी माहिती रवींद्रला नव्हती.

त्याने सत्यकामला महत्त्वाचा प्रश्न विचारला, 'सध्या काय करतोस?'

सत्यकाम थोडा गोंधळला. काय करतो म्हणजे? विचार करतो. त्याने गोंधळून गेलो आहे... पण तो लगेचच भानावर आला आणि उत्तरला, 'काही नाही... काहीतरी नोकरी शोधतो आहे.'

सिगरेट शिलगावत रवींद्र सत्यकामला म्हणाला, 'मी एका सोसायटीत वॉचमन आहे. त्या सोसायटीत आणखी एक वॉचमन हवा आहे. पगार उत्तम देतात. सोसायटी शहरापासून लांब आहे. तिथे कोणी येतच नाही त्यामुळे काम काहीच नसते.... हां, एक प्रॉब्लेम आहे. त्यांना आता जो माणूस हवा आहे तो अशा गेटसाठी हवा आहे जे सोसायटीच्या एकदम मागच्या बाजूला आहे. तिथे आजूबाजूला कोणीही नसतं. कधीकधी संपूर्ण दिवसांत कोणी नजरेलाही पडत नाही. गेटवर वॉचमनही एकच ठेवतात. त्यामुळे सोबत नसते. भयानक एकटेपणा वाटतो, आधीच सांगून ठेवतो. त्यामुळेच त्या जागेवर कोणी टिकत नाहीये.... पण कुठलीच नोकरी नाही म्हणालास म्हणून सांगतोय... बघ थोडे दिवस- तोवर एकीकडे दुसरी नोकरी शोध-'

सत्यकामने क्षणाचाही विचार न करता रवींद्रबरोबर जाऊन, ती नोकरी

पदरात पाडून घेतली. 'गार्डन ऑफ ईडन' सोसायटी कशी होती ते आपण पाहिलेच. सत्यकाम त्या सोसायटीच्या मागच्या एकांती गेटचा, चोवीस तासांची एकच शिफ्ट असणारा वॉचमन झाला. गेटशेजारच्याच एका छोट्या खोलीत त्याची राहायची व्यवस्था होती. सोसायटीचे चालक सांगतील ते सर्व ऐकायचे. जे काही नजरेला पडेल त्याची वाच्यता करायची नाही, इत्यादी सर्व अटी त्याने मान्य केल्या. त्यांनाही अशा ठिकाणी कोणी टिकेल याची खात्री नव्हती. पण सत्यकाम टिकला आणि त्यांनी सुटकेचा निःश्वास सोडला. आपण २०१८ सालच्या मार्च महिन्यात सत्यकाम त्या ठिकाणी अगस्तीला भेटल्याचे पाहिले हे तुम्हांला आठवत असेल. तेव्हा त्याला नोकरीला लागून अडीच वर्षे झाली होती. त्या फाटकावर चोवीस तास एकच वॉचमन असल्याने त्याला थोडावेळ आजूबाजूला हिंडण्याची मुभा होती. त्याला नियमित वेळाने सोसायटीच्या मागच्या भागात सुरक्षा फेरीही मारावी लागत असे. तसे करता यावे म्हणून त्याच्याजवळ एक वॉकीटॉकीही देण्यात आला होता.

सत्यकाम तिथेच असलेल्या केबिनमध्ये राहू लागला. आता विचारच थांबवता येतो का ते पाहावे असा त्याचा विचार होता. योगाच्या तत्त्वज्ञानाच्या आकलनातून आणि आचरणातून ते जमू शकते असा काहींचा दावा होता त्यामुळे त्याने ते करावयाचे ठरवले. योगासने आणि विपश्यना. तीही खरी विपश्यना, म्हणजे असे की, विपश्यनेचा दहा दिवसांचा कोर्स नव्हे तर कायमची, दिवसातले चोवीस तास तीच स्थिती. आर्यमौन म्हणतात तसे, पूर्ण एकटे करणारे मौन त्याठिकाणी सहजच प्राप्त होत होते. सतत स्वतःच्या अस्तित्वाची सजग अनुभूती. त्याचा विचार नव्हे तर अनुभूती. दिवसातले पाचसहा तास योगासने आणि उरलेला वेळ ही अनुभूती. या सर्वांमुळे तो वरकरणी शांत झाला. त्याचे शरीर त्याच्या अधिकाधिक आटोक्यात येऊन ते अधिकाधिक स्थिर होऊ लागले. आतून मात्र तो धुमसतच राहिला. आणि याच अवस्थेत, अडीच वर्षांच्या जवळजवळ पूर्ण एकांतवासानंतर २०१८च्या मार्च महिन्यात तो अगस्तीला भेटला. अशा अगस्तीला, जो केवळ आतच नव्हे तर वरही धुमसत होता, ज्याच्या शरीरातला एकही स्नायू जणू त्याच्या कह्यात राहिलेला नव्हता, आणि ज्याने अत्यंत उथळपणे का होईना पण आधुनिकतेविरुद्ध बंडच पुकारले होते.

***

। आयेशा

'गार्डन ऑफ ईडन' ऊर्फ 'साई सोसायटी'शी अत्यंत चमत्कारिक आणि दुर्दैवी प्रकारे जिचा संबंध आला अशा आणखी एका व्यक्तीची मी आता ओळख करून देऊ इच्छितो. तिची ओळख मी थोडक्यात करून देणार आहे. कुठल्याही समकालीन व्यक्तीप्रमाणे तिच्याही अनेक ओळखी, आयडेंटिटीज अर्थातच होत्या पण तिच्या आयुष्यात अशा काही घटना घडल्या की, मी सांगणार असलेल्या तिच्या काही 'विशिष्ट ओळखी किंवा आयडेंटिटीज' पलीकडच्या ओळखींना काही अर्थच उरू नये. निदान तिच्या इतर ओळखींची बराच काळ काही संगती तिला स्वतःलाच लागू नये.

तिचे नाव होते आयेशा. तिच्या वडलांचे नाव होते सज्जाद हसन. ते उघडपणे मुसलमान होते. त्यांच्या अनेक पिढ्या मुंबईतच वास्तव्याला होत्या आणि त्या अर्थाने त्यांना मराठी म्हणायला प्रत्यवाय नाही. त्यांचे घराणे मातब्बर होते. महंमद अली जिन्हा या पाकिस्तानच्या संस्थापकांशी त्यांचे काही नाते होते आणि जिन्हांप्रमाणेच सज्जाद हसन आणि त्यांच्या आधीच्या दोन पिढ्या वकील होते. आयेशाच्या आईचे नाव होते कमलादेवी. उघडपणे ती हिंदू होती. केवळ हिंदूच नाही तर ब्राह्मण होती आणि राजस्थानातील होती. सज्जाद अणि कमलादेवी हे आयेशाचे आईबाप पुण्याला आय.एल.एस. लॉ कॉलेज या नावाजलेल्या कॉलेजात एकत्र होते. इंग्लंडमधील एक नामांकित विचारवंत म्हणाला होता - तुम्ही तरुण असताना समाजवादी, डाव्या विचारांचे नसलात तर तुम्हाला हृदय नसणार आणि वयाने वाढल्यावरही समाजवादीच राहिलात तर तुम्हाला मेंदू नसणार. त्याच्या उद्‌गारातील दुसऱ्या भागात तथ्य असो वा नसो, पहिल्या भागात तरी होते आणि या दोघांना हृदय असल्याने कॉलेजात असताना दोघेही त्यावेळच्या डाव्या विचारांनी भारले गेले होते. हा काही प्रमाणात त्या काळाचा महिमा होता. हृदय असेल तर लहानपणी तरी डाव्या विचारसरणीचे

व्हाल इतपत का होईना पण डाव्यांचा प्रभाव असण्याचेही ते शेवटचेच दशक म्हणायला हवे. १९९० नंतर म्हणजे आयेशाच्या जन्माच्या आसपास तेही बदलले. पण ते असो. तर ते तसे भारलेले होते. शिवाय वडील नाटकात तर आई आणि वडील दोघेही मूट कोर्ट कॉंपिटीशन, डिबेटसारख्या गोष्टींत जोमाने भाग घेत होते. या सगळ्यातून अनेकांचे होते तसे त्यांचे प्रेम जमले आणि त्यांनी १९८४ साली – म्हणजे शीख हत्याकांड झाले त्याच वर्षी–विवाह केला. त्यांच्या विवाहाला दोघांच्याही घरून प्रचंड विरोध होता. दोन्ही कुटुंबांनी त्यांच्याशी संबंध तोडला. त्याकाळी शीख हत्याकांडासारख्या घटना नव्हत्याच असे नाही पण त्याला संस्थात्मक आणि सत्तेत असलेल्या पक्षाचे अधिकृत असे पाठबळ तरी नव्हते. ते २०१४ नंतर उजव्या संघटनांना मिळाले आणि त्यांनी लव्ह जिहाद नावाचा वेडाचार चालू केला; तो त्यावेळी नव्हता, त्यामुळे ते मारले वगैरे गेले नाहीत एवढेच. पण कुटुंबाशी सर्व नाते तुटले ते कायमचे.

तरुण नवरा बायको दोघेही वकील झाले. त्यांनी काही वर्षे मुंबईत नोकरी करून मुंबईतच स्वतःची प्रॅक्टिस सुरू केली. तोवर घरच्यांचा कुठलाही पाठिंबा नसल्याने पैशांची वानवा होती; स्थैर्य नव्हते. त्यामुळे त्यांना मूलबाळ होण्यास काही वेळ मात्र गेला. त्यांना १९९१ साली भारतात मुक्त अर्थव्यवस्था आली त्याच वर्षी त्यांना मुलगा झाला. त्याचे नाव त्यांनी ठेवले कबीर. कर्मधर्म संयोगाने सज्जादचे वडील त्याच वर्षी अचानक हृदयविकाराने दगावले. सज्जादची आई लहानपणीच गेल्याने त्याला भावंड नव्हते. कुटुंबाने वाळीत टाकले असले तरी त्यांनी आपले मृत्युपत्र केलेले नसल्यामुळे मुस्लीम पर्सनल लॉमधील तरतुदींअन्वये त्यांच्या मालमत्तेतला मोठा हिस्सा सज्जादकडे आला. मालमत्ता बरीच होती. वडलांची लॉ प्रॅक्टिसही बरीच होती आणि त्याहीपेक्षा महत्त्वाचे म्हणजे त्यांच्याकडे वडिलोपार्जित आलेली मालमत्ताही भरपूर होती, त्यामुळे सज्जादच्या वाट्याला आलेला हिस्साही लक्षणीय होता. त्यावर्षी भारताबरोबरच त्या कुटुंबाची अर्थव्यवस्था जणू मुक्त झाली. मग १९९४ साली – ज्यावेळी बंगलोरमध्ये झालेला एक छोटा उर्दू विरोधातला दंगा सोडला तर फारसे नाव घेण्याजोगे दंगे भारतात झाले नाहीत त्यावर्षी – त्यांना मुलगी झाली. हिंदू आणि मुसलमान या दोघांत खपून जाईल असे मुलाचे नाव शोधणे तर कबीरामुळे सोपे होतेच, पण दोन्ही धर्मात खपून जाईल असे मुलीचे नाव काय ठेवावे हे ठरवणेही भारतासारखा इतिहास

असणाऱ्या देशात फार अवघड गेले नाही. विशेषतः जयपूरहून आलेल्या कमलादेवीला; कारण जयपूरच्या हिंदू, प्रसिद्ध आणि सुंदर अशा गायत्रीदेवी या राणीचे दुसरे नाव होते आयेशा, जे प्रत्यक्ष महंमदाच्या, मुसलमान धर्माच्या प्रेषिताच्या बायकोचेही नाव होते. पण या देशाचा असा इतिहास आहे म्हणून, म्हणजे हिंदू-मुसलमानांनी एकत्र जगण्याचाही आहे म्हणून, त्या कुटुंबाचे एकटे पडणे कणानेही कमी झाले नव्हते. कारण या देशाचे वर्तमान १९८० च्या दशकातही त्याच्या इतिहासाशी मेळ खाणारे नव्हते आणि पुढेही हा एकटेपणा कमी झाला नाही कारण २०१८ पर्यंत तर ते इतिहासाशी अधिकच फारकत घेणारे झाले.

आयेशा हे नाव जास्त करून मुसलमानात, विशेषतः महाराष्ट्रात तरी, असल्याने तिला शाळेत वा कॉलेजात सर्वजण मुसलमानच समजत आणि त्यातूनही तिच्या वाट्याला काही एकटेपणा जरूर आला. पण ती हुशार होती. तिलाही शाळेपासून उत्तम गुण मिळत असत आणि भारतात उत्तम गुण मिळाले की अर्धी लढाई जिंकल्यासारखी असते. या कारणान्वये तिचा एकटेपणा काहीसा कमी झाला. तिलाही पुण्याच्या आय.एल.एस. लॉ कॉलेजात प्रवेश मिळाला. विस्तारित कुटुंबापासून तुटल्यामुळे, समाजातही थोडी कोंडी होत असल्यामुळे आणि मुलांना स्वातंत्र्य देण्याची आधुनिक धारणा असल्यामुळे हे कुटुंब एकामेकांच्या अतिशय जवळ होते. बाहेरच्या कोणाला त्यांच्या आतल्या गोटात प्रवेश नव्हता. काही अपवाद सोडता बाहेरच्या कोणाशी त्यांच्या जवळच्या मैत्र्या नव्हत्या. हे तसे समाधानी पण एकटे कुटुंब होते.

आयेशा पुण्याला कॉलेजात दाखल झाली. वडील श्रीमंत होते. त्यांनी मुलीला कुठल्यातरी भाड्याच्या खोलीत वा होस्टेलात ठेवण्याऐवजी तिच्यासाठी एक फ्लॅटच विकत घेऊन दिला. पुण्यात त्या भागात केलेली इन्व्हेस्टमेंट दीर्घकालीन फायद्याची ठरेल, मुलीचे शिक्षण झाले की, फ्लॅट भाड्याने देता येईल असा व्यावहारिक विचारही त्यामागे होता. अशा स्वतंत्र राहण्यातूनही तिच्या मैत्र्यांवर मर्यादा आल्या होत्या. तिला त्यांनी एक छोटी, सेकंडहँड मारुती गाडीही घेऊन दिली होती. आयेशाचे शिक्षण इंग्रजी माध्यमात झाल्याने आणि आई राजस्थानी असल्याने तिचे मराठी कामचलाऊ होते, फारसे चांगले नव्हते. त्यामुळे ती वडलांसारखी नाटकात वगैरे फारशी सहभागी नसे. पण तिच्या कॉलेजशेजारीच असलेल्या फिल्म अर्काइव्ह आणि फिल्म अँड टेलिविजन इन्स्टिट्यूट ऑफ इंडिया या

नामांकित संस्थांमुळे तिला सिनेमात मोठा रस निर्माण झाला होता. जगभरच्या उत्तमोत्तम फिल्म्स तिने तिथे पाहल्या होत्या आणि ती भारावून गेली होती. कुटुंबाच्या एकंदर स्वभावाप्रमाणे तिचे तिथेही फारसे जवळचे मित्र-मैत्रिणी नव्हते. पण एक मैत्रीण जवळची झाली होती आणि तिच्यामुळेच तिचा या फिल्म जगताशी संबंध आला होता. या मैत्रिणीमुळेच आयेशाच्या फ्लॅटवर काही काळ अनेकांचा राबता तयार झाला होता. देशीविदेशीचे उत्तमोत्तम सिनेमे पाहून आल्यावर त्यावरच्या चर्चा हिच्या फ्लॅटवर रंगत. तिच्याकडे गाडी असल्याने ती, तिची मैत्रीण आणि इतर कोणी त्यातून फिरायलाही जात. स्वतःचा फ्लॅट, गाडी असल्याने, कोणतीही बंधने नव्हती. आईवडलांचा पूर्ण विश्वास होता आणि आयेशा त्या विश्वासाला जागतही असे. पण तरी बंधने नसण्याचा फायदा होताच. अर्थात आयेशा शेवटच्या वर्षाला आली तेव्हा फिल्म इन्स्टिट्यूटमधली तिची मैत्रीण पासआउट झाली आणि फ्लॅटवर कोणी येईनासे झाले. पण तोपर्यंत आयेशाला निदान सिनेमा या गोष्टीची चटक लागली होती.

दुसरीकडे आईवडलांप्रमाणेच तिनेही मूट कोर्ट कॉंपिटीशन्स गाजवायला सुरुवात केली होती. ती तिसऱ्या वर्षात असताना तिथेच तिची ओळख रघुवीरसिंग यादव नावाच्या उत्तर प्रदेशातील एका मुलाशी झाली. २०१७ साली चौथ्या वर्षाला असताना प्रेमही जमले. आंतरजातीय, आंतरधर्मीय, आंतरप्रांतीय प्रेमसंबंधसुद्धा भारतात वंशपरेने जुळतात! तसे त्यांचे झाले आणि त्यांच्या प्रेमाला, आयेशाच्या आईवडलांच्या इतिहासामुळे तिच्या घरून हरकत नसली तरी यादवांच्या घरून विरोध अपेक्षित होता त्यामुळे त्यांनी तिकडे आपले प्रेम उघड केले नव्हते. 'तुम्ही काळजी करू नका, मी त्यांना पटवेन किंवा वेळप्रसंगी त्यांना सोडेन', अशी खात्री रघुवीर त्यांना देत असे. पण भारतातील त्यावेळची एकंदर परिस्थिती पाहता आयेशाच्या आईवडलांना काळजी वाटत असे. रघुवीर होता प्रेमळ पण जरुरीपेक्षा जास्त तापट आणि पझेसिव्ह होता. या कुटुंबातल्या चौघांतील जवळिकीमुळे त्याला एकटे पडल्यासारखे वाटे. आयेशाच्या आयुष्यात आता आपल्याइतके स्थान इतर कोणाला असता कामा नये अशी त्याची तीव्र धारणा होती. यातून त्याचे आणि आयेशाचे वाद झाले होते तर, त्याचे आणि सज्जादचेही काहीवेळा खटके उडाले होते. एकदा मुंबईहून आलेले तिचे कुटुंब परत जायला निघाल्यावर तिने तिच्या भावाचा आणि वडलांचा मुका घेतला तेव्हा तर रघुवीरला मोठाच त्रास झाला होता आणि त्याच्यात आणि

आयेशात जोराचा वादही झाला होता. तिच्यासाठी ते कृत्य अगदी नैसर्गिक होते तर त्याने असे काही कधी पाहिले नव्हते. बापाने मुलीचे चुंबन घेण्याची तर जाऊच द्या, मुलगी मोठी झाल्यावर तिने बापासमोर येण्याची वा निदान बसण्याचीही पद्धत त्याच्या घरात नव्हती. तो ज्या घरातून आला होता ते घर आणि आयेशाचे घर हे जणू वेगवेगळ्या काळातच जगत होते. त्यामुळेही तिच्या वडलांना चिंता वाटत असे. आयेशाच्या आईवडलांनी तिला त्याबाबत धोक्याची सूचनाही दिली होती. आपल्या घरी आहे तशा वातावरणातून आलेली आपली मुलगी रघुवीरसारख्या मुलाच्या प्रेमात कशी पडू शकते असेही त्यांना वाटले. पण एकंदरीने उदारमतवादी, पोक्त आईबापांचे संस्कार झाले, त्या वातावरणाचे फायदे तोटे दोन्ही उघड्या डोळ्यांनी पाहिले, तरी जगण्याविषयीची प्रगल्भता आणि विचार करून निर्णय घेण्याची क्षमता मुलांमध्ये उतरतेच असे होत नाही हे आपल्या सगळ्यांनाच ठाऊक आहे. अशी कितीतरी उदाहरणे आपल्या सगळ्यांच्याच डोळ्यांसमोर असतील. आणि मग अशा प्रसंगी उदारमतवादी वातावरणाचा तोटाच होतो का काय असेही आपल्याला कधीकधी, ओझरते का होईना वाटून गेले असेल; कारण त्यातून येणारी प्रगल्भता तर नाही पण स्वातंत्र्यामुळे उद्‌भवणारे पेचप्रसंग तर आहेत असा काहीतरी तिढा होऊन बसतो. त्यातून रघुवीर काही वाईट चालीचा मुलगा नव्हता. अनीतिमान किंवा बेजबाबदार नव्हता. त्याची जीवनदृष्टी वेगळी होती हे मात्र खरे आणि त्याबद्दल आपले आईबाप का धास्तावलेले आहेत हे कळण्याइतकी प्रगल्भता आयेशात नव्हती म्हणा, त्या वयात शरीरात घडणारे हार्मोन्सचे खेळ म्हणा; ती त्याविषयी अधूनमधून चिंता करत असली तरी फार खोलात जाऊन विचार करत नसे. आईवडलांची वेगळीच गोची होती. आपल्या कुटुंबाच्या प्रेमाचा अडसर त्यांना आयेशाच्या आयुष्यात यायला नको होता, पण ती त्यांच्यापासून तुटायलाही नको होती.

आयेशा स्वतः एकंदरीनेच फारसा पुढचा मागचा विचार करणारी नव्हती. तिला एकतर लग्न करण्यापेक्षा पार्टनर म्हणून राहणेच जास्त पसंत होते, रघुवीरलाच ते मान्य नव्हते. तिढे होते, पण प्रेमही होते, तरुण वयही होते, आयेशाचा फारसा विचार न करता उडी मारण्याचा स्वभावही होता. इतका की, लॉच्या पाचव्या म्हणजे शेवटच्या वर्षाला आल्यानंतर आपण लॉची प्रॅक्टिस करणारच नाही; आपण एफ.टी.आय.आय. मधून ॲक्टिंगचा कोर्स करणार असेही तिने बेधडक जाहीर केले होते, ज्याबाबत तिच्या

आईवडलांची तर जाऊच द्या, रघुवीरचीही काहीशी नाराजी होती. थोडक्यात मुलांना मोकळीक देणाऱ्या आधुनिक भारतीय उदारमतवादी आईबापांना असतात तशा अनेक चिंता आयेशाच्या आईवडलांना होत्या. त्या मानाने त्यांचा मोठा मुलगा कबीर अधिक नाकासमोर चालणारा होता. २०१६ सालीच तो हार्वर्डहून कायद्यातले उच्च शिक्षण घेऊन त्यांना जॉइनही झाला होता.

पण ज्याला चिंता असते त्याच्याबाबतच नको ते घडते आणि ज्याची चिंता असते तो सुरक्षित राहिला तरी त्याच्यावरच उलट्याअर्थाने संकट कोसळते असे अनेकवार होताना दिसते, तसेच त्यांच्याबाबत झाले. २०१८ सालच्या एप्रिल महिन्यातल्या चौथ्या गुरुवारी आयेशाच्या शेवटच्या वर्षाची शेवटची परीक्षा संपली होती. त्यानंतरच्या दिवशी, म्हणजे शुक्रवारी, रघुवीर आणि आयेशा या दोघांबरोबर त्या रात्री सेलेब्रेट करून तिला मुंबईला नेण्यासाठी तिचे वडील, आई आणि भाऊ पुण्याला येणार असल्याने दुपारच्या सुमाराला आयेशा तिच्या पुण्यातल्या फ्लॅटवर आपल्या कुटुंबाची वाट बघत बसली होती. 'आता तरी आपल्या प्रेमाबद्दल तुझ्या घरी सांग', असा अल्टिमेटम तिने रघुवीरला आदल्याच संध्याकाळी दिला होता आणि त्याने तो काहीसा वैतागून तर काहीसा भांबावून गेला होता. आदल्या संध्याकाळी तिने त्याच्या डरपोकपणाची खिल्ली उडवली होती. त्यामागे थोडी चेष्टा होती तर थोडा राग. आपण त्याच्यावर फार तर रागावलो नाही ना, पण त्यानेही आतातरी बोलायला नको का, आपल्या वडलांना वाटते ती भीती खरी तर ठरणार नाही ना, असा विचार ती करत बसली असताना काहीच वेळापूर्वी तिच्या वडलांचा फोन आला होता. त्यांनी खोपोली सोडली असल्याचे तिला कळले होते त्यामुळे साधारण एकदीड तासात ते तिच्या घरी पोचणे अपेक्षित होते. तिचा भाऊ गाडी चालवत होता. तरीही त्याने रघुवीरवरून तिची थोडी टिंगल केली होती. 'कमॉन, कॉन्सन्ट्रेट ऑन युनर ड्रायव्हिंग यू रास्कल.. तुझे कुठे जमू दे, मग बघते... पण त्यासाठी तू जिला आवडशील इतपत वेडी कोणी मिळायला हवी ना..–' असे म्हणून तिने फोन बंद केला होता आणि ती घाईघाईने अंघोळ करण्यासाठी गेली होती. परीक्षा असल्याने बऱ्याच दिवसात तिला केस नीट धुता आले नव्हते. आज आईवडील येण्याच्या आत तिला ते धुवायचे होते, नाहीतर काय हा अवतार म्हणून तिला बोलणी खावी लागली असती. ती केस वाळवत बाथरूममधून बाहेर येत असतानाच तिला पोलिसांतून फोन आला. त्या

फोनवरून तिला असे कळले की, तिच्या कुटुंबाच्या गाडीला एक्सप्रेसवेवर असताना अपघात होऊन ती उलटली होती. गाडीतील सर्वांना तळेगावच्या सरकारी हॉस्पिटलात हलवण्यात येत होते.

तिने घाईघाईत रघुवीरला फोन केला. तो आल्यावर तिच्या गाडीनेच ते दोघे तळेगावला गेले. ते तेथे पोचले ते जणू तिचे वडील, आई आणि भाऊ तिघेही हॉस्पिटलमध्ये आणण्यापूर्वीच मृत्यू पावल्याची बातमी ऐकण्यासाठीच. आयेशा हॉस्पिटलातच कोसळली. तिथे तिच्यावर थोडे उपचार केल्यावर ती भानावर आली. फारसे कोणाला कळवण्याचा प्रश्नही नव्हता आणि तेवढे त्राणही तिच्या अंगात नव्हते. तिने आपल्या आईवडलांच्या ऑफिसातल्या जुनियर वकिलांना कळवल्यावर ते लगोलग, रात्र फार पडण्याच्या आधीच तळेगावला पोचले आणि त्यांनी सर्व कारभार हातात घेतला. पंचनामा, शवविच्छेदन, मग बॉडी ताब्यात मिळणे, त्यावर पुण्याच्या स्मशानात संस्कार असे सर्व होण्यास ती रात्र आणि दुसऱ्या दिवसाचा मोठा काळ लागला. हा सर्व काळ कसा गेला ते आयेशाला कळले नाही. ती एखाद्या बेशुद्ध किंवा ड्रग्जच्या अमलाखाली असलेल्या व्यक्तीसारखी सगळ्यात वावरली.

जे कोण आले होते ते सगळे मार्गस्थ व्हायला दुसऱ्या दिवशीची रात्र उजाडली. तेव्हा फक्त आयेशा आणि रघुवीर उरले. डॉक्टरांनी तिला मन स्वस्थ करणारी गोळी आणि झोपेचीही गोळी दिली होती. त्याने तिला झोप तर येत नव्हती पण तिचे मन बथ्थड होऊन गेले होते. तिचे अंग वळायला लागले होते. आता काय करावे? विचार तरी काय करावा हेही तिला कळत नव्हते. काय करावे ते रघुवीरलाही कळत नव्हते. अशी जबाबदारी अचानक पेलण्यासाठी लागणारी प्रगल्भता असण्याचे त्याचे वयही नव्हते आणि तो त्याचा स्वभावही नव्हता. पण तो तिच्या शेजारी बसून राहिला. ती प्रचंड अस्वस्थ होती. तिची अस्वस्थता कमी होण्याऐवजी वाढत होती. आता रघुवीरला घाम फुटला. त्याला वाटले कदाचित थोडी बीयर घेतली तर तिला बरे वाटेल. त्याने चार बाटल्या बीयर मागवली आणि दोघांनीही काहीही न बोलता ती पिऊन टाकली. औषधाच्या गोळ्या आणि बीयर यांच्या संमिश्र प्रभावातून आयेशा आता बरळू लागली. मग ती रघुवीरला मिठी मारून बाहेरच्या खोलीतल्या कोचावरच झोपून गेली. रघुवीरने तिला उचलून बेडवर ठेवले आणि तोही थकून आडवा झाला. त्याला झोप येत नव्हती. आता हे प्रकरण अधिकच गहन झाले होते. आता हे सगळेच

त्याच्या आईवडलांना सांगणे भाग होते. ते लगोलग सांगायचेच असे त्याने ठरवून टाकले. पण आता आपले सगळे आयुष्यच कसे असेल? या धक्क्यातून आयेशा कधी सावरेल? कधीतरी सावरेल का? मग आपल्या आयुष्याचे काय? सगळी जबाबदारी आता आपल्यावरच. त्याला प्रचंड पोरके वाटू लागले. त्याला प्रचंड एकटे आणि असाहाय्य वाटू लागले आणि तो थरथरू लागला. त्याला तिथून निघून जावेसे वाटू लागले. ते शक्य नव्हते त्यामुळे त्याने आयेशाकडे पाठ केली, आणि तो पडून राहिला. काही क्षणात त्याला मागून आयेशाच्या शरीराचा स्पर्श जाणवला. त्याने कूस बदलली आणि तिच्याकडे तोंड केले. ती ग्लानीत होती पण तिने त्याला गच्च मिठी मारली आणि त्याचा हात ती स्वतःच्या छातीवर दाबून घेऊ लागली. तिचे डोळे मिटलेले होते. उघडपणे तिचे चित्त थाऱ्यावर नव्हते. तिने काही वेळाने डोळे अर्धवट उघडले आणि ती स्वतःचे कपडे जवळजवळ फाडूनच काढू लागली. काही क्षणातच ती पूर्ण नग्न झाली आणि तिने रघुवीरला परत मिठी मारली. आता ती त्याचे कपडे काढू लागली. रघुवीर घाबरला. आजच्या काळाच्या दृष्टीने पाहता हे काहींना विचित्र वाटेल, पण तोपर्यंत मिठ्या मारणे, चुंबन घेणे यापलीकडे त्यांची उडी गेली नव्हती. कदाचित तेवढा वेळच त्यांना आणखी मिळाला नव्हता, कदाचित एकटी राहत असल्याने आयेशा या सर्वांबाबत अधिक काळजी घेणारी झाली होती. आणि याप्रसंगी ती उलट वागू लागली होती. रघुवीरने तिला आवरायचा बराच प्रयत्न केला. पण ती काहीही ऐकण्याच्या मनःस्थितीत नव्हती. आपण या स्थितीत सेक्स करू शकणार नाही याची त्याला खात्री होती. पण त्यालाही आश्चर्य वाटावे इतकी ताठरता त्याच्यात आली होती. दोघांचेही मानसिक दडपण जणू काही विशिष्ट शारीर भूक निर्माण करत होते. मग त्या दोघांनी त्यांचा पहिला संभोग केला आणि दोघेही शांत झाले. झोपून गेले.

दुसऱ्या दिवशी पहाटे पहाटे आयेशाला जाग आली. काही वेळ तिला कसला उलगडाच होईना. काहीतरी भयानक झाले होते खास. मग एखादे मणभराचे वजन कोसळावे त्याप्रमाणे आदल्या दीड दिवसांतील घटना तिच्या मनावर कोसळल्या. त्या धक्क्याने ती उठून बसली तेव्हा तिला दुसरा धक्का बसला. तिच्या अंगावर एक कणही कपडा नव्हता. ती संपूर्णपणे नग्न होती. तिचे लक्ष शेजारी गेले. शेजारी रघुवीर त्याच अवस्थेत झोपला होता. याच्यावर आपण प्रेम केले? याबद्दलच आपले आईबाप आपल्याला सतर्क

करत होते पण आपण ऐकत नव्हतो? तिला भेंगाळल्यासारखे झाले. पांघरूण स्वतःभोवती गुंडाळून घेत आयेशा किंचाळली. या दोन्हीमुळे रघुवीरही खाडकन उठून बसला. त्यालाही काहीक्षण त्या अवस्थेमुळे आश्चर्य वाटले, पण एका क्षणात त्याला सर्वकाही आठवले. त्याने तिला जवळ घ्यायचा, समजावून सांगायचा प्रयत्न केला. तिच्या मनात एकच अर्थ लागत होता – आपल्या अशा अवस्थेचा रघुवीरने फायदा घेतला. काय भयानक पाजी माणूस आहे हा! ती काहीही ऐकूनच घ्यायला तयार होईना. तिने आपल्या अंगावरचे पांघरूणही काढून टाकले आणि ती किंचाळत त्याच्यावर धावून गेली. ती ओरडत राहिली, 'कम, फक मी... तुला तेच हवंय् ना कुत्र्या... कम फक मी'

रघुवीरने मग तिला निव्वळ शारीरिक बळाच्या जोरावर गादीवर दाबले आणि रात्री काय झाले ते सांगितले. पण ती काहीही ऐकून घ्यायच्या मनःस्थितीत नव्हती. ती त्याला घरातून बाहेर काढू पाहत होती. तो ऐकत नव्हता. शेवटी अंगाभोवती चादर गुंडाळून घेत ती पळत स्वैपाकघरात गेली. रघुवीर तिच्या मागे मागे पोचला तोवर तिने हातात एक भलीमोठी सुरी धरली होती आणि ती त्याच्या दिशेने रोखत ती त्याला म्हणाली, 'आता तू गेला नाहीस तर मी तुला मारीन–'. तरी तो जात नाही म्हटल्यावर तिने ती सुरी स्वतःच्या दिशेने वळवली आणि ती म्हणाली, 'नाहीतर आत्महत्या करीन. तू जा... कुत्र्या... यू बास्टर्ड... गो.. डोंट शो मी युवर फेस... एव्हर–'

तिचा तो अभिनिवेश खराच होता. रघुवीरचेही आधीच चिडके असलेले डोके आता सटकले. काय करावे ते त्याला कळेना. तोही तिच्यावर ओरडला. तेव्हा तिने सुरी धरलेला हात वर नेला. आता ती सुरी तिच्या पोटाच्या दिशेने वेगात येणार हे त्याला जाणवले आणि उपाय न उरून रघुवीरने पाठ फिरवली. आणि तो फ्लॅटच्या बाहेर पडला.

दिवसभरात रघुवीरने तिला अनेकदा फोन केला. रात्रीपर्यंतचा वेळ कसाबसा काढून रघुवीर फ्लॅटवर परतला. त्याने कितीही बेल वाजवली तरी कोणी दार उघडेना म्हणून तो पोलिसात गेला. पोलिसांनी दार फोडले. फ्लॅट रिकामा होता. आत कोणीच नव्हते. सामान अस्ताव्यस्त पडलेले होते. कुठलीही गोष्ट आवरून बाहेर नेली असावी असे वाटत नव्हते. आयेशाला जाताना कोणीच पाहिले नव्हते. पण त्या इमारतीला वॉचमनही चोवीस तासांचा एकच होता. निम्म्या वेळी तो जागेवर नसेच, तेव्हा त्याला ती

दिसली नव्हती यात काहीही नवल नव्हते. समोरच्या पानवाल्याने मात्र आपण बहुदा तिला दुपारी उशिराने गाडीतून बाहेर जाताना पाहिले, असे सांगितले. गाडी नक्की पाहिली पण त्यात नक्की तिलाच पाहिले याची त्याला खात्री नव्हती. खाली पार्किंग लॉटमध्ये गाडी नव्हती तेव्हा ती त्यातूनच गेली असणार हे उघड होते. गाडीचा नंबर रघुवीरला काही केल्या आठवेना. पोलिसांनी मग गाडीचे वर्णन सर्वदूर कळवले आणि आयेशा परत आल्यास लगोलग ठाण्याला कळवावे असे दोघांनाही सांगून ते पांगले.

आयेशा दुसऱ्या दिवशी सकाळी जागी झाली ती 'गार्डन ऑफ ईडन' ऊर्फ 'साई सोसायटी'तल्या एका फ्लॅटमधल्या एका खोलीत. तिने उठून इकडे तिकडे पाहिले. आपण कुठे आहोत, काय चालले आहे ते काहीच तिला कळेना. तिने शेजारी पाहिले तर पलंगाशेजारच्या टेबलावर काही पैसे ठेवलेले होते. समोरच्या टेबलावर तिची पर्स होती. तिने काल बरोबर आणलेली दारूच्या बाटल्यांनी भरलेली काळी प्लॅस्टिकची पिशवी होती. तिच्या अंगावर कपडे नव्हते. ते आजूबाजूला अस्ताव्यस्त पडलेले होते. तिने घाईघाईने उठून ते घातले. ते घालत असता तिला आदल्या रात्री काय झाले ते अंधूकपणे आठवले आणि ती हमसूनहमसून रडायला लागली.

***

| सत्यकाम आणि अगस्ती - २

सत्यकामने अगस्तीला कसेबसे सोसायटीच्या गेटमधून बाहेर काढले हे आपण बऱ्याच आधी पाहिले. अगस्तीशी बोलून सत्यकाम कोड्यात पडला होता. त्याला तो माणूस अजिबात उमगला नव्हता. तर्कापासून इतकी फारकत घेऊन जगणारा माणूस आजच्या काळात भेटणे विरळा. आणि सत्यकाम तर तत्त्वज्ञानाचा अभ्यासक असल्याने तर्काचा कीस काढण्यातच सर्व शक्ती घालवणारा. या धक्क्यामुळे तो काहीसा घाबरूनच गेला. बरे झाले ब्याद टळली अशी त्याची एक भावना होती. पण तर्क वापरून अनेक प्रश्नांना उत्तरे न मिळण्याच्या खडतर अवस्थेत सत्यकाम त्या वेळी होता. त्यामुळे दुसरीकडे परत अगस्तीला भेटण्याची तीव्र उत्सुकताही सत्यकामला लागून राहिली. सत्यकामला वाटणारी भीती ही अर्थातच शारीर नव्हती, मानसिकही नव्हती तर अचानक एखादे बौद्धिक आव्हान मिळाल्यावर ते पेलण्याची इच्छा असलेल्या माणसाला वाटते तशी भीती होती. त्यामुळे उत्सुकता हा या भीतीचा एक हिस्साच होता. या दोन्ही उत्सुकता एकत्र आल्यामुळे सत्यकाम फारच आतुरतेने अगस्तीची वाट पाहू लागला.

पण असे होण्यासाठी त्याला अपेक्षेपेक्षा जास्त वाट पाहावी लागली. उन्हाळा आता चांगलाच चालू झाला होता आणि अगस्ती कितीही निसर्गप्रेमी असला तरी निसर्गाला इतके थेटपणे भिडणे शक्य नसतेच. त्यात त्याचे वयही कमी नव्हते. उन्हाळ्यात होणारे विशेष आजार या वयात अधिक होतात. त्या मुळे तो बराच काळ उगवलाच नाही. तो उगवला तो एकदम एका महिन्यानंतर एप्रिल महिन्याच्या शेवटी, उन्हाळा चांगलाच कडाडल्यानंतर. तोपर्यंत सत्यकामने अगस्ती येईल ही आशा जवळजवळ सोडून दिली होती आणि तो आपल्या पूर्वापारच्या योगासने आणि विपश्यना या दिनक्रमात गढून गेला होता. अगस्ती एवढ्या काळानंतर आपल्या आलिशान गाडीतून, सत्यकाम राखण करत असे त्या मागच्या गेटसमोर

कुदळ, फावडे, खुरपे असे सर्व साहित्य घेऊन हजर झाला. आणि तो तसा हजर झाला ते जणू मध्ये काही काळ गेलाच नाही अशा आवेशात. हे सर्व साहित्य कसेबसे उचलून त्याची जाड, मध्यम उंचीची मूर्ती गेटमधून आत आली आणि सत्यकामकडे कटाक्षही न टाकता, थेट त्याने मागच्या वेळेस उपटून लावलेल्या झाडांच्या दिशेस चालू लागली. त्याला स्वतःच्या कृत्याच्या नैतिकतेबाबत इतका आत्मविश्वास होता की जणू त्याला कोणाच्या परवानगीची आवश्यकताच नव्हती. त्याचे कपडे गेल्या वेळेसारखेच चुरगळलेले होते आणि तो झाडांजवळ पोचेस्तोवर सत्यकामला त्याचा डोळा आणि मान ट्विच होताना लांबूनही दिसले. सत्यकाम काही न बोलता गेटपाशीच्या त्याच्या स्टुलावर बसून राहिला. एखादे अनोळखी बालक आपल्यासमोर आले आणि ते अत्यंत गोड असल्याने आपल्याला त्याच्याजवळ जावे, त्याला हात लावावा असे किती जरी वाटले तरी परक्या माणसाने एकदम तसे करू नये, बालक दचकून रडू लागते, ही गोष्ट ज्यांना बालकांची सवय असते ती मंडळी जाणतात. बालकाला थोडा वेळ दिल्यास ते आपोआप रुळते आणि मग तुम्ही त्याला काही आमिष दाखवल्यास ते तुमच्याकडे स्वतःहून येते. सत्यकामला अगस्तीच्या वागण्याचा अनुभव काहीच दिवसांपूर्वी आला होता. त्याने अगस्तीबाबत ही 'अनोळखी बालक' स्ट्रॅटेजी वापरण्याचे ठरवले. आणि ती जवळजवळ फलद्रूप होणार एवढ्यात काही तरी विपरीत घडले आणि अगस्तीच्या तोंडातून एक बारिकसा चीत्कार बाहेर आला.

त्याबरोबर उपाय न उरून सत्यकाम त्वरेने त्याच्या दिशेने गेला. झाले असे होते की, दोन दिवसांपूर्वी आधी सोसायटीच्या माळ्याने सरळ रेषेत लावलेली जी रोपे उपटून अगस्तीने वेडीवाकडी लावली होती, ती दरम्यानच्या काळात सोसायटीच्या माळ्याने येऊन परत एका रांगेत लावली होती. हे सत्यकामला माहीत होते. किंबहुना त्या माळ्याने रागारागाने येऊन सत्यकामला, 'हे कुनी केलं? तू त्याला थांबवलं का नाही रे भाऊ?' असे विचारलेही होते. पण तो माळी सत्यकामचा मित्र झालेला होता. त्याच्या दहावीला असणाऱ्या मुलाला अभ्यासात आलेल्या काही अडचणी आधीच्याच आठवड्यात सत्यकामने सोडवल्या होत्या. त्यामुळे सत्यकामने जेव्हा त्याला काही काळ त्याकडे दुर्लक्ष करण्याची विनंती केली तेव्हा ती त्याने ऐकली. सत्यकाम त्याला म्हणाला, 'दादा, एक विक्षिप्त पण फार इंटरेस्टिंग माणूस आला होता. त्यानं हे केलं. तो परत येईल कदाचित. मी

त्याला थांबवलं नाही कारण माझं त्याच्याकडं काही महत्त्वाचं काम आहे.... काही दिवस दुर्लक्ष करा ना प्लीज. सोसायटीत रिपोर्ट करू नका.' आणि त्याने ते ऐकले. पण ती झाडे तशीच ठेवायला त्याने नकार दिला. तो म्हणाला, 'ठीके. त्ये जाव द्या. पन झाडं तं परत जागच्या जागी जानारच भाऊ.... कोनी मधं आलं आनि त्यानं पाह्यलं तं काय? आमी जिम्मेदार हाय ना? मलाच बोल लावनार ना ते? असा कसा माळी, येडीवाकडी झाडं लावनारा?.. ते इंटरेस्टींग मानूस ते काय तुमचं तुमी बघा... रिपोर्ट नाय करत, पन झाडं हितं नाय ना रहानार बाबा!' आणि त्याने झाडं परत त्यांच्या मूळ जागी, एका ओळीत लावून टाकली होती. सत्यकामने त्याला मदतही केली होती. अगस्तीच्या हे लक्षात येईल असे त्याला वाटले नव्हते आणि आले तरी काही उपाय नव्हता. त्या वेळी अगस्तीचा फूत्कार ऐकल्यावर, ते अगस्तीच्या लक्षात आल्याचे सत्यकामच्या लक्षात आले आणि तो उपाय न उरल्याने, 'परक्या बाळाच्या' दिशेने वेळेआधीच धावून गेला.

त्याला पाहिल्यावर अगस्तीचा डोळा अधिकच वेगाने आणि जोराने ट्विच झाला. तो सत्यकामला म्हणाला, 'हे कोणी... कोणी हे म्हणजे? कोणी केलं हे? का आणि?... आणि तुम्ही करू कसं दिलं? च् .. करू कसं दिलं? आं? नाही नाही... मी एवढे कष्ट करून सगळं नीट करतो आणि कोणीतरी येऊन हे सगळं म्हणजे... शिट... शिट...'

एप्रिलच्या उकाड्यात आणि वयोमानपरत्वेही अगस्तीच्या मानेवरून एवढ्यातच घामाच्या धारा वाहू लागल्या होत्या. त्याने तो उघडपणे अधिकच वैतागला होता. सत्यकाम त्याच्या दिशेने धावला तेव्हा त्याच्या हातात सुदैवाने पाण्याने भरलेली बाटली होती आणि तो त्यातून पाणी पिण्याच्याच बेतात होता. ती बाटली हातात धरूनच तो अगस्तीच्या दिशेने धावला होता. 'घ्या आजोबा, आधी थोडं पाणी प्या-' असे म्हणत त्याने ती अगस्तीला दिली आणि अगस्तीचा नाइलाज होऊन क्षणासाठी आणि कणभर का होईना पण त्याचा राग कमी होऊन त्याने ती बाटली घेऊन तोंडाला लावली. या दोन क्षणाच्या विश्रामात सत्यकामला अवसर मिळून तो म्हणाला, 'आजोबा, मला कळतंय तुम्ही काय करताय ते... आणि ते किती महत्त्वाचं आहे तेपण कळतंय्... '

त्यावर दोन घोटांच्या मध्ये श्वास घेत अगस्ती फुत्कारला, 'तुला? तुला कळतंय् ... काय कळतंय? काही नाही कळत कोणाला... कोणाला काही कळतच नाही.. नाही नाही असं नाहीच पाहिजे जगात-'

त्याला शेजारच्या बाकावर बसवत सत्यकाम मग खूप काही बोलला. तो ते बोलत असता अगस्तीने त्याच्या डोळ्याला डोळा न भिडवताही त्याला असंख्य वेळा अडवले. खूप चिडचिड केली. तेव्हा ते सगळे रिअल टाइममध्ये सांगत बसलो तर डझनभर पाने लागतील. आणि मला खरे तर तुम्हांला सांगायचे आहे, शेअर करायचे आहे, ते वेगळेच आहे. ते राहील बाजूला. मला सांगायच्या आहेत त्यांच्यातल्या काही चर्चांतून उलगडलेले आणि आपल्या विषयासाठी महत्त्वाचे असलेले मुद्दे, आणि त्या होत असता त्यातून अगस्तीला तात्त्विक चिंतनाबरोबरच मिळालेली एक महत्त्वाची व्यावहारिक बातमी. आणि मग त्यातून निर्माण झालेले एक भयानक... पण ते नंतर सांगतो. आधी सत्यकाम अगस्तीला त्यावेळी जे म्हणाला त्याचा गोषवारा थोडक्यात सांगतो, तो असा- 'तुमचा विश्वास नाही बसणार पण मी तत्त्वज्ञानाचा विद्यार्थी आहे. मला अगदी नीट कळतंय् तुम्ही काय करताय ते. तुम्हांला विज्ञानामुळे आणि तंत्रज्ञानामुळे माणूसच यंत्रवत होतो असं वाटतं, बरोबर? तुम्हांला सगळं निसर्गात हवं तसं करायचंय्, बरोबर? अहो मला कळतं हे सगळं... मी वाचलंय् ना... रोमँटिसिझमचं तत्त्वज्ञान मला थोडंसं माहितीये. ... काय? ठीक.. अहो पण आजोबा, मी साधा वॉचमन इथला. गरिबी वाईट असते हो. सगळं शिक्षण सोडून इथं नोकरीला लागावं लागलं बघा मला.. थोडा माझा विचार करा ना आजोबा... अहो मी वॉचमन आहे इथला... मी खरंतर तुम्हांला थांबवायला पाहिजे... ते मी करत नाही... तिथपर्यंत एकवेळ खपून जाईल, पण मी सोसायटीला आणि मालकांनाच कसं थांबवणार? नोकरीच जाईल ना माझी? ... पण मला तुम्ही करता ते पटतंय् ... मला मदत करायचीये तुम्हांला. माझ्या डोक्यात एक आयडिया आहे. ही सोसायटी मोठी आहे... तिच्या या एवढ्या मोठ्या आवारात माळ्याने नव्यानं झाडं कुठं लावली आहेत ते मला माहितीये... कुठल्या झाडांना ड्रिप इरिगेशनला जोडलंय् आणि त्यामुळे कुठल्या झाडांना पाणी घालायला त्या झाडांशी त्याला जावं लागत नाही ते मला माहितीये.... आपण असं करू... मी दरवेळी तुम्ही आलात की तुम्हांला एक नवी जागा दाखवत जाईन. अशी जागा की, ज्या ठिकाणी तो माळी लगेच येण्याची शक्यता नसेल आणि त्यामुळे तुम्ही जे करताय् ते वाया जाण्याची शक्यता कमी असेल. तिथली झाडं तुम्ही उपटून दुसऱ्या जागी लावा. मी पण तुम्हांला मदत करीन... प्रॉमिस... अहो तुम्ही तरी काय काय करणार या वयात... या चला... आपण दररोज बारा झाडं

काढून दुसऱ्या जागी लावू... मान्य? चला... माझ्याजवळची पहारपण घेऊ जोडीला, खणायला सोपं जाईल,... दुसरी जागा दाखवतो, चला-'

एवढा संपर्क होण्यासही साधारणपणे अर्धा तास गेला पण शेवटी ते अगस्तीला पटले. मग सत्यकामने अगस्तीला सोसायटीच्या एका वेगळ्या रस्त्यावर नेले. दोघांनी मिळून बारा खड्डे खणले. मग त्यांनी एका रेषेत लावलेली बारा नवी रोपे, त्यांच्या आजूबाजूची माती उकरून बाहेर काढली आणि ती बारा रोपे वेड्यावाकड्या जागी - रँडमली निवडलेल्या जागी - लावण्यास सुरुवात केली. सहा आठ रोपे लावून होईपर्यंत अगस्तीची ताकद संपत आली. त्याचे हात थरथरू लागले, स्वतःच्या हातापायांवरचा त्याचा ताबा कमी झाला. आणि त्या भानगडीत एकदा त्याच्या हातातून पहार सुटली आणि त्याच्या डाव्या पायावर तिच्या टोकाच्या बाजूने पडली. रक्त वाहू लागले आणि अगस्ती खालीच बसला. मग सत्यकामने त्याला आपल्या खोलीकडे नेले. त्याची जखम धुवायला लावली. एका छोट्या डब्यातून मलम आणि बँडेज काढून मलमपट्टी केली. एवढे होईपर्यंत अगस्ती अगदीच दमून गेला होता. एप्रिल महिन्याचे दिवस होते. घाम थकवा आणणारा होताच. शिवाय या वयात जखमा होण्याची सवय गेलेली असते. त्याचा चेहरा उन्हाने चांगलाच लाल झाला होता आणि त्याला दम लागला होता. ते पाहून सत्यकाम म्हणाला, 'चला चहा घेऊ... बरं वाटेल जरा. साखर घालतो भरपूर... या इकडे बसा. हां... बसा. मी चहा बनवतो- ' असे म्हणून तो चहा बनवू लागला. अगस्ती आता काही न बोलता गप्प होता.

एकीकडे चहा करता करता सत्यकामने अगस्तीला एक नॅपकीन ओला करून दिला आणि तो त्याला म्हणाला, 'घ्या, मानेभोवती ठेवा. गार वाटेल जरा... निसर्ग, निसर्ग करायचं बरोबर आहे... पण निसर्ग सहन होतो कुणाला... अहो, साधा न खवळलेला निसर्गसुद्धा सहन होत नाही आपल्याला, शेतकरी जेमतेम सहन करू शकतो फारतर... आपलं निसर्गप्रेम दुरून, सेफ डिस्टन्स ठेवून... काय?.. आणि हे साध्या एप्रिल महिन्यातल्या पुण्यातल्या सौम्य निसर्गाचं... खवळलेला निसर्ग तर विसराच.' यावर रागावून अगस्तीने नॅपकीन कोपऱ्यात भिरकावला आणि तो आढ्याकडे नजर लावून काही न बोलता बसला. त्याच्या घशातून विचित्र आवाज येऊ लागला. त्याला राग आलेला उघडपणे दिसत होता.

मग न राहवून सत्यकाम त्याला म्हणाला, 'आजोबा, रागावलात?

रागवा... अहो पण तुमचं होतंय् काय लक्षात येतंय् का तुमच्या? अहो जरा विचार करा... तुम्हांला खरंच अगदी टेक्नॉलॉजी नकोय का? अहो स्वतःहून झाडं लावणं हीसुद्धा टेक्नॉलॉजीच. शेती हीसुद्धा टेक्नॉलॉजीच... मग टेक्नॉलॉजीच्या नक्की कुठल्या स्टेजला माणूस यंत्रवत झाला? आं? त्याच्या आधीची टेक्नॉलॉजी चालेल असं असलं तर ती नक्की केव्हाची...१८४० सालची टेक्नॉलॉजी चालेल? ६९५ सालची? इसवीसन पूर्व ३५६ सालची? अहो टेक्नॉलॉजी तेव्हाही होतीच. खरं काय आहे सांगू का... तुमच्यासारख्यांना ना टेक्नॉलॉजीत वाईट काय आहे तेसुद्धा धड ठाऊक नाही पण तरी तुम्ही तिचा दुस्वास करता; गेल्या वेळी देवाच्या नावानं पण खडे फोडत होतात... तुम्हांला माणसांना देव का हवासा वाटतो ते कळत नाही पण तुम्ही त्याच्यावर अविश्वास दाखवता; निसर्गाचं खरं रूप तुम्हांला सहन होत नाही पण तुम्ही त्याची कास धरता. अहो किती गोंधळ तुमचे-'

तोपर्यंत चहा झाला होता. सत्यकामने चहाचा कप अगस्तीच्या हातात दिला. तो घेत असताना अगस्ती म्हणाला, 'म्हणजे? आं? ... सगळं माहितीये मला... मला जखडल्यासारखं वाटतं टेक्नॉलॉजीमुळे... आणि मुक्तता, फ्रीडम पाहिजे माणसाला... पाहिजेच फ्रीडम... नको फ्रीडम? आपल्याला कळत नाही खरंतर आपण कसे जखडले जातो ते... काय? नाही नाही... नकोच ते- उगाच कुठल्या काळची टेक्नॉलॉजी चालेल ते विचारून गोंधळ वाढवू नका... मला फ्री वाटलं पाहिजे बस-'

त्याला थांबवत सत्यकाम म्हणाला, 'अहो निसर्गाच्या लहरीपासून आणि माणसाच्या नैसर्गिक मर्यादांपासून फ्रीडम पाहिजे म्हणूनच मुळात टेक्नॉलॉजी आली ना? माणसाला सतत मुक्तीच हवी असते बघा. पहिल्यांदा निसर्गापासून, मग त्यासाठी संस्कृती आणि टेक्नॉलॉजी बनवायची, मग म्हणायचं आता यापासूनपण फ्रीडम हवं... माझं नैसर्गिक रूपच हवं... आजोबा तसं पाहिलं तर माणसाला अतिरिक्त मेंदू असतो ना त्यानेच त्याचं फ्रीडम जातं असं म्हणावं लागेल? अहो नैसर्गिक म्हणजे तरी काय? माणसाला विचार करता येतो, त्यातून तो निरनिराळ्या गोष्टी शोधतो हे नैसर्गिक नाहीतर दुसरं काय? असं पाहिलं तर आपण आता जगतो आहोत ते नैसर्गिकच अहो... घरं, रस्ते, मोबाईल सगळंच... अगदी झाडं एका रेषेत लावणं हेसुद्धा नैसर्गिकच! भवताल आपल्याला जास्त सुकर होईल असा बनवून घेणं ही मानवाची नैसर्गिक ऊर्मीच आहे आणि ते निदान काही

प्रमाणात साध्य करणं जमावं इतपत मेंदू त्याला आहे.. एवढंच कशाला तो आजूबाजूला जे वास्तव आहे ना त्यानं समाधानी होत नाही, त्याच्यात काहीतरी अधिकचं त्याला हवं असतं, म्हणून तो त्यात भरपण घालायला बघतो, अगदी स्वतःला त्यातून काही त्रास झाला तरी... भवताल बदलण्याचीच इच्छा असते त्याला... त्यातूनच टेक्नॉलॉजी उद्भवते. आपली टेक्नॉलॉजी म्हणजे निव्वळ आपण आजपर्यंत तयार केलेली वा गोळा केलेली हुशार साधनं नाहीत हो... माणसानं तयार केलेली सगळी टेक्नॉलॉजी मावू शकेल एवढं एक मोठ्ठं म्युझियम आहे अशी कल्पना करा. ते कोणाला दाखवलं तर माणसानं याबाबत जे काही केलं आहे ते सगळं त्याला कळेल असं वाटतं तुम्हांला? अजिबात कळणार नाही. माणसाच्या या सर्व प्रवासाचं गुह्य त्याला अजिबात कळणार नाही.. आपण तयार करतो ती टेक्नॉलॉजी आपल्या अस्तित्वाबद्दल अधिक मूलभूत असं काहीतरी उघड करत असते. त्याबद्दल आपण विचार करायला हवा... आपलं अस्तित्व कसं असायला हवं, आपण त्याला काय अर्थ देतो, त्याला काय अर्थ आहे असं आपण मानतो याचंच दर्शन आपण कुठल्या टेक्नॉलॉजीचा शोध लावतो यातून घडतं. अहो, शोध असे हवेत नाही लागत. त्यामागे निव्वळ वरवरच्या गरजा नसतात. त्यामागे माणूस आपल्या अस्तित्वाचा काय अर्थ लावतो, स्वतःला कसं बघू इच्छितो, त्याची तत्त्वं लपलेली असतात. त्याचा शोध घ्यायचा तर तांत्रिक अंगानं नव्हे तर, या सगळ्याकडे तत्त्वज्ञानाच्या अंगानं पाहिलं पाहिजे. आपलं आयुष्य, आपलं जगणं समजून घ्यायचं असलं तर केवळ आपली यंत्रं काय करतात वा करत नाहीत, वा त्यांना आपण नक्की कसं, कशा-कशासाठी आणि कुठल्या पातळीवर वापरून घ्यावं, याचं उत्तर मिळून भागत नाही. टेक्नॉलॉजीचं व्यवच्छेदक लक्षण, त्याचा इसेन्स, त्याचं सार, मूलार्थ, गर्भार्थ, आत्मा, काही म्हणा.. तो तांत्रिक नसतो! तो अधिक खोलवर जातो हो.... ते कळून घ्यायचं असेल तर त्यासाठी आपण या भवतालाकडे कसं बघतो, आपण त्यात स्वतःचं स्थान कसं आणि काय म्हणून तयार करतो, आणि एकंदर अस्तित्वाशीच आपलं नातं काय आहे आणि काय असलं पाहिजे असं आपण मानतो.. या अधिक खोलवरच्या प्रश्नांपर्यंत जावं लागतं.'

यावर अगस्ती चाट होऊन सत्यकामच्या चेहऱ्याकडे बघत राहिला. मग त्याला आपण सत्यकामच्या डोळ्यांत रोखून बघत आहोत याची जाणीव झाली आणि गोंधळला. त्याने लगोलग आपले डोळे वळवले. त्याने

गोंधळून म्हटले, 'म्हणजे? आपण ही झाडे वेगळ्या जागी नाही लावायची? तुम्ही मला झाडं वेगळ्या जागी लावू देणार नाही? का? मला काय हवंय ते मलाच माहीत नाही एवढं हे तुम्ही जे काही बोललात त्यातून कळलं.... मला काही वर्षांपूर्वी माझी मुलगी ऑटिस्टिक आहे हे शेवटी एकदा कळलं आणि मी मान्य केलं त्यावेळी मला वाटलं तसं काहीसं रिकामं रिकामं आत्ता तुमचं ऐकल्यावरही वाटलं... पण त्यानं भयानक रिकामपण आलं... मी झाडं लावायची नाहीत, तुम्ही मला ती लावू देणार नाही... का, त्याचं कारण नाही कळलं...आपण काय करायचं मग? ...तुम्हांला तरी माहितीये का नक्की?'

सत्यकाम उत्तरला, 'आजोबा मला उत्तरं माहीत असती तर या एकांड्या जागी कशाला येऊन बसलो असतो विचार करत? मला एवढंच माहितीये की, प्रश्न वरवर दिसतात त्यापेक्षा जास्त खोलातले आहेत... नाही, आपण झाडं बदलून लावायची नक्कीच. आणि मी मदत करणार तुम्हांला... कितीतरी दिवसांनी मी कोणाशी तरी बोललो. तुमच्यामुळे मला काही उलगडे होणार नक्की- तुम्ही माझे तारणहार होणार... आपण बोलायचं आणि झाडं जागा बदलून लावायची! ठरलं!' असं म्हणून त्याने हात पुढे केला. दुसऱ्याचा स्पर्शही नेहमी टाळणाऱ्या अगस्तीने तो हातात घेतला.

पुढचे अनेक दिवस अगस्ती येत राहिला. ते दोघे झाडे उकरून काढून नव्या जागी लावत राहिले. सत्यकाम बोलत राहिला. त्याला ज्याविषयी बोलायचे होते, उदाहरणार्थ आधुनिकतेची कास न सोडताही त्यात आत्मिकता कशी आणावी वगैरे त्याविषयी, निदान थेटपणे त्याविषयी, हे बोलणे नव्हते. ते बऱ्याच प्राथमिक पातळीवरचेही होते. पण टेक्नॉलॉजी, निसर्ग, अस्तित्व, देव या सगळ्याचा शेवटी इतर सगळ्यांशीच संबंध असतोच. त्यामुळे यातून आपल्याला काहीतरी नक्की हाती लागेल असे त्याला वाटत राहिले. अनभिज्ञ माणसाला प्राथमिक पातळीवरचेही काही समजावून सांगताना आपल्याच मनातल्या अनेक मूलभूत संकल्पनांना स्पष्टता येते याची जाणीव त्याला व्हायला लागली तसा तो अधिकच उत्साहाने बोलत राहिला. आपण दुसऱ्याला समजावून सांगण्याच्या स्थितीत असलो की, एक विलक्षण सत्तेची जाणीव होते आणि तीही सुखावून जाते. त्यालाही तशी जाणीव झाली आणि तो सैलावून त्या जाणिवेला गोंजारू लागला. दुसऱ्या बाजूला असे समजावून सांगताना स्वतःच्याच समजुतीतल्या फटी, ऐकणारा अनभिज्ञ असल्याने त्याला समजल्या नाहीत, तरी स्वतःलाच दिसू

लागतात आणि चक्रावल्यासारखे होते. तसेही त्याला झाले. इट वॉज अ हेडी मिक्श्चर.

अगस्तीही कधी नव्हे ते ऐकत राहिला. त्याला किती कळत होते आणि त्याला किती नुसतीच तत्त्वज्ञानाच्या संकल्पनात्मक मांडणीने गुंगी येऊन छान वाटत होते, गळणाऱ्या नळाच्या आवाजाने त्याला वाटायचे तसे, हे ठरवणे त्यालाही जड गेले असते. पण तोही अधूनमधून काही बोलत राहिला वा प्रश्न विचारत राहिला. दोन एकांडी माणसं एकत्र आली, त्याचा परिणाम पहिले काही दिवस तरी त्यांना हवा तसा झाला. काही काळानंतर या त्यांच्या एकत्र येण्यातून अपघाताने काही वेगळेच होणार होते. तेही आपण योग्य वेळी बघूच. ते बोलत राहिले, झाडे उपसताना, वेगळ्या खड्ड्यात लावताना, शेजारच्या टेकडीवर फिरायला जाताना, चहा पिताना. त्या बोलण्यातील काही भागाचा आपल्या गोष्टीशी नाही तरी आशयाशी संबंध होता. त्यामुळे त्यातील काही तुकडे आता आपण बघू.

त्यांचे असे करण्याचे ठरल्यानंतर साधारण एका आठवड्याने ते परत भेटले. त्या दिवशी झाडे लावता लावता त्यांच्यात असे बोलणे झाले:

सत्यकामने सुरुवात केली ती अशी– तुम्हांला विज्ञान, टेक्नॉलॉजी, धर्म या बाबत काही प्रॉब्लेम आहेत हे उघड आहे. पण तुम्ही म्हणता तसं ते नाही हो. त्यापेक्षा फार खोलातलं प्रकरण आहे ते. पार पश्चिमेकडच्या हायडेगर, सार्त्र, ब्रूनो लातूर, फुकोपासून, ते आपल्याकडच्या आशीष नंदी, शिव विश्वनाथन, सुंदर सुरुक्काई अशा अनेकांनी त्याबद्दल मोठाच विचार केला आहे. काही मी तुम्हांला कालच सांगितला. पण तसं नको... आपण काय करू या की, अगदी आत्ताची नवी टेक्नॉलॉजी काय करू पाहतीये ते बघू या.

दोन महिन्यांपूर्वी 'एफ ८ ॲन्युअल ग्लोबल डेव्हलपर कॉन्फरन्स'मध्ये बोलताना फेसबुकचा मार्क झुकरबर्ग काय म्हणाला माहितीये? तो म्हणाला, 'आता आम्ही जी ॲप्स तयार करतो आहोत त्यातून आम्ही वास्तवातच भर घालणार. ते बदलणार. त्या प्रत्येकात आम्ही कॅमेरा देतो ते उगाच नव्हे. आता आपण तयार केलेल्या इमेजेस वास्तवाशी खेळ खेळतील, संवाद करतील. उदाहरणार्थ तुमच्या जेवणाच्या टेबलावरती छोटेछोटे मासे विहार करू शकतील आणि तुमच्या खऱ्या 'सिरील बोल'च्या डावीकडून मागे

जाऊन उजवीकडून परत बाहेर आले असे तुम्हांला वाटू शकेल. खऱ्या झाडांवरती व्हर्चुअल, आभासी फुले उमलतील. तुमच्या खऱ्या कॉफी-मगमधून आभासी वाफ निघेल.'

थोडक्यात काय तर, त्याला आपण आपल्या भवतालाचा अनुभव जसा घेतो, त्याला जसे भिडतो, भवतालातील वास्तव आपल्याला जसं जाणवतं, ती प्रक्रियाच बदलू टाकायची आहे. त्याला वास्तवच 'ऑगमेंट' करायचं आहे, त्यात भर घालायची आहे. ती कशी तर या 'मंडेन', ऐहिक, निरस वास्तवात आपल्याला हवा तो मसाला पेरून.

कसं असतं हे भर घातलेलं वास्तव? त्याची सुरुवात होते ती आपल्या भोवतालच्या वास्तवाबद्दल असलेल्या असमाधानातून. आपल्या वासनांपैकी सर्वात वाईट वासनांना ते उत्तेजना देतं. वास्तवाशी आपण जमवून घेण्याऐवजी, वास्तवाला आपल्या प्रत्येकाच्या आवडीनिवडीप्रमाणे बदलायला लावतं. मार्क झुकरबर्ग यांची ही दृष्टी जणू काहीतरी फारच मूलभूतरीत्या नवं सांगते असा त्यांचा दावा आहे. पण जरा विचार केला तर कळतं की ते तसं नाही! आपले धर्म यापेक्षा वेगळं काय करत होते? ते हेच तर करत होते!

'आपल्या भवतालातील कितीतरी वस्तू प्रत्यक्षात, भौतिकरीत्या असतात तशा असण्याची आवश्यकता नाही', असा विचार आपण करावा असं झुकरबर्ग यांचं म्हणणं आहे. त्यांना जणू भौतिक वास्तवाबद्दल काही शंकाच आहेत. पण मग धर्म तरी दुसरं काय करतात? त्यांच्या साठीही भौतिक वास्तव हे माया असते आणि आत्मिक वास्तव हेच खरं असतं. ही नवी आभासी जगात नेणारी टेक्नॉलॉजी आणि सगळे धर्म दोघांनाही वास्तवाबद्दल शंका असतात, ते नेहमीच त्या पलीकडल्या जगात आपल्याला न्यायला उत्सुक असतात. आपल्याला आपल्या शरीराच्या पलीकडे नेण्याचा त्यांचा प्रयत्न असतो, आपल्या शरीरामुळे निर्माण होणाऱ्या मर्यादांना उल्लंघून जाण्याचा त्यांचा अट्टाहास असतो.

पण यातून खरोखर साध्य होतं काय? तर आपण आपल्या निर्णय स्वातंत्र्याचा बळी देतो. मग आपण कर्तेच उरत नाही. धर्माच्या बाबतीत आपण आपलं स्वातंत्र्य देवाला दान करतो तर नव्या टेक्नॉलॉजीत त्यांनी तयार केलेल्या अनेक गॅजेट्सना! आपल्याकडून असं करवून घेण्यासाठी हे दोघंही चमत्कृती, जादू, नजरबंदी अशा घटकांचा वापर करतात. या डिजिटल युगातच अध्यात्म, आत्मिकता आणि ते विकणारे असंख्य गुरू

यांचीही चलती झाली तो काही अपघात नव्हे. त्या मागं त्याच्यातील साम्य हे एक कारण तरी नक्कीच आहे!

अगस्तीच्या लक्षात आले की, आपण असा काहीच विचार केला नव्हता हे खरे आहे. मग त्याला प्रश्न पडला, पण आपल्याला जे वाटते ते याचेच फलरूप आहे? अगस्ती त्या दिवशी घरी गेला तो काहीसा गोंधळूनच.

मग त्या नंतरच्या दिवशी ते भेटले तेव्हा उन्हाचा जोर फारच वाढला होता. खरेतर अशा दिवशी 'काही कोल्डड्रींक वगैरे असले तर बरे होईल' असे 'निसर्ग प्रेमींना' वाटते. पण कोल्डड्रिंक वगैरेची सोय होणे सत्यकामच्या खोलीवर शक्य नव्हते. तेव्हा अशा वेळीही चहा पिऊन उलट उकाडा कमी होतो, कोल्डड्रिंकने नंतर तोंडाला जी कोरड पडते ती चहाने पडत नाही असे सत्यकामने अगस्तीला पटवून दिले आणि त्यांनी ठरवले की, आपण सत्यकामच्या खोलीवरच तडकलेल्या उन्हाळ्यात गरम गरम चहाचे घुटके घेत बोलू. त्या दोघांचे आता जणू मैत्रच झाले होते. अगस्तीसाठी हे नवीन होते आणि कुठल्याही नवीन गोष्टीबद्दल उत्सुकता आणि शंका अशा दोन्ही भावना कोणाच्याही मनात असतात, तशा या प्रसंगी त्याच्याही होत्या. निसर्गाचे प्रखर रूप डोळ्यांसमोर उलगडत असता सावलीत बसून, चहा पीत असताना का होईना, पण धर्म आणि टेक्नॉलॉजीबद्दल बोलण्याइतके सुख दुसरे कोणते असेल? ते सुख घेत सत्यकाम बोलत राहिला. त्याचे सार थोडक्यात असे:

शारीर मर्यादा मानवाला जाचक वाटतात आणि त्याचा टेक्नॉलॉजी आणि धर्म या दोघांनाही फायदा होतो. हे शरीर, आणि ज्या भौतिकातून ते तयार झालं ती भौतिकता हे शेवटी निसर्गनियमांनी बांधलेले असतात. त्यामुळे स्वाभाविकच आपल्याला हवं तसं, मनसोक्त वागता येत नाही. जे स्वातंत्र्य देण्याचं आश्वासन या दोन गोष्टी देतात ते स्वातंत्र्य मूलतः या भौतिकतेच्या मर्यादांपासूनचं स्वातंत्र्य असतं. देव आणि स्वर्गातली इतर मंडळी उडत अवकाशात संचार करतात, मानव तसं करू शकत नाही, त्याचे पाय जमिनीवर टेकलेले असतात. काळ आणि अवकाश हे दोन घटक आपल्या वास्तवासाठी आणि अस्तित्वासाठी, भवताल समजून घेण्यासाठी, त्याचा अनुभव घेण्यासाठी आवश्यक असतात. देव त्याच्या

पलीकडे असतो. तो सर्वसंचारी, सार्वकालिक असतो, भौतिकतेच्या पल्याड असतो, आत्मिक असतो. देव हा जणू डिजिटल जगाचा पहिला अवतार आहे जो भौतिक वास्तवापलीकडं असतो. म्हणून तर सुरुवातीचे आधुनिक पाश्चात्त्य वैज्ञानिकसुद्धा भूमिती आणि अंकगणित यात जणू देवाचा आवास असतो असं मानत. गणित आणि देव यांचं असं भौतिक वास्तवापलीकडलं नातं मानणाऱ्यात न्यूटन हा प्रमुख होता, ते काय उगाच?

हीं वास्तवात वाढ करण्याची नव्या टेक्नॉलॉजीची धारणा हे याचंच पुढचे पाऊल आहे एवढंच. विज्ञान भवतालाचा अर्थ लावण्याचा प्रयत्न करतं हे तर खरंच पण त्याचं निव्वळ वर्णन करणं हा त्याचा खोलवरचा हेतू कधीच नव्हता. हे ज्ञान वापरून घेऊन निसर्गावर शक्य तितका काबू मिळवणं, भवताल बदलणं हाही त्याचा एक महत्त्वाचा हेतू कायमच होता. मानवाला इतर प्राण्यापासून हाच तर गुण वेगळा करतो! विज्ञानाची आस यातूनच उद्‌भवते. पण त्याही पलीकडे त्याचा एक हेतू होता, हे आताच्या टेक्नॉलॉजीकडे पाहता ध्यानात येतं– तो म्हणजे शेवटी आपल्याला हव्या तशा निसर्गाची, भवतालाची निर्मिती करणं! या अर्थी पाहिलं तर विज्ञानाचा अंतिम हेतू देव होणं हाच आहे असंही म्हणता येईल– त्याचंच पर्यवसान म्हणजे ही नवी टेक्नॉलॉजी – क्लोनिंग, बायोटेक्नॉलॉजी वापरून तयार केलेलं अन्न, आर्टिफिशिअल इंटेलिजन्स, व्हर्चुअल रिॲलिटी– आभासी वास्तव – आणि त्यातून उभा राहणारा वाढीव, ऑगमेंटेड भवताल, भर घातलेलं वास्तव.

हे ऐकल्यावर अगस्तीचा आपल्या तंत्रज्ञानासंबंधित विचारांवरचा विश्वास, म्हणजे त्याविषयीचा तिरस्कार अधिकच दृढ झाला ज्याकरवी त्याला त्याने पुढे घेतलेले काही निर्णय घेणे नैतिकदृष्ट्या सोपे गेले. आपण बोलतो आहोत त्याचे असेही काही परिणाम होतील हे सत्यकामच्या स्वप्नातही येणे शक्य नव्हते. एका समाधानाने भरून तो त्या दिवशी घरी गेला.

त्यानंतर ते दोघे काही दिवसांच्या अंतराने भेटले, म्हणजे मे महिन्याच्या १४ तारखेला, म्हणजे आपण प्रवेशिकेत पाहिले त्या घटनेच्या तीन दिवस आधी भेटले. त्या दिवशी त्यांनी ठरवले की, आज झाडे लावण्याच्या ऐवजी आपण फक्त सोसायटीच्या रस्त्यावरून चक्कर मारत बोलू आणि ते त्या स्मशानवत, मानवरहित सोसायटीच्या न संपणाऱ्या रस्त्यांवरून चालत

राहिले. आपण असे करू याबद्दलचे त्यांचे बोलणे सत्यकामच्या खोलीबाहेरच झाले. न कळत अगस्तीची नजर सत्यकामच्या खोलीकडे गेली, तर आत कोणी स्त्री- खरेतर मुलगीच- असल्याचे त्याला दिसले. पण त्याने रोखून पाहून खातरजमा करेपर्यंत ती खिडकीतून गायब झाली होती. ती आयेशा कशी आणि का होती हे आपण पुढे पाहणारच आहोत. पण आपल्याप्रमाणे अगस्तीलाही ते ठाऊक नव्हते आणि त्याला ते कधीच कळणारही नव्हते. त्याने पहिल्यांदाच इतर कोणाला तरी सत्यकामच्या खोलीत पाहिले होते. तो काहीच बोलला नाही पण एका क्षणासाठी तिथेच खिळून गेल्यासारखा झाला. सत्यकामने त्याचा दंड हलकेच धरला आणि त्याला खोलीपीसून दूर, सोसायटीच्या ज्या रस्त्यांवरून ते फिरणार होते तिकडे चलण्यासाठी त्याच्या दंडावर सूचक ओढ दिली. अगस्ती काहीच बोलला नाही. तो सत्यकामबरोबर चालू लागला. काही क्षणांनी त्याने परत मागे वळून खोलीकडे पाहिले, पण ती मुलगी आता खिडकीत नव्हती. सत्यकाम बोलू लागला, त्याचे सार काहीसे असे:

झुकरबर्ग आणि धर्म यांच्यात आणखी एक साम्य आहे. मानव हा स्वतःविषयी आणि त्याच्या भवतालच्या जगाविषयी कायम असमाधानी असणारा प्राणी आहे. निसर्गाने त्याला अतिरिक्त मेंदू दिला आहे आणि त्याचा हा परिणाम आहे. धर्म आणि नवी टेक्नॉलॉजी, दोघेही या असमाधानाच्या पायावर उभे आहेत. धर्म एका पलीकडच्या अलौकिक जगाचं आश्वासन देतो तर आभासी वास्तव असं अलौकिक जग इथेच त्याच्या डिजिटल खेळण्यांतून तयार करण्याची इच्छा बाळगतं. धर्म आपल्याला स्वतःला बदलून त्या अलौकिकाकडे नेण्याचं आश्वासन देतो तर नवी टेक्नॉलॉजी हे जगच बदलण्याचा प्रयत्न करते हा त्यांच्यातला एक महत्त्वाचा फरक आहे. आणखी एक महत्त्वाचा फरक म्हणजे बहुतेक धर्मांना सामाजिकतेचं एक महत्त्वाचं अंग आहे. सर्व धर्मात सामाजिकरीत्या करण्याची धर्मकृत्ये असतात. हिंदू धर्म त्यातल्या त्यात अधिक व्यक्तिकेंद्री आहे आणि त्यात अशी कृत्ये न करताही व्यक्तिगत पातळीवर अलौकिकाचा वेध घेता येतो हे खरं असलं तरी त्यातही सामाजिकता आहेच. पण ही नवी टेक्नॉलॉजी अशी कुठलीही मागणी करत नाही. ती आपल्याला पूर्णपणे व्यक्तिकेंद्रीच बनवते. इतके की अनेक प्रसंगी आपण एक व्यक्तीही न उरता एक न्युमेरिकल होतो, एक आकडा - मग तो आधार कार्ड क्रमांक असो, वा पॅनकार्ड क्रमांक असो वा तुरुंगातील कैदी क्रमांक वा पासपोर्ट क्रमांक

असो वा दारिद्र्यरेषेखालील लोकांसाठी असलेल्या पिवळ्या रेशन कार्डाचा क्रमांक.... असे अनेक फरक जरूर आहेत, पण धर्म आणि नव्या टेक्नॉलॉजीत साम्यच अधिक!

जसं की ही नवी टेक्नॉलॉजी आपल्याला प्रचंड चॉइसेस देते, अनेक गोष्टींतून निवडीचे स्वातंत्र्य देते असं प्रथम दर्शनी वाटतं खरं पण ते स्वातंत्र्य नेहमीच मर्यादा असणारं असते, ते 'असंख्य' नसतं. संगणकावर ड्रॉइंग काढताना आधी २४ रंगांतून चॉइस असायचा, मग तो ५१२ रंगांतून झाला आता काही हजार रंगांतून तो असतो. पण तरी तो वास्तवात असतो तसा अमर्याद नसतोच. मुळात कशातून चॉइस द्यायचा, तो तुम्ही कसा करावा हे कसं ठरवायचं... यातला कुठलाच निर्णय तुमचा नसतो! तसंच त्यात वास्तव शरीरापासूनच मुक्ती मिळाल्याचा आभास असल्यानं त्यात कुठल्याही शारीर व्याधी नसतात. आजारपण, वृद्धत्व आणि दुःख हे तर जाऊच द्या, मृत्यू या वास्तवाचाही इथं उल्लेखच नसतो, असंही काही अटळ असं मानवी जगात आहे, हेच जणू आभासी वास्तवात आपण विसरतो! धर्मही तर आपल्याला अमर तरी मानतो किंवा मेल्यानंतरही स्वर्गाचं आमिष दाखवतो. पण नवी टेक्नॉलॉजी आणि धर्म दोघेही विसरतात की, डिजिटल जग असो वा अलौकिक, त्यांची धारणा होण्यासाठी भौतिक जगाचा पाया लागतोच आणि मानवी आयुष्य आणि वास्तव हे मृत्यू या गोष्टीपासून अलग होऊच शकत नाही. आणि आपण मर्त्य मानव आपल्या अतृप्त इच्छा आणि असमाधान यांच्यावर मात करण्यासाठी या दोन्हींचा आधार घेत असतो. आपण त्यांच्या हातातल्या बाहुल्या बनतो. आपण असे झालो आहोत याचंही आपलं भान आता सुटलं आहे. आता डिजिटल हा नवा धर्म आला आहे एवढंच. आणि तो आधीच्या धर्मांपेक्षा कदाचित जास्त विघातक आहे कारण तो आपल्याला अधिक व्यक्तिकेंद्री बनवतो, स्वतःच्याच प्रेमात पाडतो, वी बिकम मच मोअर नार्सिसिस्टिक!

शिवाय असं की, त्यात इतक्या वेगानं बदल होतात की ज्याचं नाव ते! त्यामुळे त्याच्याशी भिडताना, 'आपल्याला मानव राहायचं आहे की नाही?' हे जणू दररोज आपल्याला नव्यानं ठरवावं लागतं. पूर्वीसारखं या गोष्टींशी आपलं नातं काय हे एकदा ठरवून मोकळं होता येत नाही. आपण सतत नव्या कशाला तरी सामोरे जातो असा आभास ते तयार करतात आणि आपण त्या चक्रात अडकून जातो. नव्या आणि आधीच्यातला हा आणखी एक फरक आहे आणि त्यामुळे गुंतागुंत वाढत जात आहे.

मागे एकदा मी तुम्हांला काही म्हटलो होतो, आठवतंय्? मी तुम्हांला म्हणलो होतो की, माणूस आधी निसर्गाच्या तावडीतून सुटण्यासाठी टेक्नॉलॉजी, देव, संस्कृती अशांचा शोध लावतो. मग त्याला या टेक्नॉलॉजी, देव, संस्कृतीपासून सुटका करून घेण्याची ओढ लागले. आज हा प्रश्न पुन्हा उभा राहिला आहे... व्हर्च्युअल रिॲलिटीपासून सुटका कशी... स्वतःच बनवलेल्या या वास्तवापासून सुटका कशी... म्हणजे खरंतर स्वतःपासूनच सुटका कशी करून घ्यायची हा!

एवढे बोलून सत्यकाम अचानक गप्प झाला. बहुदा त्याचा त्या दिवशीचा कोटा संपला असावा. का त्याचा विचारच संपला? अगस्तीचे डोके हे सगळे ऐकताना एखाद्या अत्यंत वेगाने फिरणाऱ्या यंत्रासारखे फिरू लागले होते. त्याच्यासाठी जवळजवळ अगम्य असणाऱ्या पण तरीही ज्यात त्याला प्रचंड रस आल्याने मोठीच उत्सुकता तयार झाली होती असा हा विषय होता. सत्यकाम बोलला त्यात फारसे खोलातले असे काही नव्हते. त्याने आणखी या विषयाच्या राजकीय-सामाजिक बाजूंना फारसा हातही घातला नव्हता. मानवाला एकीकडे मदत करत दुसरीकडे मानवी दमनाला हे सर्व घटक कशाप्रकारे मदत करतात त्याचे सत्यकामने तोपर्यंत नुसते सुतोवाच तेवढे केले होते. 'धर्म म्हणजे अफूची गोळी' असे मार्क्स म्हणाल्याचे सर्वांना विदित आहे, पण त्याच्या आधीचे त्याचे वाक्य होते, 'धर्म हा दमन झालेल्यांचा निःश्वास आहे, हृदयहीन जगाचे हृदय आहे, आत्मा नसलेल्या वास्तवाचा आत्मा आहे'. हे वाक्य कोणी फारसे उद्धृत करत नाही. या दोन्ही वाक्यांचा आपण बोललो त्याच्याशी कसा संबंध पोचतो, तंत्रज्ञानातून आलेल्या औद्योगीकीकरणानंतर निर्माण झालेल्या भांडवलशाही व्यवस्थेचे याच्याशी नाते काय, अशा गोष्टींना त्याने आणखी स्पर्शही केला नव्हता. पण अगस्तीने इतकेही तात्त्विक असे काही कधी ऐकले नव्हते. शेवटी एकदा आपल्या सगळ्या भावनांना काही वैचारिक पाया मिळून आपल्या शंका दूर होतील अशी आशा त्याला वाटू लागली होती. आता ते अर्ध्यात संपणार का काय असे वाटून त्याने काहीशा चिंतेने सत्यकामकडे पाहिले. सत्यकामचे त्याच्याकडे लक्ष नव्हते. तो कसल्या तरी विचारात गढला होता.

दोघे चालत राहिले. पुढच्या वळणावर उजवीकडे वळले आणि तेथे सभोवताली नजर गेल्यावर अगस्तीला काहीतरी चुकल्यासारखे आणि अस्वस्थ करणारे असे वाटू लागले. ते काय ते त्याच्या क्षणभर लक्षात

आले नाही. पण काहीच वेळात त्याचे कारण त्याला स्पष्ट झाले. याच रस्त्यावरची सगळी झाडे त्यांनी काहीच दिवसांपूर्वी उपटून नीट वेडीवाकडी, रँडमली लावून ठेवली होती. कोणीतरी ती येऊन परत एका ओळीत, त्यांच्या पूर्वीच्या खड्ड्यात लावून टाकली होती. अगस्तीचा डोळा आणि मान एकदम ट्विच होऊ लागले. तो संतापला. गेल्या काही दिवसांतल्या तात्त्विक चर्चेने, त्यातले फारसे न कळूनही, आता त्याला एक नैतिक धारही आली होती. तो चिडून सत्यकामला म्हणाला, 'हे काय? झाडं परत त्यांच्या पूर्वीच्या जागी कशी गेली? तू तर म्हणाला होतास की कोणी बघायला येणार नाही, कोणी परत असं करणार नाही अशी जागा दाखवतो म्हणून? नाही नाही... आणि हे काय बघतोय मी? असं नकोच... नकोच मला असं.. असंच आहे या देशात... असंच.. सगळं बदलायलाच हं...
'

गेले काही दिवस शांत झालेला अगस्ती केवळ त्याच्या आधीच्याच स्थितीत गेला होता असे नव्हे तर, तो अधिकच आक्रमक झाला होता. अधिकच नैतिक दुराग्रह असणारा, मॉरली हाय हँडेड झाला होता. सत्यकाम स्वतःच्याच विचारात खोल खोल बुडालेला होता. अगस्तीच्या निमित्ताने त्याला स्वतःच्या विचारांचा एक चांगला धागा नीट काढता आला होता. आता तो योग्य प्रकारे वाढवत नेला तर काही अर्थपूर्ण हाती लागण्याचा संभव होता. अगस्तीच्या आरडाओरड्याने तो नाजूक धागा तुटून गेला होता. त्याचे विचार जणू सांडून गेले आणि क्षणात तो रिकामा झाला. सत्यकामच्याही डोक्यात एक छोटी तिडीक उठली. काय हा मूर्खपणा. स्वतः विचार करून प्रबुद्ध होण्याची इच्छाही नाही आणि कोणी इतर तसे करू लागला तर त्यालाही हाणून पाडायचे. या माणसाशी मी एवढे बोललो. विचाराने माणूस काहीसा तरी शांत होतो. मग वास्तव किती गुंतागुंतीचे आहे हे कळल्यावर तो भांबावला हे एक वेळ समजू शकते, पण हा असा उठवळपणा? कोण समजतो हा अगस्त्या स्वतःला? आणि त्या रागातच तो म्हणाला, 'महाशय, असंच असतं आयुष्य... वास्तव असंच असतं, जे तो झुकरबर्ग, ते धर्म आणि त्यांचा दुस्वास करणारे तुम्ही... सगळे टाळण्याचा प्रयत्न करता ना ते वास्तव हेच असतं. हे जणू रूपकात्मक आहे... समजून घ्या जरा. एक ग्रीक मिथ आहे. मिथ ऑफ सिसिफस. त्यातल्या एका माणसाला शाप असतो. कसला, तर एक भलामोठा धोंडा ढकलत ढकलत एका डोंगरावर नेण्याचा. कशासाठी, तर केवळ तो शिखरावरून घरंगळत

खाली येताना पाहण्यासाठी. तो धोंडा घरंगळत खाली आला की, याने तो परत वर ढकलत न्यायचा की तो परत खाली घरंगळणार. मग याने तो परत ढकलत वर न्यायचा.... अत्यंत निरर्थक आयुष्य. आणि हेच असतं प्रत्येक माणसाचं भागदेय. धोंडा वर न्यायचा की तो घरंगळत खाली येणार की, आपण तो परत वर न्यायचा. तुम्ही झाडे उपटून वेडीवाकडी लावली की, ती उपटून इतर कोणी तरी परत मूळ जागी एका ओळीत लावणार की, परत तुम्ही उपटून वेडीवाकडी लावणार, कशा करता, तर परत ती कोणी तरी उपटून सरळ रेषेत लावलेली पाहण्यासाठी. अहो निरर्थक आहे हा तुम्हा दोघांचाही खेळ. तुम्ही दोघं एकमेकांना ओळखतही नाही पण तुम्हां दोघांनाही वाटतंय आपण फार काहीतरी ग्रेट आणि अर्थवाही करतोय.... एकाला वाटतंय् झाडं एका रेषेत लावणं हे अर्थवाही आहे, तर दुसऱ्याला वाटतंय् झाडं वेडीवीकडी लावणं अर्थवाही आहे... यालाच म्हणतात जीवनाची ॲब्सर्डिटी. असंगती. काही अर्थ नसतो मानवी जीवनाला, प्रयत्नांना... कशालाच.... पण तुम्हांला हवा असतो तो... मग व्हा तयार आणि द्या अर्थ जीवनाला आणि नेत बसा धोंडा वर किंवा लावत बसा झाडं... च्यामायचे साले... झाडं उपटत बसलं काय किंवा झाटं उपटत बसलं काय... काही फरक नसतो त्यात... पण तुम्हांला अर्थ हवाय ना. स्वतः देव होण्याचा सोस जात नाही ना... मग घ्या आणि करा असला अर्थ तयार! ... तिच्या मायला आईघाले... एखाद्या माणसाला एक मिनिट शांत बसून विचार करू देणार नाहीत.. गांड मारली पाहिजे तुमची. मारतोच आता तुझी-' असं जवळजवळ ओरडत तो अगस्तीच्या अंगावर धावून गेला. अगस्ती क्षणासाठी घाबरला आणि आक्रसला. सत्यकाम काहीतरी नाही ते होण्याआधीच भानावर आला, पण त्याचा राग संपूर्ण जायला काही काळ गेला. त्यामुळे तो अगस्तीसमोर नुसताच थरथरत उभा राहिला.

या वेळात काय करावे ते अगस्तीला कळेना. सत्यकामचे आधीचे बोलणे त्याला संपूर्ण कळत नसले तरी त्याचा एक धागा उलगडत होता. हे जे काही तो बोलला त्यातले तर त्याला काहीच कळले नव्हते. सत्यकामला एवढे रागावलेले पाहून तो हडबडून गेला. दुसऱ्याच्या भावनांशी, विचारांशी सह-अनुभूत होण्याचा त्याला सरावच नव्हता किंवा खरेतर तसे करण्यात तो असमर्थच होता; मग त्या मागील कारण ऑटिझम असो वा इतर काही. आणि त्याची स्वतःची भावना त्याक्षणी काय होती ते त्याला नक्की उमगेना. पण आपला राग व्यक्त करण्यासाठी काहीतरी तर

करावे असे त्याला वाटत होते. त्यामुळे त्याच्याही नकळत तो म्हणाला, 'खोलीवर मुली कशाला आणून ठेवता मग? आं? कशाला आणून ठेवता? जगण्याला काही अर्थ नाही तर मुली कशाला ठेवता? बडबड नुसती... आणि वर शिवीगाळ करता... गटारातले किडे साले-' आणि सत्यकाम काय उत्तर देतो त्याची वाट न बघता तो वळला आणि टेकडीच्या दिशेने चालू लागला.

सत्यकाम भानावर आला तोपर्यंत अगस्ती अर्धी टेकडी चढून गेला होता. सत्यकामने डोके झटकले. आपण एवढे का चिडलो ते त्याला कळेना. सांगावे का याला आयेशाबद्दल? कोणाची काय दुःखे असतात जगात आणि आपण त्यांच्याबद्दल काय वाटेल त्या धारण करून घेतो. आम्ही गटारातले काय?.... काय असतं गटारात ठाऊक आहे का मादरच्योद.... संवेदनाहीन साले, आईघाले... पण परत त्याचा चढलेला पारा परत खाली आला. अगस्तीला जे दिसले ते तो बोलला, त्यात त्याची चूक काय? आपण तरी एवढे का चिडलो? त्याच्याशी आपण बोललो ते आपल्याच फायद्यासाठी, बरेच दिवस एकटेपणात काढल्यावर, आपल्याला कोणी तरी ऐकणारा, तोही जरा आगळा वेगळा, आपल्या मेंदूला चालना देईल असा हवा होता; आता ती गरज संपल्यावर आपण चिडलो? त्याला अपराधी वाटू लागले.... अगस्तीला आयेशाबद्दल खरे काय ते... पण ते नको. तिची डिग्निटीच जाईल... नको, ते नको.... पण तरी एवढी चिडचिड... मग गेले इतके दिवस आपण विचार करून मन आटोक्यात आणण्याचा प्रयत्न करतोय त्याचे काय? एकदम पूर्वीसारख्या शिव्या? आणि एकदम मिथ ऑफ सिसिफस? आणि हे कुठले तत्त्वज्ञान ॲब्सर्डिटीचे? अगस्तीने लावलेली झाडे कोण आणि का उपटतो ते मला ठाऊक आहे. तो माणूस म्हणजे काही नियती नव्हे. आणि असलेच सगळे ॲब्सर्ड - नव्हे ते आहेच ॲब्सर्ड - तर मग मी कशाला चिडलो. काय अर्थ असतो अशावेळी चिडण्याला? म्हणजे मलाही तो सगळ्यांसारखाचा हवा आहे.... नाही, असे मी करायला नको होते. अगस्तीमुळे माझ्या विचारांचा धागा तुटला खरा पण मुळात त्याच्यामुळेच तर तो असा सरसर सरसर निघायलाही लागला होता. नाही, असे होता कामा नये होते... असा विचार झाल्यावर तो झरझर अगस्तीच्या मागे चालू लागला.

त्याने अगस्तीला गाठले तोपर्यंत अगस्ती टेकडीच्या माथ्यावर पोचला होता. सत्यकामने अगस्तीला मनापासून म्हटले, 'आय ॲम सॉरी, रियली

सॉरी-' आणि त्याने अगस्तीला हातातली पाण्याची बाटली दिली. अगस्तीनेही ती घेऊन पाण्याचा एक घोट घेतला. अगस्तीला उन्हातले टेकडी चढणे आणि भावनिक उद्रेक यांच्या संयोगाने धाप लागली होती. तो खाली बसला. बराच वेळ कोणीच काही बोलले नाही. दोघांनाही काहीतरी बोलावेसे वाटत होते पण काय बोलावे ते दोघांनाही सुचत नव्हते. टेकडीच्या पलीकडच्या बाजूला असलेले आगगाडीचे रूळ तिथून दिसत होते. त्यावरून एक आगगाडी धडाडत गेली. ती दिसेनाशी होईपर्यंत दोघेही तिच्याकडे बघत बसले. अलीकडच्या बाजूला संपूर्ण सोसायटीचे विहंगम दृश्य दिसत होते, त्याकडे अगस्तीची नजर वळली. आणि अचानक त्याचे लक्ष सोसायटीच्या तीन नंबरच्या गेटमधून आत येत असलेल्या एका गाडीकडे गेले. ती गाडी निळ्या पिवळ्या अशा दोन रंगात रंगवलेली ऑडी या कंपनीची गाडी होती. त्यामुळे ती इतरांपेक्षा फार वेगळी होती आणि सहज वेगळी ओळखण्यासारखी होती. ती गाडी अगस्तीच्या वर राहणाऱ्या प्रभुणे कुटुंबाची होती. गणपतीच्या आई-वडलांची होती. अगस्ती न राहवून उद्गारला, 'गणपती... इथे-?'

सत्यकामला उलगडा होईना. तो म्हणाला, 'गणपती. नाही हो सोसायटीतले देऊळ साईबाबांचे आहे.'

त्यावर अगस्ती हात हलवत म्हणाला, 'तो गणपती नाही. गणपती नावाचा मुलगा-'

सत्यकामला वाटले अगस्तीला शेवटी पूर्ण वेड लागले. ऊन, टेकडी आणि अगस्तीची एकंदर अवस्था याचा तो परिणाम असावा. पण मग अगस्तीने त्याला तोपर्यंत सोसायटीच्या आवारात एका विशिष्ट इमारतीसमोर थांबलेली ती निळी पिवळी ऑडी गाडी दाखवली आणि त्याला गणपती आणि त्याच्या आईवडलांबद्दल, ते आपल्याच इमारतीत वरच्या मजल्यावर कसे राहतात त्याबद्दल आणि गणपतीच्या विचित्र वागण्याबद्दल थोडक्यात माहिती दिली. त्यावर सत्यकामला हसू फुटले. तो म्हणाला, 'चार वर्षांच्या मुलाचे नाव गणपती! ब्राव्हो... मी पाहिलाय त्याला आणि त्याच्या आईवडलांना. अहो त्यांनी इथे एक फ्लॅट भाड्याने घेतलाय. ते दररोज सकाळी येतात इथे. झालं की आता दीडएक वर्षं त्याला. आजच जरा उशीर झालेला दिसतोय. आणि ते मग परत रात्री येतात. कधी कधी मी त्या भागात हिंडत असलो तर मला दिसतात. पहिल्या पहिल्यांदा ते दिसले की मी सलाम करायचो. पण मी सलाम केला तरी ते हातही हलवत नाहीत,

जणू मी त्यांच्यासाठी अस्तित्वातच नाही. हे माझ्या लक्षात आल्यावर मी तसं करणं थांबवलं. दररोज सकाळी ते येतात तेव्हा त्यांच्याबरोबर मुलगा– बहुदा तुमचा गणपती – असतो. ते त्याला सोडून जातात. मग रात्री उशिराने त्याला घ्यायला येतात.... मी काय कधी लक्ष दिलं नाही त्यांच्याकडे फार. गाडी जरा वेगळी म्हणून लक्षात राहते, बास...'

तो एवढे बोलेपर्यंत अगस्तीच्या भुवया आक्रसल्या होत्या. तो म्हणाला, 'मुलाला दिवसभर इथे सोडून जातात? कोणाकडे? आं... म्हणजे कोण बघतं त्याच्याकडे?.. इथे बालवाडी आहे? का त्याचे आजी–आजोबा राहतात इथं? कोणी राहतं त्या फ्लॅटमध्ये? आहेत कोणी तिथं? नाही नाही... कोण बघतं त्याच्याकडे?'

त्यावर सत्यकामही काहीसा बुचकळ्यात पडला. तो म्हणाला, 'नाही, कोणाला कधी पाह्यलं नाही तिथं... पण मी कधी त्याबाजूला नेमका त्या वेळेला गेलो तर ते दिसतात हो. नेहमी नाही दिसत. वॉचमन म्हणून त्या भागात मला फेरी मारावी लागते, म्हणून दिसतात तरी, नाहीतर दिसलेही नसते. कारण ते फक्त गणपतीला सोडायला येतात. सकाळच्या माझ्या फेरीची आणि त्यांच्या येण्याची वेळ जुळते अनेकदा म्हणून दिसतात, बास...'

यावर अगस्ती अचानक भडकला आणि म्हणाला, 'अरे पण ते मुलाला एकट्याला कुठं सोडतात याचा काही विचार नको करायला तू, आं? नको करायला? एवढा लहान मुलगा सारखा रडतो, ओरडतो, त्याला कोणी कुठे सोडून जाते... नाही नाही... त्याच्या आजूबाजूच्यांची काही नैतिक जबाबदारी नाही?.. '

हे आपल्या लक्षात कसे नाही आले हे सत्यकामलाही कळेना. तो म्हणाला, 'अहो, हा तुमचा गणपती असं वागतो हे मला काय माहीत? ... आणि इथे एकतर माणसे येतच नाहीत फार, त्यात येतात ती सगळीच चमत्कारिक असतात. काय दिसतं ते बोलायचं नाही कुठं, गप्प राहायचं ही अटच आहे आमच्या नोकरीत. बरंच काही चालतं या सोसायटीत... मोठ्या मोठ्या लोकांच्या बाहेर कळू नाही अशा मिटिंगा होतात. पार शरद पवारांपासून, नितीन गडकऱ्यांपासून, अंबानींपासून, सचिन तेंडुलकर आणि अमिताभ बच्चनपर्यंत मंडळी येतात. एकमेकांना भेटतात. कोण आलं, कोणाला भेटलं.... आपण त्यात पडायचं नाही. श्रीमंतांच्या भानगडी... आपलं काम येणाऱ्याकडं आयडेंटिटी आणि सोसायटीचं मेंबरशिप कार्ड एवढं आहे की नाही ते पाहायचं, बास... यांनाही मी सुरुवातीला दोनचार

वेळा ते दाखवायला सांगितलं होतं... पण नंतर एकदा ओळख झाली की, अडवलं तर तेपण वैतागतात.. काळ्या काचा असलेल्या मोठ्या मोठ्या गाड्यांतून येतात. आत मूलं बसलंय् का, ते रडतंय् का, एवढं कुठलं कळायला. फॉर ऑल यू नो, ते बाहेर जाताना गणपती गाडीत असतसुद्धा असेल... मला दिसला नसेल... एवढं नाही पाहता येत-'

आता अगस्ती अगदीच घायकुतीला आल्यासारखा झाला होता. त्याचा डावा डोळा आणि मान जोरजोरात ट्विच होऊ लागले होते. तो सत्यकामला म्हणाला, 'चल, तिथं जाऊ, चल, लवकर चल... ते जाण्याच्या आत पोचलं पाहिजे... पोचलंच पाहिजे... नाही नाही... चल लवकर-'

अगस्तीची अवस्था बघून सत्यकाम तातडीने उठला आणि दोघे अगस्तीला शक्य होते तितक्या त्वरेने टेकडी उतरून, ज्या इमारतीसमोर गाडी थांबली होती तिथे गेले. पण ते पोचले आणि त्यांच्या समोरूनच गाडी वेगात निघून गेली. आत गणपतीचे आई-वडील बसले होते पण गणपती दिसत नव्हता. गणपतीची आई हातवारे करत कोणाशीतरी मोबाइल वरून जोरजोरात बोलत होती. त्याचा बापही हॅंड्स ऑफ इयर फोन्सवरून कोणाशी तरी बोलत असावा असेच बाहेरून पाहता तरी वाटत होते. त्यांचे अगस्तीकडे लक्षही गेले नाही. त्यांना जाताना पाहून अगस्तीने एक दीर्घ निःश्वास सोडला, मग त्याने त्या शेजारील इमारतीकडे पाहिले. त्या स्मशानवत सोसायटीच्या इतर कुठल्याही इमारतीप्रमाणे ती अद्ययावत, युरोपात शोभून दिसेल अशा डिझाइनची आणि उत्तम मेंटेन केलेली होती आणि त्यात मनुष्यप्राण्याच्या वावराची कुठलीही खूण दिसत नव्हती. एकाही बाल्कनीत कोणीही कपडे वाळत घातले नव्हते का कोणाकडे कामाच्या बायकांचे येणे जाणे असलेले दिसत नव्हते. ती सोसायटी जणू अतिवास्तवातील अवकाशात अस्तित्वात होती.

अगस्ती इमारतीकडे हाताचा इशारा करून विचारता झाला, 'इथं फ्लॅट आहे त्यांचा? कितव्या मजल्यावर? मागच्या बाजूला का पुढे?'

सत्यकाम काही क्षण काही न बोलता कंबरेवर हात ठेवून अगस्तीकडे आणि त्या इमारतीकडे आलटूनपालटून पाहत गप्प बसला. मग त्याने विचारले, 'आडनाव काय त्यांचे?'

अगस्ती अशा अवस्थेत होता की, त्याला आठवायला काही क्षण गेले. त्यामुळे तो दोन क्षण अडखळला, पण लगेचच म्हणाला, 'प्रभुणे... त्यांचे नाव प्रभुणे-'

नाव कळल्यावर सत्यकाम काहीसा बाजूला गेला, त्याने स्वतःच्या कंबरेला अडकवलेला वॉकीटॉकीचा हँडसेट काढला आणि तो काही क्षण त्यात बोलला. मग जवळ येत तो म्हणाला, 'बाराव्या मजल्यावर. १२०८ नंबर आहे फ्लॅटचा. म्हणजे या पुढच्याच बाजूला त्यांचा फ्लॅट आहे.'

हे ऐकल्यावर अगस्ती मागेपुढे न पाहत थेट लिफ्टकडे निघाला. मग मात्र त्याला अडवत सत्यकाम म्हणाला, 'अहो दादा, असं नाही करता येणार हो... माझी नोकरी जाईल च्यायला.. चला, त्यांचं ते बघून घेतील. मी काढतो माहिती दुसऱ्या वॉचमनकडून.. आणि तुम्ही घरी गेल्यावर बोला ना त्यांच्याशी...चला-'

सत्यकामने अगस्तीचा हात पकडला आणि त्याला हलकेच चलण्याला उद्युक्त करायला काहीशी ओढ दिली. पण अगस्ती जणू इरेला पेटला होता. त्याने सर्व शक्तिनिशी आपला हात सोडवून घेतला आणि तो म्हणाला, 'नाही... गणपती काय करतोय् ते पाहिल्याशिवाय मी हलणार नाही... नाही नाही... अजिबात हलणार नाही. त्याचं रात्रीचं आणि सकाळचं रडणं मला ऐकवत नाही... तू पण ते ऐकलंस तर... नाही... आय वोंट लीव्ह धिस प्लेस विदाउट लुकिंग इन टू द मॅटर... नो-'

सत्यकामलाही आपण त्या मुलाबद्दल काही विचार करायला पाहिजे होता, ते आपल्या लक्षात आलं नाही याची थोडी बोच, नाही म्हटलं तरी, वाटायला लागली होती. खरंच, काय करतो तो मुलगा दिवसभर एकटा इथे? का इथं नसतोच तो, आणि असतो तो गाडीतच मागे आडवा झालेला वगैरे आणि म्हणून आपल्याला दिसत नाही एवढंच? पण आपण काहीही विचार न करणं चुकलंच. काहीच वेळापूर्वी तत्त्वचिंतनात्मक बोलत असताना, त्या दोघांच्या नात्यातले सत्तेचे केंद्र सत्यकाम होता. आता अचानक सत्यकामला वाटणाऱ्या अपराधीपणाच्या भावनेमुळे आणि अगस्तीच्या एकंदरीनेच तीव्र असणाऱ्या भावनांच्या रेट्यामुळे ते अगस्तीकडे सरकले होते. त्यामुळे अगस्तीची मागणी पटकन धुत्कारणे त्याला जड जात होते. आणि आता त्यालाही उत्सुकता लागून राहिली होती. त्या सर्व फ्लॅट्सची एक एक किल्ली मेंटेनन्ससाठी म्हणा, काही अचानक लागले तर म्हणा, वॉचमनकडे दिलेली होती. पण अशाप्रकारे मालकाला न सांगता त्याच्या अनुपस्थितीत काहीही कारण नसताना त्या किल्लीने दार उघडून प्रवेश करणे म्हणजे नोकरीवर पाणी सोडण्यासारखेच होते. आत मुलगा नसला तर कोणाला कळले नसते, पण आत मुलगा आणि इतरही कोणी

असले तर? नोकरीला रामराम. सत्यकाम बुचकळ्यात पडला. पण अगस्ती आता काहीही ऐकण्याच्या मनःस्थितीत नव्हता.

सत्यकामला यावर एक उपाय सुचला. तो म्हणाला, 'आपण असं करू. आपण या शेजारच्या इमारतीतल्या बाराव्या मजल्यावरच्या एका रिकाम्या फ्लॅटमध्ये जाऊ. मला खात्रीने माहीत आहे की, त्या इमारतीतले सगळे फ्लॅट रिकामेच असतात. त्यामुळे कोणाला कळणार नाही. जर पडदे सारले नसतील तर आपल्याला गणपतीच्या फ्लॅटमधलं सगळं दिसेल... सगळं दिसतं या नव्या इमारतीतून ... एक मिनिट थांबा, मी किल्ली घेऊन येतो.' बहुतेक फ्लॅट्स रिकामेच आहेत ना इथं; त्यामुळे कशासाठी एखादा उघडावा लागला तर तसं करता यावं म्हणून किल्ल्यांचा एक सेट सिक्युरिटीकडे ठेवावा, असा नियमय आहे इथला... आलोच घेऊन किल्ली... असे म्हणून तो जायला वळला पण लगेच उलटा वळत म्हणाला, 'तोपर्यंत काही वेडंवाकडं करू नका पण, प्लीज... सगळीकडे अलार्म बसवलेले आहेत... आणि ते थेट पोलीस ठाण्यातच वाजतात. हे जग रडत असतं प्रायव्हसीसाठी आजकाल, पण सिक्युरिटीची प्रचंड चिंता पडावी अशी त्याची वागणूक असते... कोणापासून सिक्युरिटी? अशाच सिक्युरिटीची आवश्यकता वाटणाऱ्या दुसऱ्या माणसांपासून... तिढाच एक... त्याविषयीच बोलणार होतो मी उद्या... महत्त्वाचा घटक आपण बोलतोय त्या विषयातला... पण ते जाऊ द्या... प्लीज मी येईपर्यंत काही करू नका.. जरा वेळ लागणार मला... पहिल्या गेटाशी किल्ल्या असतात. ते लांब आहे जरा-' असे म्हणून तो त्या फाटकाच्या दिशेने चालू लागला.

तो गेल्यागेल्या अगस्ती वेगाने लिफ्टकडे गेला. इमारतीत कोणी राहतच नसल्याने लिफ्ट खालीच होती. तो बाराव्या मजल्यावर गेला. १२०८ नंबर त्याने शोधला. त्यावर प्रभुणे अशी पाटीही होती. तो बेल वाजवायला पुढे सरकला तेवढ्यात त्याचे लक्ष दरवाज्याच्या कोयंड्याकडे गेले. तिथे भलेथोरले कुलूप लागले होते. त्याला अर्थ कळेना. म्हणजे? गणपतीचे आईबाप त्याला तिथे सोडून गेलेच नव्हते? का त्याला दुसऱ्या कुठल्या फ्लॅटमधल्या कोणाकडे तरी सोडले होते? पण विचार करायला वेळ नव्हता. तो तातडीने लिफ्टमध्ये शिरला आणि खाली गेला. तो इमारतीबाहेर पोचला तरी सत्यकाम आलेला नव्हता हे पाहून त्याने निःश्वास सोडला आणि त्याची वाट पाहत तो उभा राहिला. त्याला फार वाट पाहावी लागली नाही. 'आता आपण वर जायलाच नको कारण गणपतीच्या फ्लॅटला कुलूप आहे, आत

कोणीच नसणार,' असे सत्यकामला सांगावे असे त्याला वाटले. पण अचानक आपला इंटरेस्ट कमी झाल्याचे पाहून सत्यकामला संशय येईल याची त्याला खात्री होती, म्हणून तो काही न बोलता समोरच्या इमारतीकडे गेला.

सत्यकाम किल्ल्यांचा एक प्रचंड जाड जुडगाच घेऊन आला. तो म्हणाला, चला. आजूबाजूच्या तिन्ही इमारतीतल्या फ्लॅटच्या किल्ल्या आहेत फार वेळ ठेवता येणार नाहीत. लवकर चला.'

दोघेही शेजारच्या इमारतीतल्या बाराव्या मजल्यावरच्या योग्य त्या फ्लॅटमध्ये गेले. त्यांनी गणपतीच्या फ्लॅटकडे पाहिले. तिथले या बाजूचे पडदे तरी उघडेच होते. त्या फ्लॅटची ही उत्तरेची बाजू होती. तिथून ऊन येत नसल्याने त्या बाजूचे सर्व पडदे उघडे ठेवले असावेत असे सत्यकामला वाटले. त्यांना आरपार सर्व काही दिसत होते. तिथे गणपती नसणार अशा अपेक्षेने अगस्तीने काहीशा अनुत्साहानेच तिकडे पाहिले आणि त्याला जे दिसले ते पाहून तो चाट झाला. सत्यकामचीही अवस्था फारशी वेगळी नव्हती. समोरच्या फ्लॅटमध्ये बाहेरच्या दोन खोल्यांदरम्यानची भिंत काढून टाकली होती. त्यामुळे एक मोठ्ठा हॉल तयार झाला होता. हॉल निरनिराळ्या इलेक्ट्रॉनिक गॅजेट्सनी भरून गेला होता. त्यात दोन महाप्रचंड आकाराचे टी.व्ही. स्क्रीन्स होते. दोन संगणक होते, आणि मुख्य म्हणजे अनेक इलेक्ट्रॉनिक गॅजेट्स आजूबाजूला विखरून पडली होती. इतक्या दुरून त्यांचे तपशील कळत नव्हते. आणि त्या सगळ्यात बसून गणपती या दोघांच्या दिशेने पाठ करून, कानाला हेडफोन्स लावून हातातल्या गॅजेटवर जोरजोरात काहीतरी करत बसला होता. त्याने हेल्मेटसारखे दिसणारे काही तरी डोक्यावर घातले होते. दुर्दैवाने दोन इमारतीत अंतर बरेच होते त्यामुळे नीट दिसत नव्हते. तो जोरजोरात काहीतरी करत होता. अधूनमधून तो ओरडतही असावा. पण तो नक्की काय करतोय ते कळत नव्हते.

एकमेकांशी काहीही न बोलता दोघांनी ते दृश्य काही काळ पाहिले. मग अगस्ती म्हणाला, 'हे काय आहे?... काय करतोय हा मुलगा एकटा इथं?... मला काही उलगडा होत नाही...नाही... नीट दिसत नाही इथून, एवढ्या लांबून-'

त्यावर सत्यकाम म्हणाला, 'अहो, तो बहुदा व्ही.आर., म्हणजे व्हर्चुअल रिॲलिटीचे गेम्स खेळतोय-'

अगस्ती उद्गारला, 'ओह्. मी ऐकलंय्. पाहिलंय पण टी.व्ही.वर

जाहिरातीत. पण हे तो दिवसभर करतो? माय गॉड... आणि दिसतपण नाहीये इथून नीट... आपण त्याच्या फ्लॅटमध्ये एका मिनिटासाठी-'

त्याचे वाक्य अर्ध्यात तोडत सत्यकाम म्हणाला, 'नाही. ते मला शक्य नाही. एवढं मी केलं, बास... तुम्ही त्याच्या आईवडलांना ओळखता. ते तुमच्या इमारतीतच राहतात... तुम्ही प्रत्यक्ष बोला ना त्यांच्याशी.'

अगस्ती वैतागून म्हणाला, 'त्यांच्याशी बोलणं शक्य नाही ना.. भांडण झालंय् माझं... पण काहीतरी करायलाच पाहिजे... त्याचं रडणं सहन होत नाही मला... नाही नाही.. पण इथून काही नीट दिसतही नाही-'

तो हे म्हणतो आहे तेवढ्यात सत्यकामचा वॉकीटॉकी वाजला. सत्यकामने तो उचलला. पलीकडून बोलणाऱ्याचे बोलणे काही क्षण ऐकून सत्यकाम म्हणाला, 'आलोच, जवळच आहे. एका मिनटात पोचतो.' आणि मग अगस्तीकडे वळून म्हणाला, 'चला. माझ्या गेटशी कोणी आलं आहे. त्यांना तिथूनच गाडी आत आणायची आहे. मला लगेच गेलं पाहिजे.'

अगस्तीचा चेहरा पडला. मग काहीतरी सुचल्यासारखे होऊन तो म्हणाला, 'तू जाऊन ये. मी बघतो तरी तो काय करतो ते. पाच मिनिटांत येशील ना तू? मी बघतो तोपर्यंत... बघू ना तो काय करतो ते ती... म्हणजे...'

सत्यकामला नाही म्हणवेना. त्याचे कामही केवळ दार उघडून देण्याचे होते. त्याचवेळी, त्याच्याबरोबर कोणी बाहेरची व्यक्ती आहे असे त्याला इतर कोणी पाहायला नकोच होते. तो म्हणाला, 'आलोच. पण इतर कुठे जाऊ नका. इथेच थांबा-' आणि तो त्वरेने बाहेर गेला.

अगस्ती परत पाहू लागला. त्याला नीट काही दिसत नव्हते. पण गणपती आहे त्या जागीच तसाच होता. मग तो क्षणासाठी उलटा वळला आणि त्याने बहुदा मागच्या टेबलावर ठेवलेले काहीतरी बकाबका खाल्ले. अगस्तीला कळेना हे चाललेय् काय? याला त्याचे आईवडील कोंडून ठेवतात दिवसभर? मग तो करतो तरी काय? काहीही करून आत जाऊन पाहिले पाहिजे. पण त्यावेळी ते शक्य नव्हते. त्याचे लक्ष तो ज्या खिडकीतून बघत होता त्याच्या सिलकडे गेले. सत्यकाम जाताना किल्ल्या बरोबर घेऊन न जाता त्या सिलवर ठेवून गेला होता. त्या किल्ल्यांना छानसे फ्लॅटचे क्रमांक, इमारतींची नावे असे लिहिलेले सिस्टिमॅटिक टॅग होते. मग पुढचा मागचा विचार न करता त्याने वेगाने गणपतीच्या फ्लॅटची किल्ली

शोधून काढली आणि ती त्या जुडग्यातून वेगळी केली. त्या जुडग्यात एवढ्या किल्ल्या होत्या की नीट पाहिल्याशिवाय त्यातल्या एकदोन किल्ल्या गेल्याचे कोणाच्या लक्षातही येणे शक्य नव्हते. त्याने ती किल्ली आपल्या खिशात टाकली. एवढे होईस्तोवर सत्यकाम परतला.

दोघांनी परत त्या फ्लॅटकडे रोखून पाहिले, पण नवे काही दिसत नव्हते. गणपती पूर्ण एकाग्रतेने त्यांच्याकडे पाठ करून बसून होता. एक नक्की, तो नेहमी प्रमाणे रडत, ओरडत नव्हता. आनंदात वाटत होता.

सत्यकाम अगस्तीला म्हणाला, 'चला... मला किल्ल्या दिल्या पाहिजेत परत. तीन इमारतीच्या किल्ल्या आहेत. कोणाला लागल्या तर बोंब व्हायची.'

दोघे न बोलता खाली उतरले. खाली उतरल्यावर अगस्ती म्हणाला, 'मी जातो नेहमीच्या गेटने. आधीच उशीर झाला.'

सत्यकामने घड्याळात पाहिले. उशीर झालाच होता. तो उत्तरला, 'ठीक... पण त्याच्या आईबापांशी बोलले पाहिजे हो. काहीतरी विकृत आहे का काय? आणि गणपती बाहेर का येत नाही दार उघडून स्वतः पण कधी. आता तेवढा मोठा आहे तो. ... कदाचित काही साधे एक्स्प्लनेशन असेलही. आत त्याच्याबरोबर त्याची आजी नाहीतर आजोबापण असतील... आपण उगाचच... पण तरी तुम्ही एकदा बोलून घ्या. मला माहितीये तुमचं भांडण झालंय्, पण इतका लहान मुलगा... म्हणजे... आय थिंक यू शुड गेट इट क्लिअर्ड-'

अगस्तीने मान हलवली आणि तो चालू लागला. त्याच्या स्वभावाप्रमाणे त्याला खोटे बोलणे वा कोणापासून फार काही लपवून ठेवणे शक्यच होत नसे. आत्ताही आपण किल्ली उचलली हे लपवणे त्याला अवघड जात होते. त्यामुळे तो त्वरेने वळला आणि आपल्या गाडीकडे चालता झाला. गाडीपर्यंत पोचेस्तोवर त्याचा निर्णय पक्का झाला होता. तो मनाशी म्हणाला, 'दोनतीन दिवस जाऊ देत. लगेच गडबड नको ... पण मी त्या फ्लॅटमध्ये जाऊन काय तो छडा लावणारच... लावणारच मी छडा. त्याला कोंडून ठेवतात! काय करतो काय तो? एवढासा गोड गणपती... नालायक साले... मुलांनी निसर्गात खेळायला जायला पाहिजे या वयात. पण अगदी निसर्ग नाही समजा शहरात, तरी ग्राउंडवर तर जायला पाहिजे. मी छडा लावतोच.. दोन-तीन दिवस जाऊ देत-'

पुढचे तीन दिवस तो वाट बघत बसला. एकीकडे त्याच्या डोळ्यासमोर

सतत पाठमोरा गणपती येत होता. तर दुसरीकडे आधीचे अनेक दिवस सत्यकाम जे बोलत होता ते शब्द त्याच्या कानात घुमत होते. असे खेळ करत असतात धर्म आणि तंत्रज्ञान आपल्याशी? आपण खेळणे होतो या सगळ्याचे? आणि इतका काहीच अर्थ नसतो आपल्या जगण्याला? आपण झाडे लावायची आणि इतर कोणीतरी ती उपटून परत मूळ जागी न्यायची? सतत? रिडिक्युलस...एवढा अर्थ नाही माझ्या जीवनाला? आणि मृत्यूचे काय? तो आहे म्हणून अर्थच नाही जगण्याला? असं का? उलट त्यामुळेच तर जगण्याला अर्थ आहे... मृत्यू कोणाला का, कसा, कोणी आणतो यालापण तर अर्थ असतो ना? नाही अर्थ असायलाच हवा... मला हवाच अर्थ माझ्या जगण्याला... आणि माझ्या मृत्यूलापण नाही नाही... अर्थ हवाच-

***

। गणपती

आता काळात परत थोडे मागे जाऊन काही सांगितले पाहिजे. काळ आणि अवकाश या विचित्र गोष्टी आहेत. जैनाच्या मते ज्यात वस्तू मावतात ते अवकाश आणि ज्यात घटना मावतात तो काळ. स्वाभाविकपणे अवकाशात एकाच काळात अनेक गोष्टी मावू शकतात पण एकाच काळात त्याच अवकाशात फार घटना मावू शकत नाहीत. त्यामुळे एकाच वेळी झालेल्या घटना सांगताना त्या एकानंतर एक अशा सांगाव्या लागतात. इथे तर आपण केवळ एक समयावच्छेदेकरून झालेल्या गोष्टी एकानंतर एक न पाहता, काळात आधी झालेली गोष्ट काळात नंतर झालेल्या गोष्टीच्या पश्चात पाहणार आहोत. त्याचे दुसरे कारण असे की, एखाद्या गोष्टीचे अर्थ ती होते त्यावेळी न उलगडता नंतर जे होते त्याने उलगडतात. उदाहरणार्थ, आपण आधीच्या प्रकरणात सत्यकाम आणि अगस्ती यांच्यात जी चर्चा झालेली पाहिली ती आधी पाहिल्याशिवाय आता मला जे सांगायचे आहे त्याचे अर्थ उलगडणार नाहीत. तेव्हा मी आपली क्षमा मागून काळात असे उलटे सुलटे जाण्याची मुभा घेतो.

१९४७ सालानंतर, म्हणजे भारताला स्वातंत्र्य मिळाल्यानंतर २०१८ सालापर्यंतचा भारताचा इतिहास पाहिला तर माझ्यामते त्याचे चार टप्पे पडतात. त्यांचे जागतिक इतिहासातील टप्प्यांशीही काही नाते आहे. फारतर दोन-चार वर्षे इकडे तिकडे. ते कालखंड असे.

१. १९४७ ते १९७५- स्वातंत्र्योत्तर. याचे जागतिक इतिहासाशी नाते म्हणजे दोनच वर्षांआधी दुसरे महायुद्ध संपून युरोपात पुनर्रचनेचा काळ चालू झाला, युरोपीय वसाहतवादाला ओहोटी लागली, अनेक नव्या विचारसरण्या आल्या. त्याचप्रमाणे जगाची सत्ता अमेरिका आणि रशियात वाटली जाऊन शीतयुद्ध चालू झाल्यानंतरचा हा काळ आहे.

२. १९७५ ते १९९१- आणीबाणी-उत्तर कालखंड. स्वतःला

इतिहासोत्तर समजणाऱ्या नव्या पिढीतील काही व्यक्तींना कदाचित ठाऊक नसेल म्हणून- १९७५ साली तत्कालीन पंतप्रधान श्रीमती इंदिरा गांधी यांनी आणीबाणी पुकारली आणि या देशाचे राजकारण कायमसाठी बदलून गेले. हा कालखंड जागतिक राजकारणात मार्गारेट थॅचर १९७९ साली ब्रिटनच्या पंतप्रधान झाल्याने आणि श्री. रोनाल्ड रेगन १९८१ साली अमेरिकेचे अध्यक्ष झाल्याने असेच काही फरक घडवून गेला.

३. १९९१ ते २०१४- उदारीकरणोत्तर कालखंड. याने भारताचे आर्थिक विचारधारणात्मक आणि एकंदरीनेच वैचारिक स्वरूपच बदलले. हा बदल जागतिक राजकारणातील सोव्हिएट रशियाच्या पतनाने गाजला आणि त्यानंतर जगाची द्विध्रुवात्मक मांडणी संपून निर्माण झालेल्या जागतिकीकरणाशी जवळजवळ थेटच मॅच होतो.

४. २०१४ नंतर - मोदी-उत्तर कालखंड. हा कालखंड आणखी, म्हणजे मी ही कादंबरी लिहीत असता, उलगडतो आहे. त्यामुळे त्यात नक्की काय होईल ते ठाऊक नाही. पण निदान सुरुवातीला काय होत आहे त्याची चाहूल घेता येते. याच कालखंडात निर्माण झालेल्या तंत्रज्ञानाबद्दल आणि त्याच्या धर्माशी असणाऱ्या साम्याबद्दल आपण सत्यकाम आणि अगस्तीला बोलताना पाहिले. जागतिक राजकारणात हा कालखंड अमेरिकेत श्री. ट्रंप हे अध्यक्ष होणे, ब्रिटन युरोपियन युनियनमधून बाहेर पडणे आणि एकंदरीनेच उजव्या, लोकानुनयी आणि बहुमतशाहीवादी राजकारणाची चलती होणे याच्याशी मॅच होतो. या काळात धर्माचेही स्वरूप काहीसे बदलले. तो अधिकच कमॉडिफाइड झाला. आपण पाहिल्याप्रमाणे तंत्रज्ञान एका महत्त्वाच्या टप्प्यावर आले. त्यात पायाभूत- पॅरेडाइम शिफ्ट म्हणता येतील इतके -बदल झाले, प्रचंड वेगात होतच आहेत आणि ते सामान्य लोकांपर्यंत पोचत आहेत असा जमाना आहे. हे तर सत्यकाम बोललाच आणि ते महत्त्वाचे आहेच. पण सत्यकाम ज्याविषयी बोलला त्यापेक्षाही बरेच अधिक पायाभूत आणि मूलभूत फरक होण्याचा हा जमाना आहे. तो जे बोलला त्यातूनच ते उद्भवतात, पण तो बोलला त्यापेक्षा त्यांचे आयाम ज्यात बरेच वाढले असा जमाना आहे. जसे की, सोशल मिडियातून राजकारण करण्याचा हा जमाना आहे, त्यातून फेक न्यूज पसरवण्याचा जमाना आहे, सोशल मिडियाचे चेहराविहीन असणेच महत्त्वाचे होण्याचा जमाना आहे, त्यामुळे 'पोस्ट ट्रूथ' -'सत्त्योत्तर वास्तवाचा'- जमाना आहे, ज्यावेळी वास्तवाच्या वैचारिक आकलनापेक्षा - मग ते व्यक्तिनिष्ठ असो

वा वस्तुनिष्ठ- भावनांच्या उद्रेकाला अधिक महत्त्व आले असा जमाना आहे, जागतिकीकरणाचे सगळे फायदे 'आहे रे' गटांनी लुटल्यानंतर, आता त्याच जागतिकीकरणाच्या विरुद्ध जोमाने राष्ट्रीय भावनांना, नॅशनॅलिजम नावाच्या हिंसक आणि पेरॉकिअल संकल्पनेला खतपाणी घालण्याचा जमाना आहे, महाभारतातही आपल्याकडे असलेल्या इंटरनेटला पुनरुज्जीवित करण्याचा - किंबहुना आपण विचारांती ज्यांचा त्याग केला अशा अनेक गोष्टींना पुनरुज्जीवित करण्याचा- जमाना आहे. जग एकत्र आल्याने एकटेपणा उलट प्रचंड वाढलाच असा जमाना आहे, जग सपाट झाल्याने सर्व प्रकारच्या दऱ्या आणि विषमता उलट वाढलीच असा जमाना आहे. २०१८ च्या आधीच्या दहा-पंधरा वर्षांत टेक्नॉलॉजीत जेवढे बदल झाले आणि त्यामुळे सामान्य माणसाच्या जीवनक्रमात जेवढे बदल झाले तेवढे त्या आधीच्या शंभर वर्षात झाले नव्हते. या बदलांशी मॅच होण्याइतका अवसर सामाजिक विचारांना, मानवाच्या भावनांना आणि एकंदरीनेच संस्कृतीला मिळालेला नाही, आणि तो यानंतर कधीच मिळणार नाही, या दोन्ही गोष्टी ज्यावेळी स्पष्ट झाल्या असा जमाना आहे.

अशा या कालखंडात, अगदी २०१४ सालीच गणपती जन्मला. म्हणजे असे की, एक मूल जन्मले ज्याचे नाव त्याच्या आईबापांनी काही दिवसांतच गणपती असे ठेवले. तेव्हा तो अशा प्रकारे मोदी-उत्तर, डिजिटलोत्तर पिढीचा प्रतिनिधी आहे. या पिढीचे काय होणार याचे भाकीत करता येणे निदान माझ्या अल्पमतीला शक्य नाही. ते कोणालाच शक्य नाही कारण होणारे बदल एवढे पायाभूत, सर्वसमावेशक आणि वेगाने होत आहेत की, आपण भाकीत करू शकतो असा दावा कोणी करू नये असे माझे मत आहे. निदान तसे कोणी केल्यास मी दुर्लक्ष करतो, एवढे मी येथे नोंदवून पुढे जातो. तेव्हा मी फक्त आपल्या गोष्टीच्या अनुषंगाने, त्यातल्या घटनांचे अर्थ लागण्याच्या दृष्टीने, गणपतीच्या आयुष्यातल्या पहिल्या चार वर्षांत झालेल्या घटनांपैकी जे काही मला महत्त्वाचे वाटते त्याबद्दल थोडक्यात सांगतो.

गणपतीचे आईवडील दोघेही उच्चशिक्षित होते. त्याच्या वडलांचे नाव होते रणजीत आणि आईचे नाव होते मेनका. रणजीत फायनान्सच्या क्षेत्रात - सिटी बँक या मल्टिनॅशनल बँकेत - होता, तर आई एका सॉफ्टवेअर कंपनीत सॉफ्टवेअर डिझायनर म्हणून कार्यरत होती. ते मराठी असले तरी त्यांच्या दोघांचेही पूर्वज होळकर या मराठा सरदाराबरोबर उत्तरेत गेल्याने

ते गेल्या अनेक पिढ्या मध्यप्रदेशातील इंदोर या गावी राहत होते. त्यांचा विवाह गणपतीच्या जन्माच्या आठ वर्षे आधी झाला. विवाहाच्या वेळीच ते वयाने काहीसे मोठे होते आणि विवाहानंतर त्यांना मूलबाळ होण्यासही वेळ लागला. या दोन्हीचे कारण म्हणजे उघडपणे काम सोडता कशालाही वेळ उरू नसे अशी आजची कार्य-व्यवस्था. त्यांचा विवाह 'ठरवून' म्हणतात तसा, म्हणजे आईबापांनी बघून देऊन असा झाला होता. त्या मागेही एक कारण म्हणजे प्रेमात पडण्यास जो अवसर लागतो तो नसणे, हे होते. दुसरे असे की, भारतात आणखी, कॉलेज सोडता, प्रेमात पडण्याची संधी मिळेल अशी समाजव्यवस्था पुरेशा प्रमाणात तयार झालेली नाही. या दोन्ही कारणांबाबत हे दोघे काहीच करू शकत नव्हते, त्यांचा नाइलाज होता. त्यांचे कोणाशी प्रेम जुळले नव्हते. पण शरीरधर्म आणि त्या इतकाच समाज-रेट्याचा धर्म कोणाला चुकविता येतो आणि म्हणून त्यांनी काहीशा नाखुशीनेच लग्न केले होते.

रणजीत साधारण सकाळी अकरा वाजता कामाला जाई, तो रात्री दीड, दोनपर्यंत परते. मेनकेचे काम संध्याकाळी सहानंतर चालू होई कारण त्यांचे बरेचसे क्लायंट अमेरिकेत होते, ती थेट सकाळी सहालाच परते. दोघांच्याही ऑफिसात उत्तम जेवायला मिळे, विरंगुळा म्हणून खेळण्यास टेबलटेनिसची टेबले होती, (मेनकेच्या ऑफिसात तर दिवे लावलेले बास्केटबॉलचे कोर्टही होते), त्यांचे वाढदिवस आणि मॅरेज ॲनिव्हर्सरीज न विसरता ऑफिसात भला मोठा केक आणून साजरे होत असत, ऑफिसच्या पिकनिक निघत असत. तेव्हा तसे चांगले चालू होते. वेळ मात्र नव्हता, कारण हे सगळे देऊन त्या बदल्यात त्यांना त्यांच्या कंपन्यांनी विकतच घेतले होते. दोघेही कायम निव्वळ कंटाळलेलेच नव्हे तर प्रचंड थकलेले असत. हे आजमितीस फक्त आयटीत काम करणाऱ्यांचे नव्हे तर शहरातील सगळ्याच काम करणाऱ्या मंडळींचे होताना दिसते. त्यांना वेळ कमी पडतो आणि ते थकलेले असतात. ते असो. तर या दोघांचे ठरवलेले लग्न तसे म्हणायला नीट चालू होते, पण एकमेकांबरोबर वा घरासाठी सामान्य प्रकारे काढायला त्यांच्याजवळ वेळच उरत नसे. भांडायलाही पुरेसा वेळ नसे. त्यामुळे, त्यासाठी जो काही वेळ उरेल त्यात, वेळेच्या ॲडजस्टमेंटवरून त्यांच्यात सतत प्रचंड कुरबुरी होत. पण त्यांचे लग्न कॉम्प्युटरबाबा नामक एका बाबाच्या आशीर्वादाने झाले होते. त्यामुळे तो अधूनमधून मध्यस्थी करण्याचे काम करत असे. मेनकेचे आईवडील विशेषकरून त्याचे भक्त होते.

थोडे कॉम्प्युटर बाबांसंबंधाने सांगतो. त्यांना हे नाव पडण्याचे कारण म्हणजे त्यांच्या जवळ उठता बसता, निजता वा जागेपणी, खाताना वा इतर शारीरिक विधी करताना, म्हणजे सतत त्यांचा लॅपटॉप असे. त्यात बघूनच ते अनेक प्रश्नांना उत्तरे देत. पण ते काही असो, समाजातील निरनिराळ्या जातीतील वैमनस्य दूर करण्याचे त्यांचे प्रयत्न हे महत्त्वाचेच होते. त्यांचे भक्त सर्व जातीतील होते, पण विशेष म्हणजे मागास जातीत अधिकच होते. त्यामुळे, एक मोठ्ठी व्होटबँक त्याच्या ताब्यात होती आणि त्याच कारणाने त्यांना राजकीय वर्तुळातही मोठे स्थान होते. अनेक धनाढ्य मंडळी त्यांच्या भक्तगणात असत. पुढे २०१८ साली तर त्यांना मध्यप्रदेशच्या भाजपा सरकारने जुन्या भारतीय परंपरांचा आदर करण्याच्या त्यांच्या धोरणाला अनुसरून राज्यमंत्र्यांचा दर्जाही दिला. त्यांचे इतर बाबांहून एक वेगळेपण म्हणजे ते अहिंसेचे समर्थक होते. आणि तसे ते खरोखरच होते, त्यांनी कोठल्या सेना वगैरे बाळगलेल्या नव्हत्या. या गोष्टीचा मेनकेच्या आईवडलांना विशेष अभिमान होता. थोडक्यात त्यांचे सामाजिक, आध्यात्मिक, आर्थिक आणि राजकीय अस्तित्व गुंतागुंतीचे होते. कॉम्प्युटर बाबांविषयी मी अधिक लिहू इच्छित नाही. अशा बाबांविषयी वरवरच्या उपहासाने बरेच काही लिहून झाले आहे, तसे करणे योग्यही आहे पण तसे करून काहीही साध्यही होत नाही असा माझा अनुभव आहे. आणि मुख्य म्हणजे त्यात मला रस नाही. या फेनॉमिनामागील तात्त्विक बाबींबद्दल सत्यकामने केलेले विवेचन आपण पाहिलेच. ते मला बहुतांशी मान्य आहे. तेव्हा आपल्या गोष्टीशी संबंधित व्यावहारिक अंगाने बाबांचा जो काय संबंध आला तेवढा आपण पाहू आणि पुढे जाऊ.

रणजीत आणि मेनका या दोघांचे लग्न आणि त्यानंतरचे औपपत्तिक समुपदेशन याबाबत बाबांनी निभावलेली भूमिका याविषयी मी सांगितलेच. २०१३ च्या आसपास असे झाले की, आता त्यांना मूल झाले नाही तर फार उशीर होईल असा दोन्ही बाजूंच्या आईवडलांचा आग्रह चालू झाला. रणजीत आणि मेनका यांचा त्याला विरोध होता. त्यांच्या नोकऱ्यांतून भरपूर पैसा मिळत असला तरी अशा नोकरीची शाश्वती कधीच नव्हती. त्यातून जगभरातील मंदी आणखी गेली नव्हती. मुलाच्या भानगडीत करियरवर वाईट परिणाम होईल अशी भीती होती. शेवटी मेनकेचे आईवडील त्यांना घेऊन कॉम्प्युटर बाबांकडे गेले. त्यांनी 'आता मूल व्हावे' हे दोघांना पटवून दिले. तसे पाहता रणजीत बाबांचा भक्त नव्हता. म्हणजे असे की, त्याला

त्याबाबत काही भूमिकाच नव्हती. तो त्यांची वेळप्रसंगी टिंगलही करत असे पण त्यांचे सर्व ऐकतही असे. त्याच्यासाठी उपयोग वा सोय ही सर्वात महत्त्वाची बाब होती आणि करियर सोडता कशासाठीही उगाच पंगा घेण्यात वेळ घालवण्याची त्याची तयारी नव्हती. त्यामुळे तो कुठलीही तक्रार न करता बाबांकडे जात असे, त्यांचे ऐकत असे, पण त्यात मनाने गुंतत नसे. तसे पाहता, खरे तर, तो कोणातच आणि कशातच मनाने गुंतत नसे आणि त्यांच्या भांडणामागचे एक कारण आणि त्यावरचा एक उपाय असे दोन्ही त्याच्या या गुणातूनच उद्‌भवत!

मुलाबाबत तर विशेष गोची अशी होती की, रणजीतला मूल आधीपासूनच हवे होते. मेनकेला अर्थातच नको होते कारण त्याने रणजीतच्या करिअरमध्ये काहीही बाधा आली नसती तरी तिच्या करियरमध्ये ती येण्याची शक्यता होती. पण तिचा बाबांवर पूर्ण विश्वास होता. या विश्वासामुळे तिचाही नाईलाज झाला आणि रणजीतचे फावले. अर्थात मेनकेचा नाइलाज झाला म्हणून तिने तो निर्णय काही आनंदाने मान्य केला नाही. त्याचा राग तिने इतर गोष्टींवर काढण्यास सुरुवात केली. आणि एखाद्या गोष्टीचा राग इतर भलत्याच गोष्टींवर निघावा अशी परिस्थिती निर्माण झाली की, ते नाते फार गुंतागुंतीचे होते. तसे त्यांच्या नात्याचे झाले. पण तरी येथे सांगायचे ते असे की, त्यांना मूल झाले. रणजीत आनंदला तर, मेनकेने ते नाइलाजाने मान्य केले.

मग त्याचे नाव 'गणपती' असे ठेवावे असेही बाबांनीच सांगितले. या बाबत उलट झाले. म्हणजे असे की, आजचा जमाना पाहता नाव जरा वेगळे हवे असे कोणासही वाटणे स्वाभाविक होते. पण मेनकेचा बाबांवर विश्वास असल्याने तिने ते आनंदाने मान्य केले. रणजीतला खरे तर 'रुद्रदमन' अथवा 'भारद्वाज' अथवा 'भृगुदेव' असे, म्हणजे 'गणपती'पेक्षा अधिक आधुनिक पद्धतीचे ठेवायचे होते. पण बाबांमुळेच त्याला मूल झाले होते, तेव्हा त्याने 'गणपती' हे नाव चडफडत का होईना मान्य केले. पण त्यावरून दोघांत भांडणे खूप झाली. गणपतीचा जन्म असा आईबापांमधल्या भांडणांना वाढवणारा ठरला. त्यातून मेनकेला जी भीती वाटत होती खरी ठरली. तिची नोकरी गेली. हा कर्मधर्म संयोग किंवा कसे हे कळायला मार्ग नव्हता, कारण स्त्रियांबाबत 'तुला मूल झाले म्हणून काढून टाकणे भाग आहे' असे कारण उघडपणे कुठलाच मालक आज देत नाही. तेव्हा त्यांनी, 'कंपनीला तुमच्या सेवेची आता जरूर नाही. आपल्या कॉन्ट्रॅक्टमधील शर्तींप्रमाणे

तुम्हांला कामावरून कमी करत आहोत', एवढेच कारण दिले. पण हेही रणजीत नामक पुरुषाच्या काहीसे पथ्यावरच पडले. कारण दोघांच्याही आयांनी, 'पहिले दोन महिने सोडता, आम्हांला मुलाकडे बघायला येणे शक्य होणार नाही', असे आधीच जाहीर केले होते. रणजीतची आई एक बीझी अर्थतज्ज्ञ होती तर, मेनकेची आई लेखिका असल्याने अधिकच व्यापात असे. तशा अवस्थेत मेनकेची नोकरी गेली नसती तर ज्याला मूल हवे असण्याची मोठीच ओढ होती, त्या रणजीतला फारच जड गेले असते. एकतर त्याला मेनकेसारखी काहीशी स्वतंत्र प्रज्ञेची बायको मिळाली होती. त्यातून दोघांचेही उत्पन्न – मग ते कितीही भरपूर असो – असल्याशिवाय गरजा पूर्णच होऊ शकत नाहीत अशा काळात तो जन्मलेला होता. त्यामुळे त्याला स्त्री–पुरुष समानता काही प्रमाणात मान्य करणे भागच पडले होते. अशा रणजीतसाठी मूल तर आहे, पण बायकोला नोकरीही आहे अशी अवस्था आगीतून फुफाट्यात अशी झाली असती. मेनकेची नोकरी गेल्याने आता उत्पन्न कमी झाल्याची आग जरूर होती पण निदान फुफाटा वाचला होता. या घटनांनी तो सुखावला, पण भांडणे वाढली.

त्यांच्या दोघांसाठी दोन मध्यम आकाराच्या गाड्या होत्याच. पण त्यांच्या जोडीला एक मोठी, श्रीमंती गाडी असावी अशी मेनकेची इच्छा होती. ती पूर्ण करावी असा त्यांच्या भांडणांवरचा इलाज कॉम्प्युटर बाबांनी सुचवला. त्यांची दोघांची मिळूनच कशाला अगदी एकेकाचीही धरली तरी, आर्थिक प्राप्ती भारतातील 'पर कॅपिटा इन्कम'चा विचार करता भरपूर असली तरी ऑडी या ब्रँडची गाडी घेण्याइतपत नव्हती. नोकरीत तसे दोघेही मध्यम पातळीवर म्हणतात तसे होते. मॅनेजमेंट कॅडरमध्ये ते जातील अशी शक्यता इतक्यात तरी नव्हती. पण स्वप्न तर होते त्याच विशिष्ट गाडीचे. त्याच तर साठी होता जगण्याचा सगळा अट्टाहास. यातून मार्ग म्हणून त्यांनी सेकंड हँड ऑडी घेतली. त्यासाठीही त्यांना कर्ज घ्यावे लागले. त्यातून ती निळी–पिवळी अशी विशिष्ट प्रकारे रंगवलेली असल्याने ती अंमळ विशेषच होती. त्यामुळे काही दिवस बरे गेले. पण कशानेच समाधान व्हावे अशी शक्यता नव्हतीच. तेव्हा काहीच दिवसांत, 'मुलाच्या जन्मानंतर एका वर्षाने मी परत काम चालू करणार', असे मेनकेने जाहीर केले. तोपर्यंत कमी झालेल्या कमाईची झळ रणजीतलाही लागू लागली होती. ज्या स्टँडर्ड ऑफ लिव्हिंगची त्यांना सवय झाली होती, ते खालावले होतेच. डोक्यावर गाडीचे कर्ज होते. मुलाच्या जन्माने गरजाही वाढल्या

होत्याच. शिवाय सांप्रतकाळी त्याच्याही नोकरीची शाश्वती कोठे होती? आर्थिक काळजी ही करोडपतीलाही सतत छळते असाच हा जमाना. अशा परिस्थितीत या काळजीने हे दोघे खंगून जावेत यात त्या दोघांचा तसा दोष नव्हता. त्यामुळे त्यानेही फारसा विरोध केला नाही. तेवढ्यात रणजीतची पुण्याला बदली झाली. पुण्याला आय.टी. चा मोठाच व्यवहार आणि जोर आहे हे तर सर्वश्रुत आहे. त्यामुळे आपली धमकी खरी करण्याची संधी मेनकेला लवकरच मिळाली. तिला नवी नोकरी मिळाली, नोकरी नवी असल्याने कामाचे तास आणि टेन्शन आधीपेक्षा जास्तच होते. त्यामुळे तणाव आणि भांडणे वाढली. पण त्याला इलाज नव्हता.

काही काळ एका वेगळ्या घरात राहून साधारण दीड वर्षापूर्वी त्यांनी अगस्तीच्या वरचा फ्लॅट भाड्याने घेतला आणि आपल्या कथेच्या दृष्टीने हे सगळे, विशेषतः गणपतीचे अस्तित्व आणि व्यक्तिमत्त्व महत्त्वाचे झाले. तसे पाहता अगस्तीचा इमारतीतील कोणाशीच फारसा संपर्क नव्हता हे आपण पाहिलेच. त्यातून ही नवी मंडळी. आणि त्यातून तरुण आणि नव्या तंत्रज्ञानाचे पाईक म्हटल्यावर अगस्तीने त्यांना कसे दूर ठेवले असेल त्याची आता आपल्याला सहजच कल्पना यावी. त्यातून त्यांच्या येण्याजाण्याच्या वेळाही विचित्र. त्यामुळे कुठे लिफ्टमध्ये वा पार्किंग लॉटमध्ये गाठ पडावी अशीही शक्यता कमीच.

अगस्तीच्या इमारतीची रचना काहीशी वेगळी होती. त्या इमारतीत खालपासून वरपर्यंत पाहिले तर प्रत्येक मजल्यावर एकएक खोली कमी होत जात असे म्हणजे इमारत एखाद्या पिरॅमिडसारखी होती. त्यामुळे प्रत्येक मजल्यावर एका खोलीची जागा अशी असे की, ज्यावर वरच्या मजल्याची खोली नाही; त्या जागी खालच्या मजल्यावर गच्ची तयार होई. या पिरॅमिडसारख्या रचनेमुळे वरच्या मजल्यावरच्या एका खोलीच्या खिडकीतून खालच्या मजल्यावरच्या गच्चीत काय चालले आहे ते दिसे. आणि उलट खालच्या मजल्यावरच्या गच्चीतून वरच्या मजल्यावरच्या त्या खोलीतील सर्व आवाज ऐकू येत. प्रभुणे मंडळी आल्याआल्या अगस्तीला पहिल्यांदा काय ऐकू आले असेल तर गणपतीचे रडणे. आणि नंतर त्याच्या आईबापांच्या भांडणाचा आवाज. या दोन्हीने तो व्यथित झाला, विशेषतः रडण्याने. आपण आधी पाहिल्याप्रमाणे त्याला काही आवाज विशेषकरून सहन होत नसत. त्यापैकी एक होते लहान मुलांचे रडणे. तरी त्याने स्वतःला आवरले. पण नंतर असे होऊ लागले की, गणपती रोजच रडू

लागला. तो रात्री उशिराने परत आल्यावर रडे. सकाळी उठल्यावर रडे. विशेषतः अंघोळीला जाताना तर तो भयंकर रडे. त्याच्या वडलांचा, म्हणजे रणजीतचा आवाज छानसा पातळ होता, त्यामुळे त्याचे बोलणेही ऐकू येई. गणपती रडे आणि रणजीत त्याला वारंवार विचारी, 'अरे गणपती... नको रडू... का रडतो तू? काय झालं तुला? नको रडू हं-' अगस्तीचा बाप त्याच्यावर चिडत असे तसे गणपतीचे आईबाप गणपतीवर फारसे चिडत नसत. ते फक्त एवढेच बोलत आणि आपापसात भांडत. कधीकधी ते भांडायला लागले की, गणपती हसायला लागे. अगस्तीला हे गौडबंगाल काय ते कळेना आणि गणपतीचे रडणे सहन होईना. मग तो मुद्दाम गच्चीवर जाऊन काही स्पष्ट ऐकू येते का त्याची चाचपणी करू लागला. तसे फारसे कळत नसे पण त्याला एकदोनदा 'मला भीती वाटते... मला भीती वाटते-' असे गणपती ओरडताना ऐकू आलासे वाटले. त्यावर रणजीत आणि मेनका आलटून पालटून त्याला विचारत, 'अरे गणपती... कशाची भीती वाटते तुला... आं? इथे काय आहे भीती वाटण्यासारखे? नको भीती वाटू देऊ हं-.' जणू त्यांच्यात आणि गणपतीत काही कम्युनिकेशनच नव्हते. जणू त्यांना या मुलाचे काय करावे ते कळतच नव्हते. त्याने तर तो अधिकच अस्वस्थ झाला. आपण वर जावे आणि त्यांना थेट विचारावे असे त्याने अनेकदा ठरवले. पण एवढा सामाजिक संपर्क त्याला सहन होण्यासारखा नव्हता. केव्हातरी आपली भेट आपोआप होईलच, तेव्हा विचारू असे म्हणत त्याने ते टाळले आणि तो रडण्याचा आवाज आला की नुसताच अस्वस्थ होत राहिला. तो ऐकू येऊ नये म्हणून तो लवकर झोपण्याच्या प्रयत्नाला लागला. सकाळी लवकर अंघोळ करू लागला, ज्याकरवी त्याला वरच्या बाथरूममधला आवाज टाळता यावा.

आणि एकदा शेवटी त्यांची भेट झालीच. रविवारचा दिवस होता त्यामुळे गणपतीचे आईबाप गणपतीसह घरीच होते. झाले असे की लिफ्ट बंद पडली होती आणि सगळ्यांना जिन्याने वर खाली करावे लागत होते. अगस्ती ब्रेड आणायला बाहेर गेला होता आणि परत येऊन तो जिन्याने वर चढू लागला तर त्याला गणपतीचे रडणे ऐकू आले. प्रभुणे कुटुंबही जिना चढत होते आणि रडणाऱ्या गणपतीच्या गतीने तसे करण्यास त्यांना वेळ लागत होता. अगस्तीने त्यांना गाठले तेव्हा त्याची त्यांच्याशी पहिल्यांदा गाठ पडली. गणपती होता गोड मुलगा. त्याचे केस काळेभोर आणि प्रचंड कुरळे होते. त्याने त्याच्या पुढे असलेल्या आपल्या बापाचा एक हात धरला

होता आणि दुसऱ्या हाताचा अंगठा तोंडात घालून तो एका लयीत रडत होता. त्याचा बाप गोरापान आणि जाड होता. आई, म्हणजे मेनका अगदी अप्सरेसारखी सुंदर नसली तरी अत्यंत आकर्षक होती. तिचे केस तिच्या मुलासारखेच काळे आणि कुरळे होते. तिने ते बारीक कापले होते, पण कुरळेपणामुळे त्यांची एक महिरपच तिच्या चेहऱ्याभोवती तयार होऊन चेहरा फारच उठून दिसत असे. तिचे डोळे एकमेकांपासून काहीसे अंतरावर होते त्यामुळे तिच्या व्यक्तिमत्त्वाबाबत इंट्रीग म्हणतात तसे काही आकर्षक अशा कोड्यात पाडणारे काही तयार होई. नंतर नीट पाहता अगस्तीच्या असे लक्षात आले की गणपतीचे डोळेही तिच्यासारखेच होते. तो मातृमुखीच होता. मेनका कायम स्लीवलेस टॉप्स घालत असे. पण सर्वात महत्त्वाचे म्हणजे मेनका उंच होती आणि तिचा बांधा विशेषकरून कमनीय होता. तिला एक मूल झाले आहे यावर कोणाचा विश्वास बसू नये असा होता. विशेषतः तिचे कुल्ले जीन्समधून फारच आकर्षक दिसत. त्या वेळी तर ते जिना चढत असल्याने अगस्तीला त्यांचेच पहिल्यांदा दर्शन झाले आणि तेही खालच्या बाजूने. अनेकानेक वर्षांनी त्याच्या काही विशिष्ट भावना उचंबळून आल्या. आधीच कुठलाही सामाजिक संपर्क अवघड असलेल्या अगस्तीला मनात अचानक उद्भवलेल्या अशा भावनांनी फारच अस्वस्थ व्हायला झाले.

तेवढ्यात मेनकेनेही अगस्तीकडे वळून पाहिले आणि ती उद्गारली, 'ओह् सॉरी... तुमचा रस्ता अडला... पण त्यामुळे आपली भेट झाली. तुम्ही... तुम्हीच बोटीवर असायचात ना? शेजारचे काका म्हणत होते... हाऊ एक्सायटिंग! मला किती आवडलं असतं असं जगायला!... मी येईन एकदा तुम्हांला भेटायला-' मग ती गणपतीकडे वळून म्हणाली, 'चल चल.. गणपती लौकर चल. काकांना वाट करून दे... कमॉन.. शी... आय ॲम सो टायर्ड' याने तर अगस्तीचे उरलेसुरले अवसान गळाले.

गणपती रडतच होता. त्याचा अंगठा त्याच्या तोंडात होता, तेवढा मात्र त्याच्या बापाने एक हलकासा फटका मारत बाहेर काढला. तोपर्यंत ते जिन्याच्या एका लँडिंगवर आले होते, त्यामुळे अगस्तीला आता गणपती नीट दिसू लागला. त्याने रोखून पाहिले. गणपतीही त्याच्याकडे बघत होता. गणपती एका क्षणासाठी चमत्कारिक पद्धतीने हसला. आणि त्याने लगेच आपला अंगठा तोंडात घालून परत रडायला सुरुवात केली. त्याचे हसणे आणि रडणे यात काहीतरी चमत्कारिक होते खास असे अगस्तीला वाटले

पण ते काय हे त्याला लगेच उमगले नाही. तसा विचार करायलाही वेळ झाला नाही. कारण त्या लँडिंगवरच्या एका फ्लॅटचे बाहेरचे जाळीचे दार अर्धवट उघडे होते. त्याच्या बाजूने जायला बरीच जागी होती, पण त्या जागेतून जाण्याऐवजी गणपती त्या दाराला अडखळला. मेनका म्हणाली, 'अरे जपून बाळा.' त्यावर उखडत रणजीत म्हणाला, 'तो काय करणार?... त्याचा डॉक्टर काय म्हणालाय् .. प्रोप्रिओसेप्शन नाही आहे त्याला... होईल कदाचित काही दिवसांनी डेव्हलप, तोपर्यंत असंच होणार-' त्यावर मेनका चिडून म्हणाली, 'ओ आय नो दॅट... आता सगळ्यांसमोर कशाला... च् ... चल रे' आणि ते गणपतीचा हात धरून त्याला मार्गदर्शन करत पुढे सरकले. अगस्तीला काही उमगले नाही. पण त्याने तो शब्द लक्षात ठेवला- प्रोप्रिओसेप्शन. तेवढ्यात अगस्तीचाही फ्लॅट आला आणि तो त्यांना बायही न म्हणता, पटकन दार उघडून आत निघून गेला.

त्याने लगेच इंटरनेटवर गुगल करून प्रोप्रिओसेप्शन या शब्दाचा अर्थ पाहिला. तो होता : perception governed by proprioceptors, as awareness of the position of one's body - म्हणजे डोळ्यांच्या वा इतर संवेदनांशिवाय आपल्याला आपले शरीर कुठल्या अवस्थेत आहे ते कळणे. त्याने मग त्याविषयी अधिक माहिती घेतली. ती थोडक्यात अशी की, आपल्याला हळूहळू आपल्या शरीराचाच नव्हे तर आपण जगताना ज्या निरनिराळ्या गोष्टींना वास्तवात भिडतो त्यांच्या आकाराचा, अवस्थेचा एक अंदाज येऊ लागतो. उदाहरणार्थ आपला हात आपण खांद्यातून उचलला आहे का हे तर फारच लवकर कळते, पण सरावाने तो हात आपल्या शरीराला बरोबर काटकोनात आहे का, जमिनीला समांतर आहे का हेही न बघता कळू लागते. आपण आडवे झोपलो आहोत का बसलो आहोत का उभे आहोत हे आपल्याला डोळे बंद असताही कळते. शरीरच नव्हे तर गाडी चालवण्याचा सराव झाला की, अमुक इतक्या आडव्या जागेतून गाडी जाईल का हे बरोबर कळते. गणपतीची ही भावना कमी होती? का? त्याला काही कळेना.

आणि गणपतीचे रडणे थांबेना. कधी रात्री तो झोपल्यामुळे ते थांबलेच तरी अगस्तीच्या कानात ते घुमतच राही. मग त्याने सोसायटीच्या सेक्रेटरीकडे तक्रार केली. भारतात आवाजाचा फारसा कोणाला त्रासच होत नाही त्यामुळे गणपतीच्या रडण्याचाही त्रास अगस्ती सोडता इतर कोणालाच होत नव्हता. त्यातून अगस्तीची गच्ची जशी प्रभुण्यांच्या लिव्हिंगरूमच्या

खालीच होती तशी उरलेल्यांची नसल्याने उरलेल्यांना आवाजच तेवढा येत नसे. त्यातून अगस्तीला आवाजाचा त्रास अपरंपार होत असे आणि सर्वात महत्त्वाचे म्हणजे सोसायटीत अगस्ती एक चक्रम माणूस म्हणूनच ख्यातकीर्त होता. त्यामुळे त्याच्या तक्रारीला कचऱ्याची टोपली दाखवली गेली. अगस्ती आणखीच वैतागला.

गणपतीशी अगस्तीची गाठ पुढच्या वर्षभरात अनेकदा पडली. दरवेळी अगस्तीने गणपतीचा रडका आणि क्वचित हसरा चेहरा पाहिला. त्याच्या आईच्या डोळ्याला डोळा न भिडवता अगस्ती तिच्याकडे पाहून हसलाही आणि दरवेळी त्याच्या छातीतून संमिश्र भावनांनी कळ उमटून गेली. तो प्रभुण्यांना शक्यतो टाळू लागला. गणपतीचे रडणे वा क्वचितचे का होईना हसणेही आपल्याला विचित्र का वाटते याचा उलगडा त्याला एके दिवशी झाला. गणपतीचे रडणे आणि हसणेही त्याच्या डोळ्यांपर्यंत पोचत नसे. त्यामुळे ते विचित्र वाटते, काहीसे अतिमानवी वाटते असा शोध त्याला लागला आणि तो अधिकच अस्वस्थ झाला. त्याने आपल्या घराच्या दारेखिडक्या अधिकच नेकीने नीट लावायला सुरुवात केळी. गच्चीचे दार तर तो उघडेनासाच झाला. जो काही निसर्ग त्याला त्या फ्लॅटमधून दिसे तो त्या गच्चीतून. त्यालाही तो पारखा झाला. त्याने मग न रहावून एकदा प्रभुण्यांच्या निळ्या-पिवळ्या गाडीच्या चाकातली हवा सोडली. पण नैतिक बाबींबद्दल विशेषच संवेदनाक्षम असणाऱ्या अगस्तीला त्या कृत्याची अनैतिकता अधिकच त्रास देऊन गेली आणि तो प्रभुणे कुठे भेटतील का काय या भीतीनेच व्याकूळ होऊ लागला. या सगळ्याचाही त्याला काहीसा सराव झाला. पण गणपतीच्या अस्तित्वातच काहीतरी अनैसर्गिक आहे अशी भावना त्याला होऊ लागली आणि त्याने तो सर्वात अस्वस्थ झाला.

याच वर्ष-दीड वर्षांच्या कालखंडात आपली नोकरी तर जाणार नाही ना आणि आपल्याला पैसे भरपूर आणि पुरेसे मिळतील ना याबद्दलची रणजीत आणि मेनकेची काळजीही वाढली होती. त्यासाठी अर्थातच कोठलेही विशेष कारण वगैरे नव्हते. अशी काळजी वाढावी अशाच सिस्टिम्समध्ये ते काम करत होते. किंवा आपण सुरुवातीला म्हटल्याप्रमाणे असा जमाना होता म्हणा. त्यामुळे त्यांचे कामाचे तास, भांडणांची संख्या आणि त्यातली हिंसकता, आणि गणपतीचे रडणे सगळेच वाढले होते. अगस्ती घायकुतीला आला होता. आणि या अवस्थेत एकदा त्याला प्रभुणे कुटुंबीय लिफ्टमध्ये भेटले. त्यावेळीही गणपतीचा अंगठा तोंडात होता

आणि तो रडत होता. रणजीत मेनकेला काहीतरी चिडून म्हणाला; नवरा बायकोमध्ये भांडण सुरू झाले आणि त्यामुळे गणपती हसायला लागला. त्याबरोबर ते भांडायचे थांबले आणि गणपती परत रडू लागला. त्यावेळी न राहवून अगस्ती त्यांच्यावर ओरडूच लागला.

काही काळ ते अवाक् झाले आणि मग तेही ओरडू लागले. ते पाहून गणपती हसू लागला. त्याचे हसणे तेव्हाही त्याच्या डोळ्यांपर्यंत पोचतच नव्हते. आपण काय बोलतो आहोत आणि आपल्याला काय ऐकू येते आहे हेही अगस्तीला समजेनासे झाले. त्याच्या फ्लॅटचा मजला येईपर्यंत काही क्षणाचाच हा आरडाओरडा, पण त्याने अगस्ती पारच उद्ध्वस्त होऊन गेला. आपल्या फ्लॅटचे दार धाडकन लावून तो आत गेला तो चार दिवसांनी 'गार्डन ऑफ ईडन' या सोसायटीतली झाडे उपटून परत लावण्यासाठीच बाहेर पडला. त्याला आता कुठल्या जवळच्या जागेवर वा टेकडीवर जायचे नव्हते. दूर, शक्यतो दूर कोठे जावे? मग त्याला अनेक वर्षांपूर्वी मुंबईहून येताना पाहिलेली ही सोसायटी आठवली, आणि मग त्याची आणि सत्यकामची भेट झाली, तेथे गणपती कसा राहत असे तो इतिहास आपल्याला ठाऊकच आहे.

या सर्वकाळात तिघेही प्रभुणे अगस्तीच्या वरच्या फ्लॅटमध्ये एकेकटे जगत राहिले. 'गार्डन ऑफ ईडन' मध्ये गणपतीला पाहिल्यानंतरचे दोन दिवस तर अगस्तीने पराकोटीच्या अस्वस्थपणात काढले. तिसऱ्या दिवशी, १७ मे २०१८ रोजी, आदल्या रात्रीच्या अत्यंत अशांत झोपेतून तो उठला तो मनाशी काही निश्चय करूनच.

***

। आयेशा आणि सत्यकाम

आयेशा दुसऱ्या दिवशी सकाळी जागी झाली ती 'गार्डन ऑफ ईडन' ऊर्फ 'साई सोसायटी'तल्या एका फ्लॅटमधल्या एका खोलीत. तिने उठून इकडे तिकडे पाहिले. आपण कुठे आहोत, काय चालले आहे ते काहीच तिला कळेना. तिने शेजारी पाहिले तर पलंगाशेजारच्या टेबलावर काही पैसे ठेवलेले होते. समोरच्या टेबलावर तिची पर्स होती. तिने काल बरोबर आणलेली दारूच्या बाटल्यांनी भरलेली काळी प्लॅस्टिकची पिशवी होती. तिच्या अंगावर कपडे नव्हते. ते आजूबाजूला अस्ताव्यस्त पडलेले होते. तिने घाईघाईने उठून ते घातले. ते घालत असता तिला आदल्या रात्री काय झाले ते अंधूकपणे आठवले आणि ती हमसूनहमसून रडायला लागली. तिला आठवले ते अंधूक होते आणि तुकड्या तुकड्यात होते. त्यात सलगता नव्हती. पण एकंदरीने त्याचा अर्थ लागत होता तो असा:

रघुवीर गेल्यावर ती बराच काळ स्वयंपाकघरात त्याच अवस्थेत बसून राहिली. मग जमिनीवर आडवी झाली. तिला तिथेच झोप लागली असावी. ती उठल्यावर तिला सर्वकाही आठवले. जे आठवले त्याचे तिला भान आले असे म्हणणे कठीण गेले असते. तसे भान तिला आणखीही आलेले नव्हते. तिला आठवत होते ते एवढेच की, ती उठली तेव्हा संध्याकाळ जवळ आली होती. तिने कपडे घातले आणि ती गाडीत बसली. आपले क्रेडिट कार्ड वापरून तिने दारूच्या बाटल्या विकत घेतल्या. मग ती मुंबईला जाणाऱ्या रस्त्यावर गाडी घेऊन गेली. तिकडे का? कदाचित काहीही झाले की, मुंबईला आईवडलांकडे जायचे ही सवय हे एक कारण असू शकते. दुसरे असे की, ज्या जागी अपघात झाला, ज्या जागी तिचे आई, वडील आणि भाऊ शेवटचे जिवंत अवस्थेत होते त्याजागी जाण्याची तिला इच्छा झाली. तिसरे कारण म्हणजे तिला एकांत हवा होता. कोणी म्हणजे कोणीही आसपास नको होते, आणि असे त्या एक्सप्रेस वे वर अनेक ठिकाणी असते.

पुणे–मुंबई दरम्यानच्या प्रवासात दरवेळी दिसणारी पुण्याच्या जवळचीच एक सोसायटी इतकी स्मशानवत आहे की, तिथे तर तसा एकांत हमखास मिळेल, असेही काही तिच्या मनात असावे. यापैकी काहीही असो, ती त्या दिशेने निघाली आणि तिला वाटेत 'गार्डन ऑफ ईडन' सोसायटी लागली. तिथे एकांत तर होताच पण त्या जागेचे स्मशानाशी काहीतरी साम्यही होते. स्मशान. अशी जागा जिथे तिने तिच्या आईवडलांचे देह शेवटी पाहिले होते. तिने गाडी त्या सोसायटीच्या रस्त्यावर वळवली तोपर्यंत अंधार पडू लागला होता. तिने गाडी सोसायटीच्या आधीच पार्क केली. ती गाडीतून उतरली. सोसायटीला जाणाऱ्या सर्व्हिस रोडवर कोणीही नव्हते. पूर्ण शुकशुकाट होता. ती रस्त्याच्या कडेला बसून दारू पिऊ लागली होती.

अर्धा तास झाला असावा. दारूची एक पूर्ण बाटली तिने तोपर्यंत रिचवली होती. यापुढचे तिला स्पष्ट आठवत नव्हते. सोसायटीचा वॉचमन येऊन तिच्याशी काहीतरी बोलला हे तिला नीट आठवत होते. त्याचा चेहराही स्पष्टपणे तिच्या डोळ्यांसमोर येत होता. पण मग थोड्यावेळाने तो इतर कोणाला तरी घेऊन आला आणि त्या दोघांनी तिला त्या माणसाच्या गाडीत घालून सोसायटीत आणले हे तिला अगदीच अंधूक आठवत होते. त्या माणसाचा चेहरा तिला आठवत नव्हता आणि त्यापुढचे तर काहीच आठवत नव्हते. तिने तिची पर्स उघडून पाहिली. त्यातील सर्वकाही जागच्या जागी होते... 'मग ते टेबलावरचे पैसे? ते त्या माणसाने माझ्यासाठी दिले? एक वेश्या म्हणून?' तिला तिच्या आईवडलांची भयानक आठवण आली आणि ती हमसूनहमसून रडू लागली. इतकी की, तिला श्वास घेता येईना. तिला वाटले की, आठवणींमुळे, रडण्यामुळे, श्वासच कोंडला आणि मी मेले तर किती बरे! पण तसे होत नाही. जगात तसे होत नसते. असे झाले की, माणसे फारतर बेशुद्ध पडतात. तिलाही ग्लानी आली आणि ती जमिनीवरच आडवी झाली. काही वेळाने तिला परत जाग आली आणि जे काही झाले त्याच्या धूसर आठवणींच्या एका प्रचंड गोळ्यामुळे परत तिचा श्वास कोंडू लागला. ती जमिनीवरून सरपटत पलंगाशेजारी पडलेल्या दारूच्या बाटल्यांच्या पिशवीकडे गेली. त्यात काही बाटल्या आणखी असल्याचे पाहून तिने निःश्वास सोडला. त्यातून एक बाटली काढून तिने तोंडाला लावली.

थोड्याच वेळात तिच्या शरीरात काहीसा दम आला. तिला दारू फार चढली नव्हती, पण तिच्या भावनांना एक वेगळेच, काहीसे सहनीय, मद्दड

असे पोत आले होते. तेवढ्यात त्या फ्लॅटचे दार किल्लीने उघडल्याचा आवाज आला आणि काल तिला भेटलेला वॉचमन आत आला. ती गडबडीने काहीशी नीट होऊन बसली, पण त्यापलीकडे काही करण्याइतके वा खरेतर काय चालले आहे ते समजण्याइतकेही भान आणि त्राण तिच्यात नव्हते.

येथे कथेच्या धारेपासून थोडे बाजूला जाऊन करून 'गार्डन ऑफ ईडन' ऊर्फ 'साई सोसायटी'बद्दल आणखी काही माहिती वाचकांस देणे प्राप्त आहे. त्या सोसायटीतील अधिकतर फ्लॅट्स रिकामेच कसे असत, त्यांच्या किल्ल्या वॉचमनकडेच कशा असत, ते आपण पाहिलेच. महानगराजवळच्या अशा रिकाम्या जागा म्हणजे अनेक बेकायदेशीर व्यवहारांना आमंत्रणच असते. ही सोसायटीही त्याला अपवाद नव्हती. त्या सोसायटीत मुख्य दरवाजांची राखण करणाऱ्या वॉचमननेच, त्यातले अगदीच अपवादाने वापरले जाणारे आणि ज्यात काही किमान फर्निचर केलेले आहे असे फ्लॅट्स वेश्याव्यवसायासाठी वापरण्यास सुरुवात केली होती. या वेश्या अर्थातच दाणेआळीतल्या वेश्यांपेक्षा वेगळ्या होत्या. त्या उच्चभ्रू कॉलगर्ल्स होत्या. त्यांचे गिऱ्हाईकही तसेच उच्चभ्रू होते. या वॉचमनचा म्होरक्या होता रवींद्र. ज्याने सत्यकामला त्या सोसायटीत नोकरी मिळवून दिली, हे वाचकांस आठवतच असेल, तोच रवींद्र. रवींद्र शाळेत असतानाच, दांड्या मारून दाणेआळीतल्या दलाल गुंडांच्यात उनाडक्या करत फिरत असे. 'शोषित विकास' संस्थेचे संचालक असलेल्या दिवेकरांनी रवींद्र त्या चक्रातून बाहेर पडावा म्हणून त्याला ही नोकरी लावून दिली होती. त्यावर त्याने आपला पूर्वानुभव वापरून सोसायटीतच हा वेगळा उपक्रम चालू केला होता. तो अधिक किफायतशीर होता. त्यात फारच उच्चभ्रू मंडळी सामील असल्याने दाणेआळीसारखा पोलिसांचा त्रासही नव्हता.

त्याच रवींद्रने आयेशाला आदल्या दिवशी तिचे पहिले 'गिऱ्हाईक' मिळवून दिले होते. मुलगी अगदी ताजी आणि कोवळी होती. त्यामुळे त्याला चांगली प्राप्ती झाली होती. ही मुलगी स्वतःहून चालत त्याच्याकडे आली होती. जणू साईंची मेहरबानीच आपल्यावर आहे असे त्याला वाटले. त्या सकाळी तो किल्लीने दार उघडून आत आला आणि नीट उजेडात त्याने आयेशाकडे निरखून पाहिले. आयेशा फारसे काही कळण्याच्या अवस्थेत नव्हती, पण ती तरीही उपजतपणे काहीशी आक्रसली. तो जे काही म्हणाला ते तिला लगेच फारसे उमजले नाही. त्याने आधी तिला धमकी दिली. तो

म्हणाला, 'बाई, या सोसायटीत धंदा करायचा असंल तर तो असा गाडीच्या बाहेर रस्त्यात उबं राहून स्वतःचा स्वतः करता येनार नाही. वॉचमन म्हणून तसं काही होन्यापासून थांबवनं ही आपली डूटी आहे... पन नीट सहकार्य कराल तर आपन गिऱ्हाईक पन मिळवू देवू शकतो आनि उत्तम वेल फर्निश्ड फ्लेटबी उगडून देऊ शकतो... कशाला रस्त्यावर नाहीतर गाडीत अशा अडचणीत धंदा करावा? तो पन तुमच्यासारख्या शिकल्यासवरलेल्या चांगल्या घरातल्या बाईनं? आणि आमच्या थ्रू गेलात तर पैसंबी ज्यास्त घावत्याल. शिवाय पोलिसांचा तरास होनार नाय याची ग्यारेंटी... बघा, इचार करा. पन हे मान्य नसलं तर पहिले हिथून सुटा... गाशा गुंडाळा.. कुठे दोन मैलांच्या परिघात दिसलात तर पोलिसांच्या ताब्यात देईन थेट... कळतंय् का? ... हां... इचार करा... ट्रायल द्या हवंतर... आज रातीसाठी एकदम टॉपक्लास गिऱ्हाईक आहे आपल्याजवळ... इचार करून सांगा. तयार होऊन खाली या अर्ध्या तासात. मी वाट बघतोय... काय? जरा आवरून या आनि. दारू बंद करा आता. संध्याकाळच्या गिऱ्हाइकाबरोबर घेन्यासाठी टाकी जरा रिकामी ठेवा... आनि ही ॲरेंजमेंट मान्य नसली ना तर सुटायचं बगा... अर्ध्या तासाच्यावर हितं दिसलात तर थेट चौकीवर... काय? या खाली नीट आवरून-' असे म्हणून तो निघून गेला.

अर्ध्या तासानेही आयेशा खाली आली नाही तेव्हा त्याने खालूनच तिच्या नावाने शिमगा करायला सुरुवात केली. ते ऐकून आयेशा घाबरून गेली आणि लगेच खाली आली. तिचा अवतार मघासचाच होता. तिने आणखी थोडी दारू घेतली होती एवढेच. ती खाली आली तेव्हा इमारतीसमोरच्या एका बाकावर रवींद्र बसला होता आणि त्याच्याशी बोलत सत्यकाम त्याच्यासमोर उभा होता. आयेशाला तोपर्यंत दारू चांगलीच चढली होती. तिला मळमळतही होते. तिचे डोके गरगरत होते. रवींद्रने तिला हाताचा इशारा करून आपल्याजवळ बोलावले आणि शेजारी बसवून घेतले. ती शेजारी बसल्यावर तिच्या तोंडातून येणारा दारूचा भपकारा त्याच्या नाकावर आदळला आणि त्याच्या डोक्यात तिडीक उठली. तिच्या गालावर एक फटका मारत तो डाफरला, 'ए बये... असं कोन घेनार तुला स्वतःच्या शरीराखाली? आं? ... सकाळी सकाळी पिती तू? थोबाडून काढून उतरवतो तुझी मी बग... एका मिन्टात लायनीत आनतो तुला-'

तो असे म्हटल्यावर ती जोरजोरात हसायला लागली. त्यावर रवींद्रने तिला एक सणसणीत थोबाडीत मारली. तिला पाहिल्यावर निघून जाऊ

लागलेला सत्यकाम, काही अंतरावर गेलेला असूनही या प्रकाराने चकित होऊन जागीच थांबला होता. सोसायटीच्या आवारात चालू असलेल्या या भानगडी त्याला माहीत होत्या. त्यात तो पडत नसे. पण येणाऱ्या मुली जवळजवळ न-कळत येत आणि जात. असा तमाशा होत नसे. त्याला एका क्षणासाठी वाटले की, हा हिंसाचार थांबवावा. पण वेश्या व्यवसायातील अटळ हिंसा त्याने स्वतःच अनुभवली होती. त्याला त्यात पडायचे नव्हते, पण तरी ही मुलगी वेगळी वाटत होती. त्यामुळे त्याचे पाय जागचे जणू हलेनात.

रवींद्रने दोनचार थपडा मारल्या. स्वतःचे हात वर घेऊन त्या थपडांपासून काही प्रमाणात तरी स्वतःला वाचवण्याइतकेही भान आयेशाला नव्हते. तिला अशा गोष्टींचा सरावच नव्हता आणि त्यातून ती त्यावेळी भयानक अवस्थेत होती. ती ओरडलीही नाही. नुसतीच बसून राहिली. तिचे गाल लाल झाले होते. रवींद्रच्या बोटांचे ठसे त्यावर उमटले होते. मग थोड्यावेळानं मान कर करून म्हणाली, 'कंटाळा आला...' आणि तिने परत डोके खाली घातले.

त्यावर सत्यकाम एकदम उसळला आणि जोरात म्हणाला, 'तुला? तुला कंटाळा आला होय गं रांडे?' त्याला एकदम एवढे चिडलेले बघून रवींद्रही चाट झाला. त्याने सत्यकामचा हात धरला. तो झिडकारत सत्यकाम तिच्या जवळ आला. त्याने तिचे केस धरून तिचे डोके वर केले. तो जणू भडभडून येणाऱ्या उलटीसारखे बोलत राहिला. तो म्हणाला, 'तुझ्यासारख्या रंड्याच करतात हा धंदा बदनाम. आणि आता चालवतात आंदोलनं हा धंदा कायदेशीर करा म्हणूनपण. आम्हाला वेश्या न म्हणता सेक्स वर्कर म्हणा म्हणून. बरोबर आहे.. धंदा कायदेशीर व्हायलाच हवा. पण तो तुझ्यासारख्यांसाठी नाही... तुझ्यासारख्या खुशीनं धंद्यात आलेल्या नसतात सगळ्या रांडा... त्या माझ्या आईसारख्या असतात. त्यांचे बापच विकतात त्यांना... आणि माझ्या आईसारख्या बाया विकतात ते फक्त त्यांचे शरीर! तुझ्यासारख्या बाया तेवढ्यावर थांबत नाहीत... तुम्ही काय काय विकायला उभ्या राहतात इथं?... आणि तुला कंटाळा येतो? मन मानेल तेव्हा कंटाळा येतो? का? परवडतं म्हणून? मग येऊ नको ना भेंचोद... तू रांडच... सेक्स वर्कर असल्या ना, तर त्या बाया. ज्या स्वतःच्या आणि कुटुंबाच्या पोटाची भूक भागवण्यासाठी गलिच्छ पुरुषांची भूक भागवतात. त्या बायांना लागलेली भूक चार घास मिळाले की भागणारी असते, तुझी भूकच वेगळी.

ती कधीच भागणारी नसते... पण ते चार घास मिळाल्यावर सोडता येतो का त्यांना धंदा? नाही येत... तुलाही तो आता नाही सोडता येणार. हा धंदा सोडताच नाही येत.... आता कळेल... अतिसुखाचा त्रास होतो तुम्हांला... कंटाळा येतो का तुला? मादरच्योद... जा मग पोलिसात नाही तर सरकारकडे. सोडवा म्हणावं मला. मग कळेल की पोलिस आणि पुढारीच कसे या व्यवहारात गळ्यापर्यंत रुतलेले असतात ते... तुला डॉक्टर, इंजिनीअर, वकील, आर्किटेक्ट, शास्त्रज्ञ, शिक्षक, कामगार, तत्त्वज्ञ नाही व्हायचं ना? तुला या सगळ्यात जुन्या धंद्यात यायचंय् ना? आणि स्वत:ला सेक्स वर्कर म्हणवून घ्यायचंय ना? सगळी सुखं पायाशी लोळत असतानापण? आं? मग घे आता... तू वेश्याच.. त्या उरलेल्या असतील सेक्स वर्कर ... रांड साली रांड... कंटाळा येतो हिला! मग त्या खऱ्या रांडांनी काय करावं-'

तो बोलत असता अर्ध्यात आयेशा एकीकडे रडत जोरजोरात हसायला लागली होती. त्याचे बोलणे इथपर्यंत आल्यावर ती जोरात ओरडून रडायला लागली. मग ती उठून त्याच्या अंगावर धावून गेली आणि त्याला मुस्कटात मारण्याचा तिने प्रयत्न केला. सत्यकामने तिचा हात धरला. पण आयेशा तेवढ्यात बेशुद्धच पडली. आणि तिच्या त्या हातातली ताकद गेल्याने त्याने तिचा हात धरणे उलट तिला सावरायलाच कामी आले. ती सत्यकामच्या अंगावरच कोसळली.

सत्यकामने तिला जमिनीवर घरंगळू दिले. ती तिथेच पडलेली राहिली. सत्यकाम आणि रवींद्र यांच्यात काही बोलाचाली झाली. सत्यकाम त्याला म्हणाला, 'भाऊ, ही मुलगी वेगळी दिसते, हिला सोड.'

त्यावर रवींद्र थुंकत तुच्छतादर्शक स्वरात उत्तरला, 'काही वेगळी नाही. सगळ्या तशाच रांडा... ही लई नाटकं करनारी दिसतीये येवडच... तू जा तुज्या कामाला ... मी बगतो हिच्याकडं-... ए, उठे -' असे म्हणत त्याने तिला पायाने ढोसून उठवायला सुरुवात केली.

पण सत्यकामला निश्चितपणे काही तरी वेगळेपण जाणवत होते. त्याने रवींद्रला थांबवले आणि त्यांच्यात त्यावरून काही बोलाचाली झाली. अर्धबेशुद्धावस्थेत आजूबाजूला जे बोलण्याचे आवाज येत आहेत त्यातला एक तरी निव्वळ चिडचिड करणारा वा फायदा घेण्यासाठी हपापलेला नसून काळजीत पडलेला आहे असे आयेशाला जाणवून गेले. त्याचा परिणाम असो वा नसो, सगळ्या भावना मनात कोंडून ठेवणे तिला ऐवीतेवी अशक्यच

झाले होते. दारूचा परिणामही होता, अर्धग्लानीचाही परिणाम होता. त्या अवस्थेतच ती भडाभडा बोलू लागली. त्यातले बहुतेक सारे असंबद्ध होते. पण तरी ते ऐकणाऱ्याला गेल्या काही दिवसांत तिच्या आयुष्यात जे काही झाले त्याबद्दल काही किमान जाण यावी इतपत स्पष्ट होते. सत्यकामने जवळ जवळ रवींद्रच्या तोंडावर हात ठेवून त्याला बोलण्यापासून थांबवले आणि तो लक्ष देऊन आयेशाचे बरळणे ऐकू लागला. ती बराच वेळ त्याच अवस्थेत बोलत होती. मग आपल्याला कोणीतरी उचलून कोठेतरी हलवत आहे, एका पलंगावर ठेवत आहे असे तिला जाणवले आणि ती आपल्यावर ओढवलेल्या प्रसंगाविषयी तेच तेच वारंवार बोलू लागली. पलंगावर ठेवल्यानंतर कोणीतरी तिच्या कपाळावर दिलासा देणारा हात ठेवल्याची भावना तिला झाली आणि तो हात धरून ती हमसूनहमसून रडू लागली. काही वेळानंतर ती काहीशी शांत झाली आणि बराच वेळ पडून राहिली. थोडेसे त्राण आल्यावर ती अर्धबेशुद्धावस्थेतून जागी झाली तेव्हा ती बऱ्यापैकी भानावर आलेली होती, तिच्या डोक्यातला मद्दडपणा काहीसा कमी होऊन थोडी स्पष्टता आली होती.

तिने डोळे उघडून पाहिले. आपण एका छोट्या खोलीत आहोत हे तिच्या लक्षात आले. ती सत्यकामची खोली होती हे तिला नंतर कळले. खोली साधीच होती, त्यात अगदी कमी सामान होते, पण जे होते ते स्वच्छ आणि टापटिपीने ठेवलेले होते. तिने मग घाबरून स्वतःचे शरीर चाचपून पाहिले. तिचे सर्व कपडे तर जागच्या जागीच होतेच, शिवाय तिच्या अंगावर एक पातळशी चादरही घातलेली होती. मग तिने परत एकवार खोलीवर नजर फिरवली तेव्हा तिच्या लक्षात आले की, खिडकीशी गजाला डोके लावून बाहेर बघत सत्यकाम उभा होता. तिला उठवत नव्हते पण ती सावरून झोपली. तिने त्याच्याकडे नीट पाहिले तर तिच्या लक्षात आले की, त्याचे खांदे हलत होते. तो मूकपणे रडत असावा. हे लक्षात आल्यावर ती दचकली. तिचा श्वास काहीसा जोरात आला आणि त्या आवाजाने सत्यकाम आपल्या तंद्रीतून जागा झाला. त्याने आपले डोळे पुसले आणि एका कोपऱ्यात ठेवलेल्या माठाकडे जाऊन तो तिच्यासाठी पाण्याने भरलेला ग्लास घेऊन आला. तो तिला देऊन तिच्या शेजारच्या खुर्चीवर बसला. तिच्याकडे पाहून त्याला स्वतःच्या आईची आठवण आली आणि त्याला प्रचंड झांजावल्यासारखे झाले; जणू सुरक्षित जगातून बाहेर येऊन तो अचानक व्हल्नरेबल झाला होता. त्याच्या डोळ्यात परत अश्रू उभे राहिले.

तो हलक्या आवाजात म्हणाला, 'सॉरी... आय ॲम रिअली सॉरी... आय डिड नॉट नो... मला काही ठाऊक नव्हतं... पण आता इतर काळजी करू नका... तुम्ही इथे सेफ आहात.'

त्याचे बोलणे आणि त्याच्या चेहऱ्यावरचा व्हल्नरेबल भाव बघून आयेशा स्थिरावली आणि तिच्या शरीराने उसने आणलेले अवसान गळून गेले, ती परत झोपेच्या आधीन झाली.

ती मध्ये मध्ये उठत होती आणि तिला उलट्या होत होत्या. ते सर्व उघडपणे सत्यकाम निस्तरत होता आणि तिला पाणी आणून देत होता, ती जागी असली की तो दरवेळी तिला अनाकलनीय असे काही बोलत होता. हे काही तास चालू होते का काही दिवस याचा तिला पत्ता नव्हता. तो तिला गीता, बौद्ध तत्त्वज्ञान आणि योगसूत्र यातल्या अनेक गोष्टी समजावून सांगत होता. त्याच्या बोलण्यात तळमळ होती. पण तरीही एका प्रकारची त्रयस्थता होती, जणू त्याला स्वतःलाच तो जे सांगतोय त्याबद्दल काही शंका असाव्यात. तरीही त्यात एक ठाम लय होती आणि ती शांत करणारी होती. तीही हळूहळू दोन ग्लानींमधल्या जागृतीत त्याच्या बोलण्याने सैलावू लागली. तिला सगळे कळत नव्हते. खरेतर जवळजवळ काहीच कळत नव्हते. ते होतेच अवघड. त्यातून तिची अवस्था असे काहीही समजून घेता येईल अशी नव्हती. ती मध्येमध्ये तर ग्लानीतच जात होती. पण तरी तो जे काही बोलत होता ते तिला तेवढ्यापुरते तरी शांत करत होते. तो तिला एकंदरीनेच अविद्या म्हणजे काय, माणसाला दुःख होण्यामागे ही अविद्या, म्हणजे जीवनाच्या, अस्तित्वाच्या, विश्वाबद्दलच्या मानवाच्या चुकीच्या धारणा कशा असतात, जीवन हे अनित्यच कसे असते आणि असे असले तर मृत्यूला तरी काय अर्थ असतो, असे बरेच काही पोटतिडकीने समजावून सांगत होता. आणि ती त्या बोलण्याच्या लयीने, त्याच्या समजून घेण्याच्या आणि समजावण्याच्या सुराने आणि त्याच्या बोलण्यातल्या सहज कळण्यासारख्या काही वाक्यांनी निदान काहीशी शांत होत होती.

शेवटी त्याच्या आवाजात खूपच थकवा जाणवू लागला. ती आता बऱ्यापैकी जागी झाली होती. तो बोलतच होता, पण आता त्याचे तिच्याकडे जणू लक्षच नव्हते. तो आता जणू स्वतःसाठीच बोलत होता. तो म्हणाला, 'हे सगळे मी बोललो ते खरं की खोटं ते मला माहीत नाही, पण ते सगळं निरर्थक आहे असं मलाच कितीतरी दिवस वाटतंय्...मग मी तुला हे का सांगतोय्.. चूकच आहे ते. समजा आपण अविद्येच्या अमलाखाली आहोत

आणि त्यामुळे आपल्याला विश्वाचे खरे स्वरूप उलगडलेले नाही... क्षणासाठी मान्य करू... पण ते उलगडल्यानं मानवाचे प्रश्न दूर होतील हे कशावरून? अविद्या दूर झाल्याने आपल्याला दिसणाऱ्या खऱ्या विश्वात दुःख नसतंच असं मानण्यासाठी कुठला पुरावा आहे? असं का असेल? कोणी थोर माणूस मानतो म्हणून? त्याला भ्रम कशावरून होत नसेल? भ्रम झाल्यानं दुःख गेलं, असं झालं तर चालेल का मानवाचे सत्त्याचा पाठपुरावा करण्याचे प्रयत्न चालूच रहातील?... काही नाही... तसं काही नाहीच!... जगच निरर्थक आहे. ॲबसर्ड. मग मी बोललो त्या शब्दांना तरी काय अर्थ असणार?... तेव्हा आता हे सांगण्याचा खोटेपणा करणं मी थांबवतो... मलाच सहन होत नाही ते.... मी कृष्ण, बुद्ध, पतंजली असा कोणीच नाही. आणि शिवाय मला त्यांचं सगळं पटतही नाही... माझा नाइलाज आहे कारण माझ्यावरचे आधुनिकतेचे संस्कार पुसण्याच्या पलीकडचे आहेत. मला त्यांचे सगळे पटावे अशी इच्छा असली तरी ते मला पटत नाही. मला सश्रद्ध होताच येत नाही... माझा कशावर विश्वासच बसत नाही, तो बसावा हेही मला मान्यच नाही.... माझा कशावर विश्वास नाही यावरसुद्धा माझा विश्वास नाही... मी आधुनिक आहे, मी तर्कनिष्ठ आहे... पण मला मार्क्स वा फुकोही पुरेसे वाटत नाहीत... मी तुला काय सांगणार, सगळे निरर्थक आहे या पलीकडे? ॲब्सर्ड... पण म्हणून शून्यवादी होऊनही काहीच फायदा होत नाही... मी करून पाहिलं आहे तेही. ॲब्सर्डिटीनं येणारं असमाधान शून्यवाद द्विगुणितच करतो... मनच नाही तर शरीरही वळवळायला लागतं त्यानं... कितीही योगासनं केली तरी... सगळ्यातून गेलो आहे मी... मग प्रश्न फक्त उरतो तो डिग्निटीचा, आत्मसन्मानाचा... मी माणूस आहे हे तर विसरता येत नाही... मी तुला भेटण्याआधी मानवी आयुष्यातल्या निरनिराळ्या पेचांविषयी विचार करत होतो. जे काही भोवताली वाढून ठेवलय् त्याचा. ज्या भौतिक भवतालावर माझा ताबा नाही त्याच्याशी कसं भिडावं याचा. माझ्या कुवतीने... म्हणून तर मी तुझ्यावर चिडलो पहिल्यांदा. पण तुला भेटल्यावर.. या भवतालातली गुंतागुंत कशी संपतच नाही... आपल्याला एकंदरीने बरंच ध्यानात आलं आहे असं वाटणं किती चुकीचं असतं... नवेच तिढे कसे उद्‌भवतात त्याची जाणीव झाली... यातलं किती आपल्या हाताच्या बाहेरच उरतं त्याची जाणीव झाली... नियती, प्राक्तन काहीही म्हणा... ते सगळं, आत्मसन्मान ठेवून स्वीकारायला कसं शिकलं पाहिजे याची जाणीव झाली... आणि त्याहीपेक्षा... परत एकदा जाणीव झाली की

मृत्यू आहेच शेवटी. या दोन्हींची मला जाणीव नव्हती असं नाही! पण तुला भेटून ती अधिक तीव्र झाली... थोबाडीत बसल्यासारख्या त्या दोन्ही गोष्टी अंगावर आल्या.. त्यातली दुसरी मृत्यू... मृत्यूला भिडू कसा?... शक्य एकच आहे... ते म्हणजे मृत्युसहित सगळं ... सगळी असंगती डिग्निटीनं सहन करणं... आत्मसन्मान कायम ठेवणं.. सहन करण्याची ताकद मिळवणं...

म्हणजे भौतिकतेला मी दुय्यम मानत नाही... स्वतःच्या कृतीला आणि सामाजिक व्यवस्थांबद्दलच्या विचाराला कमी मानत नाही... आणखीही... लक्षात घे... आधुनिकतेलाही अजिबातच धिक्कारत नाही.. आधुनिकताही तर केवळ तंत्रविज्ञानात नसते... केवळ शास्त्रीय विवेक वा तर्कबुद्धीतही नसते... तिचा आत्मा वसतो तो ती माणसामाणसातली नाती ज्या प्रकारे बनवू इच्छिते त्याच्यात. आणि आधुनिकतेचा हा आत्मा मला प्रिय आहे. त्याचं नातं सार्वत्रिक, वैश्विक प्रमाणांशी आहे; जिथे प्रत्येक व्यक्तीला स्वातंत्र्य आहे, आणि ते तिच्या जन्मावर आधारित नाही; जिथे प्रत्येक व्यक्तीच्या आत्मसन्मानाला आणि डिग्निटीला पायाभूत स्थान आहे. ॲब्सर्डिटी असो वा नसो, जगायचं असतंच ना.. आणि फक्त आधुनिकतेतच प्रत्येक व्यक्तीला फुलायला आणि व्यक्त व्हायला मुक्त अवसर मिळतो... म्हणूनच काहीही झालं तरी मी आधुनिकता सोडू शकत नाही... आणि म्हणून दोन्ही अर्थानं डिग्निटीने हे सगळे सहन करायचं... त्यासाठी स्वतःवर ताबा मिळवावा लागतो आणि त्यासाठी योगासनं आणि योग कामी येतो.. पण परत मनात येऊ लागतं - डिग्निटी हीसुद्धा पळवाटच का काय? कोणाला सोसलाय् मृत्यू?... मला सोसेल कधी? आधुनिकतेतला शंकेखोरपणा पाचवीलाच पूजला आहे... नाही, मी तुझा गोंधळ उडवू इच्छित नाही. सगळ्या बाजूने बोलू इच्छित नाही. पण तरी डिग्निटी हेच उत्तर आहे गं... सध्यातरी माझ्याजवळ ... तोच काय तो एकमेव आधार... आणि तो मिळवणं सोपं नाही-'

असे बोलून तो थांबला, मग त्याने तिच्या कपाळावर शांतपणे हात ठेवला आणि उठून खिडकीतून बाहेर बघू लागला. त्याचे खांदे एखाद्या आसनात असावेत तसे ताठ असले तरी ते जणू अधोमुख होते. पण तो आता रडत नव्हता.

त्याच्या शरीराची स्थिरता, त्याच्या आवाजातला खरेपणा आणि सर्वात महत्त्वाचे म्हणजे तो स्वतःच इतका व्हल्नरेबल असणे हे सर्वच मोठा

दिलासा देणारे होते. मग आयेशा झोपली ते बराच काळ. त्यांच्यात विश्वासाचे नाते तयार झाले. आणि सर्व जगच निरर्थक झालेले असताना त्याचे मूल्य अपरंपार होते. दोघांच्याही साठी. त्यांना हा एकमेकांचा आधार लवकरच अधिकच तीव्रतेने लागणार होता.

पुढचे तीनेक आठवडे आयेशा तिथेच राहिली. तिला त्यातले दोन आठवडे उलट्या होत होत्या आणि ती जेमतेम जेवू शकत होती. त्याच काळात सत्यकाम अगस्तीलाही भेटत आणि भिडत होता. अगस्ती आणि आयेशा हे दोघे म्हणजे जणू सत्यकामच्या वास्तवाचे दोन भिन्न स्तर होते आणि त्या दोन स्तरांवर आपल्याला पडलेले तात्त्विक प्रश्न आणि जीवनाची झालेली उकल सत्यकाम तपासून घेत होता, आणि त्या प्रवासात थकूनही जात होता. सत्यकामचा - त्याला हवा असलेला - एकांडेपणा या गडबडीत नाहीसा झाला; पण त्याला त्याचे दुःख न होता काहीसे समाधानच वाटू लागले. दुसऱ्याच्या सुखातच नव्हे तर दुःखातही सहभागी होऊन असे होते का काय असा प्रश्न त्याला पडला.

। आधीची रात्र

आता मी २०१८ मधल्या मे महिन्यातल्या, १६ तारखेच्या रात्री, विशिष्ट सहा मंडळींच्या अवस्था काय होत्या ते अगदी थोडक्यात सांगू इच्छितो. तसा त्याने काही मोठा फरक पडत नाही कारण दुसऱ्या दिवशी काय होणार याची त्यांच्यापैकी कुणालाही काहीएक कल्पना नव्हती. आणि स्वप्नाविषयी म्हणाल तर, तिथेही मोठी गोचीच आहे. साधारण दीडशे वर्षांपूर्वी म्हणजे आधुनिकतेच्या स्वरूपाला अनेक फाटे ज्या काळी फुटू लागले त्या सुमाराला फ्रॉइड नामक एका डॉक्टरने स्वप्नांचे अर्थ उलगडून सांगायला सुरुवात केली आणि जग थक्क झाले. मानसशास्त्र नावाच्या आधुनिक विज्ञानाचा – काही लोक त्याला आजही विज्ञान मानत नाहीत तो भाग वेगळा – पाया घातला गेला. मनाच्या अंतरंगाबाबत डॉ. फ्रॉइड म्हणतील ती पूर्वदिशा असे समजण्याचा एक काळ होता. साधारण एका शतकानंतर त्यात इतका फरक पडला की जणू डॉ. फ्रॉइड सांगून गेले ते सर्वच चूक असा विचार प्रभावी झाला. त्यानंतर त्याचा सुवर्णमध्य का काय म्हणतात तो गाठला गेला. माझ्या मते हे शास्त्र असलेच तरी आणखी ते पुरेसे विकसित होणे बाकी आहे. पण तरीही, आदल्या रात्री विशिष्ट व्यक्ती काय मानसिकतेत होत्या, त्यांना झोपेत काही स्वप्ने पडत होती अथवा कसे याने त्यांच्या व्यक्तिमत्त्वाबाबत काही उलगडा तर होतोच. तेव्हा त्याबद्दल अगदी थोडक्यात काही सांगावे असे मी ठरवले आहे.

सत्यकामच्या खोलीवर आल्यानंतर जवळजवळ दोन आठवड्याहून जास्त काळ आयेशा रात्रभरात एकदाही दचकून न उठता झोपूच शकली नाही. दरवेळी उठली की ती रडत बसे. तिच्या जवळचे सर्व, तिचे सर्व

जगच जणू, एका क्षणात पुसले गेले होते. भयाण भांबावलेपण या व्यतिरिक्त तिला काही कळतच नव्हते.

दिवसभरही ती पडूनच असे. ग्लानीत असे. तेव्हा दिवसाही तिला काही स्वप्ने पडत. तिला १६ मेच्या रात्री पहिल्यांदाच रात्रभरात एकदाही न उठता झोप लागली.

तिला दोन स्वप्ने पडली. एक असे की, ती जे काही हातात उचलत आहे ते खाली पडत आहे. तिला ते धरून ठेवता येत नाही. मग तो ग्लास असो, वा टूथब्रश असो, वा पेन असो, वा पुस्तक. ती उचलते आणि ती गोष्ट खाली पडते, उचलते आणि ती गोष्ट खाली पडते. काही न फुटण्यासारख्या गोष्टी - जसे की टूथब्रश -फुटतात, तर फुटण्यासारख्या गोष्टी - जसे की काचेचा ग्लास- फुटत नाहीत किंवा उलटही होते. काही वेळाने तर तिच्या हातातली ताकद इतकी जाते की, तिला वस्तू उचलणे तर जाऊ द्या धरून ठेवणेही अवघड होऊ लागते. मग किती तरी तास ती त्यांना उचलण्याचा नुसता प्रयत्न करत राहते.

तिला दुसरे स्वप्न असे पडले की, तिला अत्यंत फ्रेश, ताजेतवाने, उत्साही वाटत आहे. ती गुणगुणतच उठते. हवा गार आणि क्रिस्प आहे. तिच्या अंगाला जणू नैसर्गिकच सुगंध येतो आहे. तिच्या दंडांचा स्पर्श तिच्याच तळव्यांना किती मुलायम वाटतो आहे, त्याने ती स्वतःच चकित होते आहे. मग स्वप्नातच ती उठते आणि तिला आपण खरेतर अत्यंत शिणलेले, घामजलेले, दुर्गंधीने भरलेले आहोत असे जाणवते. तिची त्वचा आता खरखरीत झालेली आहे. हे स्वप्न तिला पडले तेव्हा १७ तारखेची सकाळ झाली होती. ते संपले आणि ती खरोखरची उठून बसली. पण स्वप्नात तर ती आधीच उठून बसली होती. त्यामुळे काही काळ तिचा गोंधळ उडतो.

सत्यकामलाही त्या दोन आठवड्यात नीट झोप लागली नव्हती. एकतर त्याच्या खोलीत त्याच्या पलंगावर आयेशा झोपत असल्याने तो बाहेर झोपत होता. बाहेर मे महिन्यातला उकाडा आणि डास होते. त्यातून त्याचा एक कान आतल्या आयेशाकडे असे. त्यालाही त्या रात्री दोन स्वप्ने पडली.

पहिल्यात त्याला घाईघाईने कोठेतरी जायचे आहे त्याला रिक्षाच मिळत नाही. तो सुनसान रस्त्यावर उभा आहे आणि रिक्षाचा पत्ताच नाही. मग

त्याच्या लक्षात येते की, त्याने चप्पलच घातलेली नाही. त्यासाठी तो परत घरात येतो तर चप्पल मिळत नाही. महत्त्वाच्या ठिकाणी जायला उशीर होतो आहे त्यामुळे तो प्रचंड डेस्परेट आहे. मग तो दोन वेगळ्याच जोडींमधली एक एक चप्पल घालून बाहेर येतो. बाहेर येतो तो आपोआप एका मोठ्या खोलीतच येतो. त्याला तिथेच जायचे होते का याचा पत्ता लागत नाही. त्या खोलीत अनेक बायका बसलेल्या आहेत. फक्त बायका; त्याही सांस-बहू सिरियलमधल्या असाव्यात अशा. सगळ्याच्या सगळ्या, डझनाने. एकमेकींसारख्याच दिसणाऱ्या. नखशिखांत नटलेल्या, खराखोटा कसाही असो पण पालीच्या पोटासारखा गोरा रंग असलेल्या आणि गुबगुबीत. त्यांचे वॅक्सिंग केलेले हात पाय. त्याचे गुळगुळीत स्पर्श त्याला सर्व बाजूने होऊ लागतात. होतच राहतात.

त्याला दुसरे स्वप्न अगदी पहाटे पडले आणि हे स्वप्न त्याला पहिल्यांदाच पडत नव्हते. ते वारंवार पडत असे आणि साधारणपणे त्यानंतर तो जागा होई इतके ते खरे वाटणारे असे. त्यात त्याला चारजण उचलून एका लाकडी कॉफिनमध्ये ठेवतात. तो जिवंत आणि जागा आहे. पण काहीही प्रतिकार करू शकत नाही. मग त्या कॉफिनचे दार ते बंद करतात. आत संपूर्ण अंधार. त्याला कणभरही हलायला जागा नाही. तो कोंदटतो, घुसमटतो, वेडा होतो आणि नेहमीप्रमाणे जागा होतो तर यावेळी बाहेर १७ तारखेची सकाळ झालेली असते.

गणपती कधीच झोपत नसे. आणि झोपलाच तर उघड्या डोळ्यांनी झोपत असे. त्याची ही सवय माहीत असल्याने तो हलायचा थांबला की, त्याचे डोळे उघडे असले तरी तो झोपलाच आहे असे त्याचे आईवडील समजत. त्याही दिवशी असेच झाले. म्हणजे त्याचे डोळे रात्रभर उघडेच होते. त्यामुळे तो झोपला का नाही ते कोणाला कळण्याची शक्यता नव्हती. तो थोडावेळ तरी झोपला असावा कारण तो उठला तेव्हा लगेच रडू लागण्याइतका तो ताजातवाना होता. पण त्याला एकही स्वप्न पडले नाही. डोळे उघडे असणाऱ्या मानवाला स्वप्ने पडत नाहीत, मग तो जागा असो वा झोपलेला, असा एक तार्किक निष्कर्ष त्यावरून काढता येईल.

विभाकरला नेहमीच पाठ टेकली की झोप लागत असे. तशी ती त्याला त्याही रात्री लागली. बाहेरच्या आवाजाचाही त्याला त्रास होत नसे. मूकबधिर असण्याचा हा एक फायदा. त्यालाही एक स्वप्न तरुणपणापासून तो म्हातारा झाला तरी पडत असे. तेच त्याला त्याही रात्री पडले. तो अद्‌भुत सौंदर्य असणाऱ्या काही नग्न स्त्रियांबरोबर आहे. त्यांचे सगळे शरीर अद्‌भुत आहेच, पण त्यांच्या मांड्या काहीशा जाड असल्या तरी विशेष सुंदर आहेत. अशा दोन मांड्याच्या मध्ये विभाकरचे हात आणि इतरही अवयव जणू नाहीसेच होतात. सर्वदूर अर्थातच शांतता आहे. ए सायलेंट फिल्म. मग अशा मांड्या असलेल्या अनेक स्त्रियांबरोबर तो संभोग करतो. विभाकर १७ तारखेला उठला तो आगगाडीत. कारण तो आगगाडीने इंदोरहून पुण्याला यायला निघाला होता. त्याच्या पत्नीला आयत्या वेळी थोडा ताप भरल्याने तो एकटाच प्रवास करत होता. तो आगगाडीत उठला तो नेहमीप्रमाणेच प्रसन्न मनाने. पहाटे पहाटेच पुणे स्टेशन आले.

इतरांप्रमाणेच अगस्तीला दुसऱ्या दिवशी नेमके काय होणार याचा गंध नव्हता. पण एक गोष्ट करायची हे त्याने नक्की ठरवले होते आणि ते म्हणजे गणपतीला ज्या फ्लॅटमध्ये त्याचे आईवडील ठेवत असत तेथे जायचे. त्या एक्साइटमेंटमुळे तो नीट झोपू शकला नाही.

तरी त्याला स्वप्न पडलेच. पॅसिफिकमधल्या एका निर्मनुष्य बेटावर त्याचे जहाज थांबले आहे आणि परग्रहावरची काही माणसे, एलियन्स – जे माणसांसारखेच दिसत आहेत – आलेली आहेत. ती माणसांसारखीच कशी काय दिसतात याचे त्याला स्वप्नातही आश्चर्य वाटते. ते कोणाला तरी मारण्याचे कारस्थान रचत आहेत. कोणाला? सगळ्या मानव जातीला? निसर्गाला? पण तसे वाटत नाही कारण त्यांच्या हालचाली आणि चेहऱ्यावरचे विभ्रम गमतीदार आहेत. ते हिंसक आहेत पण जणू वास्तविक नाहीत. जणू काही खेळ खेळत आहेत. रात्रभर अगस्ती परतपरत दचकून जागा होत राहिला आणि त्याला हेच स्वप्न परतपरत पडत राहिले.

नर्सबेनला कधी शांत झोप लागत असे तर कधी नसे. असे होणार हे तिने आता मान्यच केले होते. त्या दिवशी मात्र तिला गाढ झोप लागली.

तिलाही स्वप्न पडले. त्यात ती नऊ महिन्यांची प्रेग्नंट असते... आणि ती बाळंत होते. केवळ प्रसववेदनेच्या कळाच नव्हे तर मूल योनीतून बाहेर येताना – विशेषतः त्याचे डोके बाहेर येताना – तिला जाणवते. तिच्या नवजात अर्भकाला हातात धरल्यावर एक दिवसाच्या मुलाच्या त्वचेचा सावरीच्या कापसाहूनही अधिक अनुपम असा मुलायम स्पर्श तिला जाणवतो. त्याच्या डोक्याला ती हात लावते तर तेथले जावळ तिच्या तळव्यांना गुदगुल्या करून जाते. तिच्या गादीशेजारी एक दगड असतो. त्या दगडावर आपटून ती त्या मुलाचे डोके फोडते. मूल मरते. त्याच्या रक्ताचा इवलासा पण ओंगळ सडा तिच्या अंगावर उडतो. त्याचे इवलेपण पाहून ती चाट होते. त्याचा स्पर्श तिला जाणवतो. ती हात आणि योनी धुवून येते तर ती परत पोटुशी झालेली असते. ती परत बाळंत होते. तिला परत योनीतून येणाऱ्या मुलाच्या डोक्याचा स्पर्श जाणवतो. तिला परत प्रसववेदना होता. तिला परत त्याचा मुलायम स्पर्श आणि त्याचा नाजूक नैसर्गिक शारीर वास जाणवतो. ती परत त्याचे डोके दगडावर आपटून फोडते. मग आपली योनी आणि हातपाय धुवून येते तर ती परत पोटुशी असते. मग परत तिला योनीतून बाहेर येताना त्याच्या डोक्याचा... हे चालूच राहते... अनेकदा.. परत परत... आवाजाशिवाय...

नर्सबेनला रात्रभरात एकदाही जाग आली नाही. पण या अशा स्वप्नामुळे ती उठली तेव्हा केवळ मानसिकच नव्हे तर शारीरिक पातळीवरही थकून गेलेली होती. पण तिला उठणे भाग होते. कारण तिच्या ओळखीची एक गरीब बाई ससून सार्वजनिक रुग्णालयात त्या रात्रीपासूनच दाखल झालेली होती. आणि डॉक्टरांच्या म्हणण्याप्रमाणे, सकाळी उशिराने ती बाळंत होण्याची शक्यता होती. तिला नर्सबेन आधारासाठी स्वतःच्या जवळ हवी होती. तिने नर्सबेनला तसे अनेकदा विनवून सांगितले होते. नर्सबेन उठून अंघाळीला गेली. एरवीही तिने अंघोळ केलीच असती पण प्रत्यक्ष वास्तवातही अंघोळ करणे आवश्यकच वाटावे इतके ते स्वप्न प्रभावी होते.

१७ मे २०१८

१७ मे २०१८ – ज्या दिवसाच्या आधीच्या दोनेक वर्षात लहान मोठे इतके दंगे झाले की त्यांची नोंद ठेवणेही अवघड व्हावे. मुख्य म्हणजे हे दंगे आधीच्या दंग्यांपेक्षा वेगळे होते. काही फरक आपण आधीच्या काही प्रकरणांत पाहिलेच. आधीही जे दंगे होत ते सगळे काही उत्स्फूर्त नसत. त्यातले अनेक घडवून आणले जात. पण त्यात होणारी हिंसा ही योग्यच आहे असे वातावरण तयार केले जात नव्हते. या काळात असे वातावरण तयार केले जात होते, हा आणखी एक महत्त्वाचा फरक. तसे करणारी नेत्यांची भावना भडकवणारी भाषणे वा सोशल मिडियावरची विधाने हे या काळाचे एक व्यवच्छेदक लक्षण बनले होते. बुद्धीला आवाहन करून सत्याचा शोध घेण्याचा प्रयत्न करण्याऐवजी भावना भडकावून, चेहराविहीन समाजमाध्यमे वापरून, सत्याची 'निर्मिती' करण्याचा, 'असत्य हेच सत्य' असे प्रस्थापित करण्याचा, कालखंड जगभरातच सुरू झाला होता. त्याला भारत अपवाद कसा असेल. आणि इथल्या सामाजिक बहुविधता असणाऱ्या वास्तवामुळे गुंतागुंत अधिकच, त्यामुळे लोकांच्या मनात गोंधळ उत्पन्न करण्यासाठी, त्यांना हिंसक बनवण्यासाठी उद्युक्त करणे अधिकच सोपे, अशी परिस्थिती होती. काही प्रकारच्या हिंसा या नैतिकदृष्ट्या योग्य, लेजिटीमेट, असतात असे मानले जाण्याचा, निदान त्या तशा असतात असा प्रचार जोरात केला जाण्याचा हा कालखंड होता.

दुसरीकडे जग जवळ आल्याने माणसामाणसातील संवाद संपण्याचाही हाच कालखंड. या दोन गोष्टी अर्थातच एकमेकांशी निगडित होत्या. पण त्यांच्याविषयीच्या सैद्धांतिक विवेचनात आपल्याला जाण्याचे कारण नाही. तेही सत्यकामने काही प्रमाणात केलेले आपण पाहिलेच. आणि त्यावरून या सर्व घडामोडीत किती विविध घटक भूमिका निभावत आहेत त्याचे आपल्याला सुतोवाच झालेच आहे. हे सर्व करताना मला योगायोगांच्या

मालिकेचा आसरा घ्यावा लागला. जे काही साध्य करण्यासाठी तो घेतला, ते साध्य व्हायचे असले तर आणखी एक योगायोग मान्य करावा लागेल आणि ते करण्यासाठी मी तुमची साथ मागू इच्छितो. मला सांगायच्या आहेत त्या अशा या कालखंडात घडलेल्या दोन घटना. त्या ज्या सामाजिक पार्श्वभूमीवर घडल्या त्याचे निदर्शन व्हावे एवढ्याच उद्देशाने मी वरील निवेदन केले. आता वळू प्रत्यक्ष घटनांकडे.

पहिल्या घटनेतील एक भिडू होता अगस्ती. २०१८ सालातील १७ मेच्या सकाळी साधारण ९ वाजता तो 'गार्डन ऑफ ईडन' ऊर्फ 'साई सोसायटी'च्या, सत्यकामवर ज्याची राखण करण्याची जबाबदारी होती त्या मागच्या बाजूच्या गेटशी दाखल झाला. सत्यकाम नियमितपणे विशिष्ट वेळी सुरक्षिततेच्या कारणास्तव सोसायटीच्या विशिष्ट भागात फेरी मारत असे हे आपण पाहिलेच. तो त्याच्या कामाचा भागच होता. ती वेळ कुठली, तो भाग कुठला याविषयी आणि सोसायटीच्या अंतर्गत संरचनेविषयी अगस्तीला आता पूर्ण माहिती झालेली होती. ती वेळ साधून तो गेटशी हजर झाला आणि सत्यकाम आपल्या फेरीवर गेल्यावर गेटमधून आत आला. त्याने सवयीने गेटजवळच असलेल्या सत्यकामच्या खोलीकडे पाहिले तर त्याला त्याच्या खिडकीतून कोणीतरी आपल्याकडे पाहत आहे असे वाटले. त्यामुळे त्याला काहीसा धक्का बसला. पण दुसऱ्याच क्षणी ती व्यक्ती खिडकीतून नाहीशी झाली. ती व्यक्ती म्हणजे आयेशा होती हे आपल्याला ठाऊक आहे, पण अगस्तीला ते ठाऊक नव्हते. त्याने ते कोण होते याबद्दलचा विचार क्षणातच मनातून काढून टाकला. त्या व्यक्तीने आपल्याला अडवले नाही ना? मग बास तर... ही कुडण्ट केअर लेस.

ज्या इमारतीतल्या बाराव्या मजल्यावरच्या एका फ्लॅटमध्ये गणपतीला कोंडून घालून त्याचे आईवडील कामाला जात असत त्या बिल्डिंगकडे तो सावधपणे आणि हलक्या पावलाने सरकू लागला. त्याच्या अपेक्षेप्रमाणे सोसायटीचे सर्व अंतर्गत रस्ते निर्मनुष्य होते. त्याला कोणीही पाहिलेही नाही आणि अडवलेही नाही. तो इमारतीत शिरला. बाराव्या मजल्यावर गेला. मग त्याने तीन दिवसांपूर्वी चोरलेल्या किल्लीने त्या फ्लॅटचा दरवाजा उघडला.

त्याला भीती वाटत होती की, आपण दरवाजा उघडून आत गेलो आणि त्या दिवशी नेमका गणपती नसला तर? किंवा अधिकच धोकादायक म्हणजे

गणपतीबरोबर त्याची आई वा इतर कोणी असले तर? पण तसे झाले नाही. काही दिवसांपूर्वी त्यांनी समोरच्या इमारतीतील फ्लॅटमधून पाहिले होते अगदी तसेच दृश्य त्याच्या डोळ्यासमोर होते. फ्लॅटमध्ये गणपती एकटाच होता. त्याने डोक्यावर हेल्मेट सदृश काही घातले होते. त्याच्या डोळ्यांसमोर मोठे गॉगल लावलेले होते. त्याच्या हातात काही इलेक्ट्रॉनिक आयुधे होती आणि तो समोरच्या टी.व्ही. स्क्रीनवर बघत प्रचंड एक्साइटेड होऊन काही बटने दाबत होता. खेळताना तो सतत पुढेमागे डोलत होता. त्यांनी आधी पाहिल्याप्रमाणे दोन प्रचंड मोठे टी.व्ही. स्क्रीन्स होते. दोन तीन लॅपटॉप्स आणि एक डेस्कटॉप कॉम्प्युटर होते. अनेक इलेक्ट्रॉनिक गॅजेट्स आजूबाजूला पडलेली होती. खोलीत आल्यावर त्याला ते नक्की काय होते तेही लक्षात आले. ती सर्व गॅजेट्स आभासी वास्तवाची - व्हर्चुअल रिॲलिटीची - निर्मिती करून खेळ खेळण्यासाठी होती. त्यात त्यावेळी अत्याधुनिक असणारी अशी 360 degree असणारे, visison 120 frames per second निर्माण करणारे 5.7"OLED screens, 3D audio Built in mic, DUALSHOCK 4 wireless controller, Playstation Move motion controller, PS VR aim controller, Stereoscopic visor, joysticks, VR head sets, 3D trackers, Data gloves, 4 speakers, Steering wheel, Aircraft Yoke, अशी अनेक गॅजेट्स होती. खोलीच्या दुसऱ्या कोपऱ्यात एक टेबल होते. त्यावर पॉपकॉर्न्स, चिप्स, बर्गर, पावभाजी, वडापाव, दुधाची बाटली, पोळीभाजी, अशा अनेक गोष्टी ओळीने मांडून ठेवल्या होत्या. या सगळ्यात चार वर्षे वयाच्या गणपतीला कोंडून त्याचे आईबाप दिवसभर कामाला जात.

१७ मे च्या पहाटे पहाटे नर्सबाई घाईघाईने अंघोळ करून हॉस्पिटलात जायला निघाली तर आत्तापर्यंत अगदीच बुढा झालेला बांगी अन्वर तिला म्हणाला, 'बेटी जपून जा. आज दोन्ही बाजू मोर्चे काढणार आहेत.... पुण्यात फारसे काही होत नाही... पण तरी... सम्हलके रहना... अल्ला करे सब मुबारक रहे-'

याला एका बलात्काराच्या घटनेची पार्श्वभूमी होती. झाले असे होते की, भारतातल्या एका भागात एका 'विशिष्ट' धर्माच्या लोकांनी दुसऱ्या 'विशिष्ट' धर्माच्या लोकांना त्रास देण्यासाठी वा आपल्या भागातून हाकलून

लावण्यासाठी दुसऱ्या 'विशिष्ट' धर्मातील एका आठ वर्षांच्या मुलीवर निर्घृण आणि वारंवार बलात्कार करून तिचा खूनही केला होता. याचा अनेकांनी निषेध केला खरा पण उरलेल्यांनी याला खरे उत्तर म्हणजे आपणही उलट हेच करायचे असे ठरवले आणि पहिल्या 'विशिष्ट' धर्मातील सात वर्षे वयाच्या मुलीवर हेच अत्त्याचार केले. आणि अशा सूड-बलात्कारांचे एक सत्रच देशभर चालू झाले. त्या लहान मुलींची शरीरे ही जणू एक निर्जीव अशी रणभूमी होती. तुम्ही मानव म्हणून घ्यायला नालायक असाल तर आम्ही त्यापेक्षा नालायक अशी चढाओढ चालू झाली. अशा चढाओढींचाच हा जमाना आहे, आणि भारतातील बहुसंख्यकांच्या अतिरेकाच्या समर्थनार्थ, बहुसंख्यकांनी मूलतत्त्ववादी होऊन दहशतवाद चालू करण्याच्या समर्थनार्थ, हेच कारण अनेकदा पुढे केले जात आहे - 'ते करतात ते चालते, मग आम्ही का नाही?' पण ते असो, आपण गोष्टीकडे परत येऊ. तर पुण्यात आदल्याच दिवशी असा एक बलात्कार झाला होता आणि त्याच्या बाजूने - माझे लिहिण्यात काही चुकलेले नाही, बलात्काराच्या बाजूने असेच मला म्हणायचे आहे; २०१८ सालापर्यंत अशा बलात्कारांच्या बाजूने निदर्शने व्हावीत इतकी परिस्थिती चिघळली होती - आणि विरोधात अशा दोन्ही बाजूंनी १७ मे रोजी मोर्चे काढायचे ठरवले गेले होते. पुणे शहरात त्यामुळे फार काही त्रासदायक होईल अशी भीती वाटावी असा इथला इतिहास नव्हता, पण इतिहासाला फारसा अर्थ उरला नसण्याचाच जमाना होता. तेव्हा अन्वरच्या म्हणण्यात तथ्य होते. नर्सबेन इतक्या घाईत होती की, तिने ते ऐकल्यासारखे करून ती घराबाहेर पडली. तिने त्यादिवशी उकाड्यामुळे बुरखा घातला नव्हता. पण घाई असली तरी तिने कपाळावर कुंकवाचा टिळा लावला. पुण्यातल्या हॉस्पिटलात आणि इतरत्रही त्याचा फायदा होतो, असा तिचा अनुभव होता.

ती ससून हॉस्पिटल या सरकारी इस्पितळाकडे निघाली होती ते एका गर्भार बाईच्या विनंतीवरून. ती तिथे पोचली तेव्हा ती स्त्री अगदी बाळंत होण्याच्या बेतात होती. तिची गर्भजलपिशवी फुटली होती, इंग्रजीत ज्याला वॉटर ब्रेक होणे म्हणतात ते झाले होते, आणि ती शेवटच्या अवस्थेत, डिलिव्हरीच्या ड्राय फेजमध्ये होती. आता फार वेळ वाट पाहण्यात अर्थ नव्हता, पण भारतातील सरकारी इस्पितळातील डॉक्टर-पेशंट यांचे गुणोत्तर इतके व्यस्त असते की, तिच्याकडे लक्ष देण्यास कुणालाही अवसर नव्हता. नर्सबाईने चादरीखाली डोकावून अंदाज घेतला. बाळाचे डोके, इंग्रजीत

ज्याला क्राउन म्हणतात ते दिसत नव्हते. ती काही डॉक्टर नव्हती पण एक प्रशिक्षित नर्स होती. तिला जो काही अंदाज येत होता त्यावरून बाळाचे डोके खालच्या बाजूला नसून त्याचे शरीर आडवे झालेले होते का काय अशी शंका घ्यायला जागा होती. तसे असले तर अधिक वाट पाहण्यात अर्थ नव्हता. नर्सबेनने मग धडपड करून, आरडाओरड करून डॉक्टरला यायला भाग पाडले. कुठलेतरी इतर पेशंट सोडून का होईना पण डॉक्टर आला. नर्सबेनची शंका खरी ठरली. त्यामुळे सिझेरियनचे ऑपरेशन करण्याचा निर्णय वेळेत घेता आला. ऑपरेशन व्हायला दुपारचे बारा वाजले. बाळबाळंतीण सुखरूप आहेत, आता आपली जरुरी नाही, हे पाहून नर्सबेन हॉस्पिटलातून निघाली. तिला हॉस्पिटलमधून बाहेर पडल्यापडल्या बस मिळाली. पण बसमधे प्रचंड गर्दी होती. तिला बसायला जागा नव्हती. तिला सकाळपासूनच दमल्यासारखे वाटत होते; त्यातून उन्हाळा आणि इस्पितळातली धावपळ याने ती दमून गेली होती. पण उभे राहण्यावाचून दुसरा उपाय नव्हता. तेवढ्यात एका भरघोस दाढी असणाऱ्या, मुसलमान वाटणाऱ्या, वयस्कर गृहस्थाने स्वतः उठून तिला जागा करून दिली. त्याच्या वयाकडे बघून ती, ‘नाही, नाही–’ म्हणाली. त्याला नीट बोलता येत नव्हते पण तो तिचे ऐकेचना. तेवढ्यात यांच्यातील देवाणघेवाण ऐकून समोरच्या एका तरुणाला लाज वाटली आणि त्याने उठून यांना स्वतःची जागा दिली. दोघे समोरासमोर बसले आणि त्यांनी एकमेकांकडे बघून स्मित केले.

अगस्ती आत आल्याचेही गणपतीला कळले नाही इतका तो त्या आभासी वास्तवात गुंगलेला होता. अगस्तीने सर्व फ्लॅटभर फिरून आत इतर कोणी नसल्याची खात्री करून घेतली. मग तो काही काळ गणपती नक्की काय करतो आहे ते पाहत राहिला. गणपती गुंग होऊन खेळत राहिला. मग अगस्तीने परत एकवार दार उघडून जोरात आपटले. तेव्हा गणपतीने एका क्षणासाठी डोळ्यांवरचा वायझर सरकवून त्याच्याकडे पाहिले आणि लगेचच परत तो डोळ्यांवर चढवून तो खेळू लागला आणि डोलू लागला. अगस्तीला एका क्षणासाठी असे वाटले की, अगस्तीच वास्तवात अस्तित्वातच नाही. निदान गणपतीच्या वास्तवात तर नाहीच नाही. ती भावना अत्यंत अस्थिर करणारी होती. काही दिवसांपूर्वी सत्यकाम सांगत होता की, जीवन असंगत आहे. आता तर त्याला जाणवत होते ते जीवन

खरेतर अस्तित्वातच नाही. अगस्तीने तो विचार मनातून झटकला आणि तो गणपती नक्की काय करतो आहे ते पाहू लागला. पण नुसते बाहेरून पाहून गणपतीला त्या वायझरमधून नक्की काय दिसत होते ते काही कळेना. मग त्याने आजूबाजूला विखरून पडलेल्या निरनिराळ्या गेम्सची, सॉफ्टवेअरची माहितीपत्रके वाचण्याचा धडाका लावला. गणपतीला या कशाचेही सोयरसुतक नव्हते. काही काही वेळाने, गणपती वर उल्लेखलेल्या अनेक गॅजेट्सपैकी योग्य ते गॅजेट सराईतपणे निवडून बदलत असे, वाटले तर टेबलावरील वाटेल तो अन्नपदार्थ बकाबका तोंडात कोंबत असे, तेवढाच काय तो विराम. त्याच्या मते तो एकटाच होता. तो राजा होता आणि इतर काही अस्तित्वातच नव्हते.

असे तीनेक तास गेले. अगस्ती माहितीपत्रके वाचत राहिला, स्वतःही एखादा खेळ खेळून पाहत राहिला आणि अधेमधे बराच काळ गणपतीकडे बघत राहिला. त्याला गणपती वेगळाच वाटू लागला. विचारांती त्याचे कारण त्याच्या लक्षात आले. गणपती अत्यंत आनंदात होता. तो एकदाही रडला नव्हता. त्याचा उजवा अंगठा त्याच्या तोंडात नव्हता. 'मला भीती वाटते', असे तो एकदाही म्हणाला नव्हता. एवढेच कशाला, खेळ खेळताना इतरांना गोळ्या मारताना वा त्यांनी मारलेल्या गोळ्या चुकवताना तो एकदाही अडखळला नव्हता. म्हणजे उघडपणे आभासी जगात त्याला प्रोप्रिओसेप्शनची अडचण येत नव्हती! त्याचा अर्थ असा होता की, वास्तवाला ऑगमेंट केल्याशिवाय - त्यात वाढ केल्याशिवाय - गणपती आता जगूच शकत नव्हता, अगदी प्रोप्रिओसेप्शनसारख्या प्रतिक्षिप्त क्रियांच्या पातळीवरही जगू शकत नव्हता. अगस्तीला मग सत्यकामच्या बोलण्यातल्या काही भागाचा अर्थ नीट ध्यानात आला. निदान त्याचा त्याने स्वतःसाठी एक अर्थ लावला. त्याला असे नीटपणे ध्यानात आले की, गणपती वास्तवच तयार करतोय, निसर्गच तयार करतोय्. मग त्याला गणपतीचा प्रचंड राग आला. एका क्षणासाठी गणपतीला मारावे अशी हिंसक इच्छा त्याला झाली पण त्याने स्वतःला आवरले.

१७ मेच्या पहाटे विभाकर अत्यंत प्रसन्न मनःस्थितीत पुणे स्टेशनावर आगगाडीतून उतरला तेव्हा त्याचा भाचा त्याला घ्यायला प्लॅटफॉर्मवर हजर होता. विभाकर त्याच्याकडे पाहून नेहमीचे दिलखुलास हसला आणि त्यांनी

एकमेकांना मिठी मारली. त्यांची शेवटची भेट तीन महिन्यांपूर्वी मुंबईला डॉक्युमेंटरीचा खेळ झाला त्यावेळी झाली होती. त्यावेळी विभाकरला छोटी दाढी होती. त्याच्या सवयीप्रमाणे त्याने काही प्रयोग करायचे ठरवून आता ती मुसलमानांप्रमाणे भरघोस, फ्लोइंग अशी, वाढवली होती. त्यावरून त्याच्या भाच्याने त्याची चेष्टा केली. त्यावर विभाकर आवाजहीन पण खळखळून हसला! अचानक ताप भरल्याने विभाकरची पत्नी पुण्याला येऊ शकली नव्हती. ती का आली नाही याची पृच्छा भाच्याने केली, आणि कारण कळल्यावर हळहळ व्यक्त केली. असे सर्व योग्य ते झाल्यावर, दोघेही विभाकरच्या भाच्याच्या बहिणीच्या, म्हणजे विभाकरच्या भाचीच्या घरी गेले.

त्यावेळी भाच्याची आई, म्हणजे विभाकरची मावसबहीण, तिच्या मुलीकडे पुण्याला राहत असे. ती बरीच वृद्ध झाल्याने खोलीबाहेर पडेनाशी झाली होती. अशा वयात स्वाभाविकपणे होते त्याप्रमाणे दोघे बहीणभाऊ डोळ्यांत पाणी आणून एकमेकांना भेटले. नाश्ता करून विभाकर आणि त्याचा भाचा घाईघाईने तयार झाले कारण त्या दिवशीचा डॉक्युमेंटरीचा खेळ सकाळी लवकरचा ठेवला होता. तो मुद्दामच एका मूकबधिरांच्या शाळेत ठेवला होता, त्यामुळे शाळेच्या वेळेआधीच तो संपावा, ज्याकरवी इतरांबरोबरच त्या शाळेच्या मुलांनाही तो बघता येईल, अशी योजना होती.

खेळ उत्तम झाला. डॉक्युमेंटरी संपल्यावर विभाकरला स्टेजवर बोलावण्यात आले आणि त्याचा सत्कार केला गेला. उभे राहून आणि टाळ्यांच्या गजरात त्याचे अभिनंदन केले गेले. मूकबधिर मुलांनी टाळ्या न वाजवता आपले दोन्ही हात वर करून पंजे हलवून त्याचे अभिनंदन केले. ते पाहून विभाकरने इतरांनाही टाळ्या न वाजवता तसेच करण्याचे आवाहन केले आणि मग सगळे सभागृह कितीतरी वेळ उभे राहून, हात वर करून, पंजे हलवत राहिले, मूक अभिनंदन करत राहिले. विभाकरच्या आयुष्यातला आणखी एक सोन्याचा दिवस उलगडत होता.

विभाकरचा मेहुणा पुण्यातच असे. तो कॅन्सरने आजारी होता आणि शेवटच्या घटका मोजत होता. विभाकरला त्याला भेटण्याची तीव्र ओढ लागून राहिली होती. त्याचे घर शहराच्या दुसऱ्या टोकाला होते. 'मी तुला तिथे घेऊन जातो,' असे विभाकरच्या भाच्याने अनेकवार सुचवले. पण आपण एकट्याने प्रवास करू शकतो, आपल्याला इतर कोणाची मदत लागत नाही याचा विभाकरला अभिमान होता. त्यातून नुकताच

त्याच्यावरच्या डॉक्युमेंटरीचा खेळ झाल्याने आणि त्याला टाळ्यांच्या गजरात मानवंदना मिळाल्याने तर तो फारच जोरात होता. त्या मनोवस्थेत त्याने भाच्याची मदत नाकारली. मग भाच्याने त्याला योग्य त्या बसमधे बसवून दिले आणि तो त्याच्या बहिणीच्या घरी निघून गेला.

बसमध्ये दोन स्टॉपनंतर खूप गर्दी झाली आणि एक मुसलमान दिसणारी मध्यमवयीन बाई त्याच्या शेजारी येऊन उभी राहिली. ती खूपच दमलेली दिसत होती. विभाकर पटकन उठला आणि त्याने तिला बसायला जागा करून दिली. तिने ती नाकारली पण तेवढ्यात समोरच्या एका तरुणाला लाज वाटली आणि त्याने उठून यांना स्वतःची जागा दिली. दोघे समोरासमोर बसले आणि त्यांनी एकमेकांकडे बघून स्मित केले. ती त्याला 'थँक यू', म्हणाली पण त्यावर तो नुसताच बाहेर बघत राहिला आणि मग काही वेळाने परत तिच्याकडे बघून हसला. एका क्षणासाठी नर्सबेनला कळेना. पण तेवढ्यात बाहेरून एक मोठ्ठा आवाज आला, आणि इतरांनी दचकून तिकडे पाहिले तरी विभाकरने तसे केले नाही; त्यामुळे तो मूकबधिर असावा हे तिच्या लगेच ध्यानात आले.

एवढे होईपर्यंत विभाकरने आपल्या मांडीवरची, अनेक रबर बँड्स लावून पक्की बंद केलेली लाल रंगाची पिशवी उघडली होती. त्यातून त्याने आणखी एक छोटी पिशवी काढली. त्या पिशवीत शंकरपाळे होते. त्याने ते नर्सबेनला देऊ केले. ती सुरुवातीला लाजून नाही म्हटल्यावर तो त्याच्या तोडक्यामोडक्या पद्धतीने तिला म्हणाला, 'बयको.. मझी बयको... शनकरपळे.. फर छान करतं... ग्या.. ना... ग्या... फार छान–' त्यावर तिने ते घेतले. मग त्यानेही दोन शंकरपाळे तोंडात टाकले आणि त्याच्या बाजूला बसलेल्या दुसऱ्या माणसालाही देऊ केले. शेजारच्या माणसाने ते नाकारले. या भानगडीत त्याच्या मांडीवरची पिशवी खाली पडली आणि त्यातून एक पुस्तक बाहेर आले. नर्सबेनने ते उचलले. ते हनुमानचालीसाचे पुस्तक होते. खाली वाकून पिशवी उचलून वर येताना त्याचा शर्टही मानेशेजारून थोडा बाजूला झाला आणि त्याचे जानवेही स्पष्टच दिसू लागले. ते त्याने लगेच शर्ट नीटनेटका करून आत घातले. या दोन बाबींवरून नर्सबेनच्या आणि शेजारच्या माणसाच्या लक्षात आले की त्याची दाढी मुसलमानासारखी असली तरी तो हिंदू होता. मग दोन गोष्टी घडल्या. एकतर नर्सबेनने ते पुस्तक उचलून त्याच्या हातात दिले आणि शेजारच्या माणसाने आता शंकरपाळे स्वीकारले. विभाकर त्याच्याकडे पाहून प्रसन्न हसला आणि

नर्सबेनला त्याने परत काही शंकरपाळे देत विचारले, 'तम्ही.. कुठ रहता? कुठूनं अला? ... घरी कणं कणं?'

आणि मग धड मराठी वा हिंदीही न बोलू शकणारा मूकबधिर विभाकर आणि थोडेफार मराठी बोलू शकणाऱ्या, जिला स्वतःचे नावही आठवत नव्हते अशा नर्सबेनमध्ये जिवाभावाच्या गप्पा चालू झाल्या. ते असे बोलत असताना काही वेळाने बस एकदम धक्क्याने थांबली. बराच आरडाओरडा ऐकू येऊ लागला. विभाकरला ते काहीच ऐकू येत नव्हते. तो फक्त बस का थांबली एवढाच विचार करून हसला आणि त्याने नर्सबेनकडे पाहत प्रश्नार्थक हात हलवला. नर्सबेनचे लक्ष नव्हते. ती घाबरून बाहेर पाहत होती. लोक घाईघाईने बस सोडून उतरू लागले होते. नर्सबेनने पुढच्या बाजूस पाहिले तर ड्रायव्हरही त्याच्या दरवाज्यातून उडी मारताना तिला दिसला. तिला काय तो अंदाज आला. तिने काही न बोलता विभाकरचा हात धरला आणि त्याला खेचतच ती बसच्या दरवाज्यातून बाहेर पडण्याच्या प्रयत्नांना लागली. काही तरी गडबड आहे हे आता विभाकरच्याही लक्षात आले, पण त्याला पुण्यातल्या आदल्या दिवशीच्या घडामोडींची काहीच माहिती नसल्याने काय चालले आहे त्याचा उलगडा होईना. पुण्याचीही त्याला काहीच माहिती नसल्याने बस त्यावेळी दोन समाजांच्या वस्त्या ज्याठिकाणी एकत्र येतात त्या भागातून, म्हणजे जिथे दंग्यांचा भडका उडण्याची मोठीच शक्यता कायमच असते अशा इलाक्यातून चालली होती हेही त्याला कळण्याची शक्यता नव्हती. ते दोघे उतरण्याच्या वेळीच डाव्या बाजूने पहिला दगड बसवर येऊन आदळला आणि त्यांच्या जवळची काच फुटली.

त्या खोलीतले वातावरणच अत्यंत त्रासदायक होते. तो जणू तुरुंगच होता. निव्वळ बाहेर जाता येत नाही म्हणून नव्हे तर त्यातील ठेवलेल्या गॅजेट्सचे तुम्ही गुलाम आहात असा भाव तिथे तयार होत होता म्हणूनही तसे होत होते. अगस्तीच्या अंगावर काटा आला. त्याला अतिशय क्लॅस्ट्रॉफोबिक वाटू लागले. त्याचा श्वास गुदमरायला लागला. त्याला विचार करता येईना. मन परत थाऱ्यावर यावे म्हणून त्याने परत एकदा सगळी माहितीपत्रके बघितली. त्याच्या लक्षात आले की, ते सर्व खेळ एकतर मारामारीचे, युद्धाचे, एके फॉर्टीसेव्हनने शत्रूला मारणे वा अधिक

मोठ्या तोफांनी शत्रूचे विमान पाडणे, वा उलट आपण विमानातून शत्रूची ठाणी बॉम्ब टाकून उद्‌ध्वस्त करणे असे हिंसक, आणि मित्र आणि शत्रू अशी जगाची सुलभीकरण केलेली विभागणी करणारे, आजच्या वास्तवालाच जणू जुळणारे पण त्याला बढावाही देणारे, ऑगमेंट करणारे तरी होते वा वेगाशी संबंधित होते. त्यातल्या काही खेळांची नावे होती– कॉल ऑफ ड्यूटी, मेडल ऑफ ऑनर, वॉरक्राफ्ट, ॲसॅसिन्स क्रीड. यातले पहिले दोन दुसऱ्या आणि तिसऱ्या महायुद्धाच्या – परत एकदा, ही छपाईतली चूक नव्हे, तिसरे महायुद्धच त्या खेळाच्या कर्त्यांना अभिप्रेत होते – पार्श्वभूमीवर आधारित होते, तर तिसरा जुन्या काळातल्या तलवार इत्यादीच्या वापरावर. सगळ्यात शत्रूचा खातमा करणे अभिप्रेत होते. देशप्रेम अभिप्रेत होते, पुरुषी शौर्य आणि मानवी क्रौर्य अभिप्रेत होते. बहुतेक खेळ असेच होते. उरलेले काही अतिवेगवान वाहनातून स्पर्धा करणारे होते. स्पर्धात्मक अतिवेगवान अशा आजच्या वास्तवाचे ते जणू रूपकच होते. त्याचा राग परत उफाळून आला. छोटा गणपती त्या सर्वांशी समरस झाला होता. त्याचा एक अविभाज्य भाग झाला होता. त्याला कोंडून घातल्याचा हा परिणाम झाला होता. कसेही असो जे होते ते अगस्तीच्या दृष्टीने भयानक होते. त्याला ते दृश्यही सहन होईना. काहीतरी तर करणे भाग होते.

त्याने मग गणपतीच्या जवळ जाऊन त्याच्या अंगावरची गॅजेट्सची सर्व आभूषणे सक्तीने उतरवली. गणपती अर्थातच त्वेषाने प्रतिकार करू लागला, लाथा झाडू लागला, जोरात रडू लागला. पण चार वर्षांच्या मुलाचा प्रतिकार तो किती असणार? निव्वळ बळाच्या जोरावर गणपतीची गठडीच वळून अगस्ती त्याला इमारतीच्या बाहेर घेऊन आला. आता कोणी पाहिले तरी बेहत्तर अशी त्याची धारणा झाली होती. मग त्याने गणपतीला आपण वेड्यावाकड्या प्रकारे लावलेल्या झाडांच्या जवळ नेले. गणपती लाथा झाडतच होता. अगस्तीला बऱ्यापैकी दुखापत होईल इतपत ताकद त्यात होती, कारण गणपती जणू वेड लागलेला मुलगा ज्या निरंकुशपणे हातपाय झाडेल त्याप्रकारे हालचाली करत होता. पण अगस्तीही आता पेटला होत. अगस्तीने त्याला एका झाडाशेजारी गवतावर ठेवले. बळेबळे गणपतीचा तळवा त्या झाडाच्या खोडावरून, पानांवरून फिरवला. मग थोडेसे गवत उपटून त्याने ते गणपतीच्या नाकाजवळ नेले. पण तसे केल्यावर त्याचा आपण वास घ्यावा असे अभिप्रेत आहे हेही गणपतीला उमगत नव्हते. गवताला वास असतो, वास घेण्यात मजा असते हेच त्याला ठाऊक नसावे.

हे सगळे काय चालले आहे हेच त्याला उमगत नव्हते. एवढे झाल्यावर झाले ते इतकेच की, गणपतीने आपले रडणे काही काळासाठी थांबवले. तो भयानक भेदरलेल्या आणि हरवलेल्या नजरेने इकडेतिकडे आणि अगस्तीकडे बघू लागला. अगस्तीने गणपतीला समजावून सांगायचा प्रयत्न केला. पण आधीच कोणाशी संपर्क करण्यात अनेक अडचणी असलेला अगस्ती, गणपती त्याच्याकडे ज्या हरवलेल्या नजरेने पाहत होता ते लक्षात आल्यावर, जणू मूढ झाला. त्याची वाचाच बसली. काही क्षण दोघे असेच, पूर्णपणे एकामेकांपासून तुटलेले, जणू वेगवेगळ्या जगातच जगणारे - एक म्हातारा आणि एक बालक असे - एकमेकांकडे बघत राहिले. मग अचानक तोंड उघडत गणपती अगदी दबलेल्या आवाजात म्हणाला, 'भीती वाटते... मला खूप भीती वाटते.' आणि तो परत रडायला लागला.

अगस्तीला त्याच्याकडे पाहून अमर्याद अशी दयाच दाटून आली. ही भावना त्याला तशी नवी होती. त्यामुळे त्याला त्याचा अर्थ कळेना. पण आता इथे बसून राहण्यात अर्थ नाही एवढे त्याच्या लक्षात आले. त्या निर्मनुष्य सोसायटीतही फारच वेळ नजर चुकवत राहणे शक्य नव्हते. अगस्ती गणपतीचे गाठोडे घेऊन परत फ्लॅटमध्ये गेला. गणपतीला त्याने खाली ठेवल्याठेवल्या त्याचे रडणे थांबले. तो धावत आत गेला आणि त्याने योग्य ती उपकरणे शरीरावर योग्य त्या जागी लावत खेळ खेळणे सुरू केले आणि तो डोलू लागला. जणू मध्ये जे काही झाले ते अतिवास्तव होते, स्वप्न होते आणि आता तो वास्तवात परतला. हे पाहून अगस्तीचे मन आणि मेंदू अनाकलनीय भावनेने भरून आले. एका क्षणात त्याच्या डोळ्यांसमोरून गणपतीचे आईवडील, आणि समोर बसलेला गणपती, सर्वांच्या सरकत्या प्रतिमा जणू पुस्तकाची पाने उलगडावीत तशा उलगडत गेल्या. त्याला जे वाटत होते ते संगतवार नव्हते पण त्याच्या मनात साधारण असे येत होते की, अशाच माणसांनी भरले जात आहे आताचे जग. कशी ही माणसे? यांना माणसे तरी का म्हणावे? ही आहेत अशी माणसे, ज्यांना आशय नाही, अशी माणसे ज्यांच्यात जिवंतपणाच नाही, हे तर केवळ सांगाडे ज्यांत आत्मा वा सत्त्वच नाही. यांना काही जाणिवाच उरलेल्या नाहीत... या अर्थाने पाहता ते जिवंतच नाहीत. त्याने गणपतीकडे पाहिले. एवढासा चार वर्षांचा मुलगा. आपले असे व्हावे हे काही त्याने ठरवले नाही. कोणीतरी त्याच्यासाठी ते ठरवून टाकले आहे आणि जणू त्याचा आत्मा आणि सत्त्वच काढून घेतले आहे असे वाटून त्याच्या मनात गणपतीविषयी अपरंपार दयेचा भाव दाटून आला.

विभाकर आणि नर्सबेन बसमधून उतरण्याच्या वेळीच डाव्या बाजूने पहिला दगड बसवर येऊन आदळला आणि त्यांच्या जवळची काच फुटली. विभाकरने नर्सबेनकडे वळून पाहिले. कोणीही घाबरावे अशीच परिस्थिती होती. पण तिचा चेहरा जवळजवळ ओळखू येऊ नये इतका बदलला होता. त्याचे रूपांतर जणू मृत्यूच्या मुखवट्यात झाले होते. विभाकरला काहीच कळेना. नर्सबेन त्याचा हात धरून त्याला फरफटत घेऊन जाऊ लागली. त्याने घाबरून स्वतःचा हात सोडवून घेतला. तो एकाच जागी उभा राहून इकडे तिकडे बघत अंदाज घेऊ लागला. ते मुख्य रस्त्यावर होते ज्या ठिकाणी होते त्या जवळच त्याच्या डाव्या बाजूला एका गल्लीचे तोंड असलेले त्याला दिसले. ती गल्ली शांत वाटत होती. त्या गल्लीकडे निर्देश करत तो नर्सबेनला म्हणाला, 'इकंडं... इकंडं... गल्लतं... कणी नही... चलं चलं... लवकरं –'

नर्सबेनलाही ते पटले. ते दोघे धावत त्या गल्लीत शिरले. त्या गल्लीत शिरल्यावर त्यांच्या असे लक्षात आले की, ती गल्ली डेड एंड आहे, तिचे दुसरे टोक बंद आहे, आणि तिच्या मध्यावर एक हत्यारबंद युवकांचा घोळका आपापसात प्रक्षोभित अवस्थेत बोलत उभा आहे. तो घोळका उघडपणे मुसलमान युवकांचा होता हे नर्सबेनच्या तात्काळ लक्षात आले. तिने विभाकरचा हात धरला आणि जिवाच्या कराराने सर्व ताकद पणाला लावून तिने त्याला थांबवले. ती असे का करते आहे ते त्याच्या लक्षात येईना. त्याची दाढी मुसलमानी असली तरी ते युवक तेवढ्याने फसणार नाहीत, ते त्यांची पँट काढून खात्री करून घेतील हे तिला अनुभवाने माहीत होते. ती अहमदाबाद मध्ये असताना, 'दंगा चालू झाल्यास असे करा', अशा सूचनाच तिच्या भागात गस्त घालणाऱ्या मुसलमान युवकांना होत्या हे तिने ऐकले होते. तसे झाले तर विभाकर नक्कीच मारला जाईल हे तिच्या लक्षात आले होते. ती त्याला जिवाच्या कराराने खेचत बाहेर घेऊन आली. त्यानेही फार प्रतिकार केला नाही. एकतर काय चालले आहे हेच त्याला कळत नव्हते. त्याला कसलेही आवाजच ऐकू येत नसल्याने त्याला काही उलगडाच होत नव्हता. पण नर्सबेन आपले भलेच करू इच्छित आहे, तिला पुण्याची चांगली माहिती आहे, इतपत त्याच्या लक्षात आले होते. त्यामुळे तो निमूटपणे तिच्यामागे पळत राहिला.

पण मग आता काय करावे ते अगस्तीला कळेना. तिथून निघून जावे? काहीच न करता? त्याला काही कळेचना. त्याला आपल्या भावनांचाही नीट उलगडा होईना. तिथून निघूनही जाववेना आणि आपल्या भावनांवर काबू कसा मिळवावा तेही कळेना. मग एक चाळा म्हणून तो परत एकदा ती माहिती पत्रके बघू लागला. त्याच्या लक्षात आले की, प्रत्येक खेळात निरनिराळ्या लेव्हल्स असतात. खरेतर मुळात निरनिराळे टप्पे - स्टेजेस - असतात, जसे की ब्रीझी, ईझी, मिडियम, हार्ड, एक्सपर्ट आणि आणि त्यात लेव्हल्स असतात. त्यातून पार पडलात की मग अंतिम विजय, शत्रूचा निःपात, मोक्ष. त्याला सत्यकामच्या बोलण्यातून आलेले अष्टांग योगातले मानवाच्या आध्यात्मिक प्रगतीचे वा आत्मिक प्रगतीचे टप्पे आठवले - यम, नियम, आसन, प्राणायाम, प्रत्याहार, धारणा, ध्यान, समाधी. यात फरक आहे, पण नक्की फरक काय? आणि तो नक्की आहे का? याचे उत्तर आपल्याला स्वतःला मिळणार नाही याची त्याला जाणीव झाली. पण मग आपल्याला सतत सत्यकामची मदत लागणार? त्याला गणपती नावाचे कोडे उलगडेल? मग मानवाला असे टप्पे दिले की, काय होते त्यासंबंधी सत्यकाम काय बोलला होता ते त्याला आठवले. सत्यकाम म्हणाला होता, 'असे झाले, माणसे त्यातच व्यग्र होतात. त्यांना काहीतरी गंतव्य मिळाल्याचा भास होतो आणि ती त्यातच गुंततात. मग विद्रोहाचीही शक्यता उरत नाही.' अगस्तीच्या लक्षात आले की, असे असेल तर आशय हरवलेली माणसे असे जगणे नाकारून, विद्रोह करून, रिबेल करून, आशयगर्भ होण्याचीही शक्यता उरत नाही. बाहेरूनच कोणी काही केले तर आशा...ते मीच करायला हवे.. पण म्हणजे काय करावे? आणि माझ्याही तर जगण्याला अर्थ नाहीच आहे.

पण तरी एक चार वर्षांचा मुलगा महिन्यानुमहिने असा कोंडलेल्या अवस्थेत खेळत बसला आहे... वास्तवापासून पूर्ण तुटून? असे तो आणखी किती वर्षे करणार आहे? तो मोठा झाल्यावर कशा प्रकारचा माणूस होणार आहे ? आणि अशा माणसांनी भरलेले जग कसे असणार आहे? जीवनाला अर्थ नसतो म्हणून हे करणेही क्षम्य व्हावे? मग परत आधीचे अनेक दिवस सत्यकाम जे बोलत होता ते शब्द त्याच्या कानात घुमू लागले. असे खेळ करत असतात धर्म आणि आजचे तंत्रज्ञान आपल्याशी? आपण खेळणे होतो या सगळ्याचे? आणि इतका काहीच अर्थ नसतो आपल्या जगण्याला? आपण झाडे लावायची आणि इतर कोणीतरी ती उपटून परत

मूळ जागी न्यायची? सतत? रिडिक्युलस...एवढा अर्थ नाही माझ्या जीवनाला? आणि मृत्यूचे काय? तो आहे म्हणून अर्थच नाही जगण्याला? असं का? उलट त्यामुळेच तर जगण्याला अर्थ आहे... मृत्यू कोणाला का, कसा, कोणी आणतो यालापण तर अर्थ असतो ना? नाही अर्थ असायलाच हवा... मला हवाच अर्थ माझ्या जगण्याला... नाही नाही... अर्थ हवाच-

या सगळ्याची भयानकता त्याचा मेंदू जणू कुरतडून खाऊ लागली. नाही... जीवनाला अर्थ नसला तर मी तो प्राप्त करून घेईन... याचा उत्तम मार्ग मला सुचला आहे... तो म्हणजे मृत्यूला अर्थ प्राप्त करून द्यायचा! मी आता मृत्यूला अर्थ प्राप्त करून देईन! आता अधिक विचार संपला. अधिक विचार करत बसल्यास मानव कृतिशून्य होतो आणि अर्थाचा लोप होतो. असे निरर्थकत्व मी येऊ देणार नाही. आता माझ्या मनात राग नाही. मी आता जे करणार आहे ती कृती केवळ दयाभावनेतून. कोणाच्या तरी जीवनाला अर्थ प्राप्त करून देण्यासाठी आणि माझ्याही जीवनाला अर्थ प्राप्त करून देण्यासाठी. नाही... एवढंच नाही... एकंदरीनेच जीवन नावाच्या संकल्पनेलाच अर्थ प्राप्त करून देण्यासाठी. आणि मानवातला आशय आणि आत्मा कायम ठेवण्यासाठी. बिचाऱ्या छोट्याशा गणपतीचे मी असे भयानक काही होऊ देणार नाही. नाही.. नाही.. असे मी होऊ देणार नाही.

मग जणू झिंगलेल्या अशा अवस्थेत अगस्ती उठला. आतल्या खोलीत त्याला अपेक्षेप्रमाणे एक मोठी उशी मिळाली. ती घेऊन तो बाहेर आला. गणपतीजवळ जाऊन त्याने त्याच्या अंगावरची सर्व उपकरणे परत एकदा ओरबाडून काढली. काहीच न कळल्याने गणपतीही स्तब्ध राहिला. मग गणपतीला रडणे सुरू करण्यासाठी अवधी न देता, केवळ एक क्षण त्याच्या डोळ्यांत रोखून पाहून, अगस्तीने ती उशी त्याच्या तोंडावर दाबली. गणपतीने त्या विरोधात फारसे प्रयत्न, अगदी त्याच्या छोट्या जिवाला जमतील एवढे प्रयत्नही केले नाहीत. जणू या वास्तवाशी, ते ऑगमेंट केल्याशिवाय कसे भिडायचे त्याचे उपजत ज्ञानही आता त्याच्याजवळ उरले नव्हते. अगस्तीने गणपतीला ठार मारले. गणपती कुठलाही प्रतिकार न करता मरून गेला. एक नैतिक काम केल्याचे समाधान अगस्तीच्या चेहऱ्यावर होते. अचानक एखाद्या भयानक कोंडलेल्या जागेतून बाहेर आल्याची भावना त्याच्या मनात होती.

मग इतर कोणाचा स्पर्शही ज्याला फारसा सहन होत नसे असा अगस्ती

गणपतीचे प्रेत मांडीवर घेऊन बसला. त्याला त्याने मिठी मारली. त्याला न कळत त्याची मुलगी लहान असताना तिचा स्पर्श होत असे त्याची त्याला आठवण झाली. मग त्याने गणपतीची बोटे आपल्या हातात घेऊन कुरवाळली. गणपतीचे तोंड उघडून गणपतीच्या उजव्या हाताचा अंगठा त्याने त्याच्या तोंडात दिला. अगस्तीने आधीही प्रेते पाहिली होती. पण इतके छोटेसे प्रेत. जणू बाहुलाच. त्याला वाटले बाहुला बाहुलीच्या लग्नासारखाच हा बाहुल्याचा मृत्यू? पण हा बाहुला जिवंत होता काही क्षणांपूर्वी. मी असे नक्की काय केले की त्याचे प्रेत झाले. पण तो आधीही जे काही होता त्या जिवंतपण म्हणता येईल? एखादं यंत्रपण जिवंत असू शकतं? जिवंत आणि मृत यंत्रात, जिवंत आणि मृत गणपतीत पडला तेवढा फरक पडतो? किती फरक पडलाय याच्यात! ही एवढी एवढी बोटं... हात आणि पाय... असा हा जीव... नव्हे प्रेत..

मग अगस्ती स्वतःशीच पुटपुटला, 'कंटाळा आला-'. इतके एकटेपण त्याला कधीच जाणवले नव्हते. त्याने तो शांत नव्हे तर थंड झाला.

काही वेळात गणपतीचे प्रेत गार पडत चालल्याचे त्याला जाणवले. मग गणपतीचे प्रेत जमिनीवर ठेवून अगस्ती उठला आणि फ्लॅटबाहेर पडला. दुपारचे दोन वाजून गेले होते. मे महिन्यातला सूर्य डोक्यावर होता. अगस्तीला आधीच आलेला घाम त्या उन्हाने वाळू लागला आणि त्याचे अंग चिकट झाले. आता काय करायचे ते त्याच्या डोक्यात स्पष्ट होते. तो टेकडीच्या दिशेने चालू लागला. टेकडी चढून तो पलीकडच्या बाजूला उतरला आणि ज्या जागी रेल्वे रुळांच्या आसपास कोणीच असण्याची शक्यता नव्हती अशा जागेकडे जाऊ लागला. त्याने मध्येच वर पाहिले तर दुसऱ्या बाजूला एक स्त्री त्याच्याच दिशेने चालत येत होती. आजूबाजूला मनुष्यप्राण्याचा मागमूस नाही अशी जागा मिळाल्यावर तो थांबला. ती स्त्रीही तिथेच येऊन थांबली. त्याने पाहिले तर तिची साडी आणि पदर पुढच्या बाजूने रक्ताने माखला होता.

नर्सबेन आणि विभाकर दुसऱ्या दिशेने पळाले पण काही वेळातच विभाकरला वयोमानपरत्वे दम लागू लागला. त्याने नर्सबेनचा हात धरून तिले थांबवले. त्या ठिकाणी आणखी थांबण्यात अर्थ नाही हे तिला ठाऊक होते, त्यामुळे ती त्याला खेचत राहिली. त्यांची आपापसात अशी ओढाताण

चालू असता उजवीकडच्या गल्लीतून एक हिंदू लोकांचा समुदाय त्यांच्या दिशेने धावत आला. ते जोरात ओरडत चालून येत होते. ते विभाकरला अर्थातच ऐकू येत नव्हते आणि त्यांच्याकडे त्याची पाठ असल्याने ते त्याला दिसतही नव्हते. त्यांना पाहून नर्सबेनने विभाकरला अधिकच जोरात ओढायला सुरुवात केली, पण तो जागचा हलत नव्हता. काही क्षणात तो जमाव त्यांच्याजवळ येऊन पोचला. त्यांच्या हातात काठ्या, हॉकीस्टिक्स आणि लोखंडी कांबी होत्या. त्यांनी विभाकर आणि नर्सबेनला घेरले.

नर्सबेन तिच्या कपाळावरच्या कुंकवामुळे हिंदू तर विभाकर त्याच्या दाढीमुळे मुसलमान वाटत होता. ते एकमेकांना ओढत असल्यामुळे बाहेरून पाहणाऱ्याला त्यांच्यात झटापट चालू आहे असे वाटत होते. जमावाने काय तो निष्कर्ष काढला. त्यांच्यातला एक विभाकरकडे पाहून ओरडला, 'ए मादरच्योद लांड्या... हिंदू बायकांना धरतो काय रे.. या वयात? दाखवतो तुला भाडखाव... पाकिस्तानातच पाठवतो तुमचे मुडदेच भेंच्योद-'

पण तो काय बोलतो आहे ते विभाकरला ऐकूच येत नसल्याने तो फक्त नर्सबेनचा हात ओढत राहिला. त्या हिंदू हत्यारबंद समुदायाला पाहून नर्सबेनची तर जणू दातखीळच बसली होती. ती काही बोलू पाहत होती पण तिच्या तोंडातून शब्द बाहेर फुटतच नव्हता. जमावाला वेळ नव्हता. त्यांनी विभाकरवर काठ्यांनी आणि लोखंडी कांबींनी हल्ला चढवला. नर्सबेन नुसतीच शरीर आक्रसून घेऊन उभी राहिली. जे व्हायचे ते काही क्षणात होऊन जमाव पुढे सरकला तेव्हा विभाकर रक्तबंबाळ अवस्थेत खाली पडला होता आणि नर्सबेन थिजून बाजूला उभी होती. ती काही काळ तशीच उभी राहून विभाकरकडे पाहत राहिली. मग जणू त्राण गेल्यासारखे होऊन ती त्याच्या शेजारी कोसळली. पण लगेचच उठून बसत तिने त्याच्याकडे पाहिले तेव्हा त्याच्या डोक्याला जबर मार बसल्याचे तिच्या लक्षात आले. त्याच्या डोक्यातून रक्ताचा पाटच वाहत होता. तिने त्याचे डोके मांडीवर घेतले. त्याच्या डोक्यातून वाहणारे रक्त थांबवण्याचा तिने प्रयत्न केला पण ते अशक्यच होते हे तिच्या ध्यानात यायला वेळ लागला नाही. तो त्यानंतरही क्षणभर जिवंत असावा कारण त्याने तिच्याकडे पाहिले आणि तिच्या छातीत आपले डोके खुपसण्याचा क्षीण प्रयत्न केला. आणि त्याने डोळे मिटले. तिने त्याची नाडी पाहिली तोपर्यंत त्याचे प्राण त्याला सोडून निघून गेले होते.

त्याचे डोके मांडीवर घेऊन नर्सबेन काही काळ तशीच बसून राहिली. मग तिने त्याचे डोके स्वतःच्या छातीत दाबून धरले. त्याची शेवटची नजर

तिला जाळत राहिली. त्यातून तो जणू तिला विचारत होता, 'मी हिंदूच आहे हे तू त्यांना सांगितले का नाहीस?'

तसे आपण करण्याचा प्रयत्न केला पण आपल्या तोंडून वेळेत शब्दच फुटेना हे तिला ठाऊक होते. पण तरी अपराधी भावनेने तिचे मन भरून गेले. तिच्या डोळ्यांसमोर सोळा वर्षांपूर्वीच्या अहमदाबादमधील घटनांची चित्रे फेर धरू लागली. अनेक वर्षे तिने जे मोठ्या कष्टाने मनाच्या बाहेर जणू ढकलले होते, ते दुप्पट जोमाने परत आले. तिला वाटले आता आपल्याला वेड लागणार. ती पुटपुटली, 'मला कंटाळा आला- खूप-'

काही वेळात विभाकरचे प्रेत गार पडत चालल्याचे तिला जाणवले. त्याच्या जीवनात आता खरी, प्रगाढ आणि अंतिम ध्वनिरहितता पसरली. त्याचा ऊर्जेने भरलेला बोलका चेहरा निस्तेज झाला. क्षणात हा जिवंत माणूस नसून प्रेत आहे हे ध्यानात येऊ लागले. त्याच्या चेहऱ्याकडे पाहून त्याही स्थितीत नर्सबेनच्या मनात आले, मेल्यावर असे काय होते नक्की शरीरात? ती काही क्षण दिग्मूढ होऊन बसून राहिली. मग विभाकरचे डोके जमिनीवर ठेवून ती उठली आणि चालू लागली. तिला खूप दूर निघून जायचे एवढेच कळत होते. दंगाही आता थोडा शमला होता. पोलिसांच्या शिट्या ऐकू येत होत्या. ती चालत राहिली. काही वेळाने त्याही ऐकू येईनाशा झाल्या. तिला दूर जायचे होते. खूप वेळ चालल्यावर तिला एक मेट्रोस्टेशन लागले. पायी चालण्यापेक्षा मेट्रोतून आपण अधिक दूर जाऊ असे तिला त्या अर्धबेशुद्धावस्थेत वाटले असावे. कुठल्या का कारणाने असेना ती मेट्रोत चढली आणि शेवटच्या स्टॉप आल्यावर उतरली. तो स्टॉप 'गार्डन ऑफ ईडन' या सोसायटीचा होता.

तिला शेजारून जाणाऱ्या आगगाडीचा आवाज ऐकू आला. त्या क्षणी ती भानावर आली आणि आता काय करावे हे तिला एका क्षणात स्पष्ट झाले. ती रुळांच्या दिशेने गेली. रूळ जवळच होते. मग ज्या ठिकाणी रुळांच्या आजूबाजूला मनुष्य वस्ती नाही अशी जागा येईपर्यंत ती रुळांवरून चालत राहिली. ती जागा आल्यावर तिच्या असे लक्षात आले की, आजूबाजूला वस्ती तर नाही, पण एक वृद्ध आणि जाडसर गृहस्थ, दुसऱ्या दिशेने चालत येऊन रुळांच्या बाजूलाच उभा आहे. त्याचे डोळे आणि मान सतत ट्विच होत होते.

आता काय करावे ते न कळून नर्सबेन रुळांच्या बाजूला खिळल्यासारखी उभी राहिली.

***

। उपसंहार

१७ मे २०१८ च्या आधीच्या आठवड्यात दररोज संध्याकाळी सत्यकाम आयेशाला घेऊन टेकडीवर जाऊ लागला होता. आयेशा आणखी फारसे बोलत नसे. सत्यकामही क्वचितच बोले. पण त्या शांत वातावरणात, बाहेरचे नैसर्गिक वास आणि स्पर्श यांना सामोरे जाताना, तिला बरे वाटत असे.

त्या दिवशी तर जाळणाऱ्या दुपारनंतर पाऊस होऊन गेला होता. मृद्गंधाने वातावरण भरून गेले होते. पिवळे पडलेले गवत पिवळ्याच झालेल्या प्रकाशात चमकत होते आणि पायाखालची माती परत जिवंत होण्यास आसुसली होती. तुरळक पण टेकडीभर पसरलेल्या झाडांच्या मनात पावसाच्या पाण्याने नवी आशा उमलून आली होती. मृत्यू तर असणारच पण जीवन शाश्वत चालू राहते असे ज्या दिवशी वाटू लागते असा तो दिवस होता.

१७ मे २०१८ च्या संध्याकाळी सत्यकाम आणि आयेशा दोघेही टेकडीवर गेले. चढताना प्रथमच आयेशाने सत्यकामचा हात धरला. दोघेही त्याने आश्वासित झाले. त्यांची मने त्याक्षणी निसर्गाने मांडलेल्या 'आशे'च्या खेळाशी एकरूप होऊ लागली. दोघे वरपर्यंत गेले. पावसानंतरचा हलका वारा वाहत होता. दोघांनी आपापल्या छातीत तो भरून घेतला आणि सभोवती नजर फिरवली.

सत्यकामचे लक्ष रेल्वेरुळांकडे गेले. त्याच्या दोन बाजूला दोन व्यक्ती – एक म्हातारा पुरुष आणि एक तितकी म्हातारी नसली तरी प्रौढ असलेली स्त्री – उभ्या असलेल्या त्याला दिसले. त्या जागी, त्यांच्या असे उभे राहण्यात काहीतरी चमत्कारिक होते खास. त्याने आयेशाचे लक्ष त्यांच्याकडे वेधले. त्यांना पाहून तिच्याही कपाळावर प्रश्नार्थक आठी उमटली. सत्यकामला काही शंका आल्यावरून त्याने परत एकदा डोळे बारीक करून

त्यांच्याकडे पाहिले आणि तो म्हणाला, 'अरे, हा तर अगस्ती वाटतोय्... हा इथं काय–' आणि तो खात्री करून घेण्यासाठी पुढे जाऊ लागला. त्याची नजर त्या दोघांवरच खिळलेली होती.

तेवढ्यात आगगाडीची शिट्टी ऐकू आली, म्हणून सत्यकामने चमकून उजवीकडे पाहिले. त्या दिशेने एक आगगाडी धडाडत येत होती. त्याने नजर रुळाशेजारच्या दोघांकडे वळवली. त्या दोघांनीही शिट्टी ऐकली असावी कारण ते दचकून ताठ उभे झाले होते. मग त्या दोघांनी एकमेकांकडे पाहिले. काही क्षण ते असेच पाहत राहिले. मग त्यांनी एकमेकांचे हात धरले आणि ते रुळांच्या मध्यभागी एकमेकांना चिटकून उभे राहिले. आधुनिकतेतून निर्माण झालेल्या प्रायव्हसीच्या भावनेवर सहकाराच्या आदिम प्रेरणेने मात केली असावी.

एका क्षणात सत्यकामच्या डोक्यात उजेड पडला. तो वेड्यासारखा ओरडत, अगस्तीच्या नावाने किंचाळत त्यांच्या दिशेने जाऊ लागला. आयेशाच्याही काही ध्यानात आले असावे. तीही त्याच्यामागे धावत टेकडी उतरू लागली.

आपला वेग फार कमी पडतो असे मानवाला वाटल्यानेच त्याने यंत्रे तयार केली आहेत. तो त्यात यशस्वी झाला आहे हे त्या दिवशी सिद्ध झाले. सत्यकाम कितीही जिवाच्या आकांताने पळाला तरी आगगाडीने त्याला सहज मागे टाकले. सत्यकामही बराच जवळ पोचला होता. त्या दोघांतील एक अगस्ती आहे याची त्याला आता खात्रीच पटली. आणि ते काय करू पाहत आहेत याबाबतही त्याच्या मनात तिळमात्र शंका उरली नाही. त्याने शक्य तितक्या जोरात अगस्तीला शेवटची साद घातली. त्याचा आवाज आगगाडीच्या आवाजात आणि तिचा ड्रायव्हरही आता त्वेषाने वाजवत असलेल्या भोंग्याच्या आवाजात त्याला स्वतःलाही ऐकू येणे शक्य नव्हते.

त्याच्या विस्फारलेल्या डोळ्यांसमोर हातात हात धरलेल्या त्या दोघांना तुडवत त्यांच्या चिरफाळ्या चारही दिशांना उडवत आगगाडी पुढे गेली.

सत्यकाम जागीच थिजून उभा राहिला. त्याच्याशेजारी येऊन धापा टाकत उभी असलेली आयेशा समोरचे दृश्य पाहून खाली कोसळली. गेल्या काही दिवसांत तिच्या मनाला आलेली उभारी जणू एका क्षणात नाहीशी झाली. सत्यकामही गुडघ्यावर बसला आणि मग वज्रासनात बसून त्याने डोळे मिटले. काही काळानंतर त्याने अधोमुख वीरासन केले. डोके

जमिनीवर टेकून हात पुढे शक्य तितके लांब करून डोळे मिटून तो बसून राहिला.

आयेशाला कसेबसे सावरत सत्यकाम 'गार्डन ऑफ ईडन'मध्ये परतला तेव्हा सोसायटीच्या आवारात पोलीस जमले होते. गणपतीचा खून झाल्याची बातमी त्याला समजली. त्याच्या ध्यानात सर्व काही आले.

तो आयेशाला स्वतःच्या खोलीसमोरच्या ओट्यावर बसवत स्वतःही तिच्या शेजारी बसला. आयेशाही आता भानावर आली होती. ज्यांनी आत्महत्या केली त्यापैकी एकाला तरी सत्यकाम ओळखत होता हे तिच्या ध्यानात आले होते. तिने त्याचा हात हातात घेतला. काही वेळ तो तसाच बसून राहिला आणि मग म्हणाला, 'कंटाळा आला... आयेशा.. मला कंटाळा आला-.'

तिने त्याचा हात धरलेलाच होता. आता तिचा हात आपल्याही हातात घेत त्याने तिला उठवले. आणि तो तिला बरोबर घेऊन सोसायटीच्या दारातून बाहेर पडला. दोघे एकमेकांच्या आधाराने सोसायटीतून बाहेर जाणाऱ्या रस्त्यावर चालू लागले.

गणपतीचा खून झाला. तो कोणी केला याचा उलगडा ही कादंबरी प्रकाशित होईपर्यंत तरी झालेला नव्हता.

विभाकर दंग्यात मारला गेला. एका हिंदू माणसाला हिंदू समाजानेच मारले हे कसे शक्य आहे, अशा विचारातून त्या घटनेवर बरीच वादावादी झाली, खऱ्याचे खोटे आणि खोट्याचे खरे केले गेले, आणि हा वादही कादंबरी प्रकाशित होईपर्यंत तरी संपलेला नव्हता.

अगस्ती आणि नर्सबेनने आत्महत्या केली. पण त्यांचे मृतदेह इतके छिन्नविच्छिन्न झाले होते की, ते देह नक्की कोणाचे याचा उलगडाही ही कादंबरी प्रकाशित होईपर्यंत तरी झालेला नव्हता.

सत्यकाम आणि आयेशा ही कादंबरी प्रकाशित होईपर्यंत तरी कोणाच्या नजरेला पडले नाहीत.

या प्रकरणाआधी मी लिहिला तो मला नक्की माहीत असलेला या सहा पात्रांचा इतिहास. या प्रकरणात मी लिहिले ते माझ्या कल्पनाविलासाचे फलस्वरूप. मला आज वास्तव जसे दिसते त्याचा हा परिणाम.

१६२४ साली, आधुनिकतेच्या अगदी सुरुवातीला, इंग्रज कवी जॉन डन याने एका गद्य उताऱ्यात लिहिले, 'नो मॅन इज ॲन आयलंड – मानव बेटासारखा सुटा, तुटलेला नसतो.' त्याचे हे शब्द अमर झाले कारण त्यात काही प्रमाणात तथ्य होते तर काही प्रमाणात आशावाद. तो कवी हे म्हणाला त्याला चारशे वर्षे होत आली. चारशे वर्षांच्या या प्रवासानंतर आज या दोन घटकातील कोणता प्रबळ आहे आणि यानंतर कोणता अधिक प्रबळ असावा हे ठरवण्याचा अधिकार अर्थातच प्रत्येकाला आहे.

या कादंबरीचा शेवट कसा असावा या बद्दलही मतभिन्नता असू शकतात. नव्हे त्या असाव्यात अशीच माझी इच्छा आहे. तुम्हांला हा शेवट पटला तर ठीकच, पण पटला नाही तरी मला तेवढेच ठीक वाटेल. काही कादंबऱ्यांना शेवट नसतात, निदान नसावेत.

***